સમુદ્રાન્તિકે

ધ્રુવ ભટ્ટ

પ્રાપ્તિસ્થાન

ગૂર્જર સાહિત્ય ભવન

રતનપોળનાકા સામે, ગાંધીમાર્ગ, અમદાવાદ 380001

ફોન : 09227055777, 9662275777 e-mail : goorjar@yahoo.com

ગૂર્જર સાહિત્ય પ્રકાશન

102, લૅન્ડમાર્ક બિલ્ડિંગ, ટાઈટેનિયમ સિટી સેન્ટર પાસે, સીમા હૉલ સામે,

પ્રહ્‌લાદનગર, અમદાવાદ-15 ફોન : 079-26934340

email : gurjarprakashan@gmail.com website : gspbooksmall.com

SAMUDRANTIKE

By Dhruv Bhatt

Published by Gurjar Prakashan, Ahmedabad-388 006

પહેલી આવૃત્તિ : 1993

પુનર્મુદ્રણ : 1996, 1999, 2001, 2004,
2006, 2010, એપ્રિલ 2011, 2017, 2019, 2021, 2023

પુનર્મુદ્રણ : 2025

ISBN : 978-93-48599-48-3

પૃષ્ઠ: 8+144

નકલ : 1000

કિંમત: ₹ 200

શબ્દથી સંસ્કાર સુધી

પ્રકાશક

પ્રકાશક : **ગૂર્જર પ્રકાશન**

ઉલ્લાસ મનુભાઈ શાહ : 202, તિલકરાજ, પંચવટી પહેલી લેન, અમદાવાદ-6

ફોન : 09227055777, 9662275777 E-mail : goorjar@yahoo.com

E-mail : goorjar@yahoo.com

ટાઇપસેટિંગ : **શારદા મુદ્રણાલય**

201, 'તિલકરાજ', પંચવટી પહેલી લેન, આંબાવાડી, અમદાવાદ-380006

ફોન : 079-26564279 E-mail : sharda.mudranalay@gmail.com

મુદ્રક : **ભગવતી ઑફસેટ**

સી/12, બંસીધર એસ્ટેટ, બારડોલપુરા, અમદાવાદ-380004

M. 9825326202 E-mail : bhagwatioffset@yahoo.com

અર્પણ

મારાં જીવન તથા લેખનનો નાભિ-નાળ-સંબંધ
જેની સાથે જોડાયેલો છે તે
મારા કૌટુંબિક વાતાવરણને

દરિયાની છાતી પર ઢોળાતું જાય એવું યાયાવર ગાન છીએ આપણે
સમદરને પાર જેનાં સરનામાં હોય એવાં વણજાણ્યાં નામ છીએ આપણે

હોવું તો વાદળિયા શ્વાસ જેવી વાત જેમ ધરતીને સાંપડી સુગંધ
આપણો તો કલબલનો એવડો પ્રવાસ જેની એકે દિશા ન હોય બંધ
સમદરની છોળ જેમ સમદરમાં હોય એમ આપણો મુકામ છીએ આપણે
... યાયાવર ગાન છીએ આપણે

પાંખમાં ભરીને ચલો આખું આકાશ કોઈ તગતગતા સરોવરમાં ઢોળીએ
ભાંગતા કિનારાનું ભાંગે એકાંત એવી કલબલતી કોઈ વાત બોલીએ
માળાનો હોય નહીં આપણને સાદ સાવ ટૂંકાં રોકાણ છીએ આપણે
... યાયાવર ગાન છીએ આપણે

દરિયાની છાતી પર ઢોળાતું જાય એવું યાયાવર ગાન સખી આપણે
સમદરને પાર જેનાં સરનામાં હોય એવાં અણજાણ્યાં નામ સખી આપણે

ઓગળતા વાદળના આછા આકાર સમા આપણે તો હોવાના હોઈએ
ઓછા નહીં, પાંખોને ખોલવા તો આપણે છેક સુધી ખાલીપા જોઈએ
આવા અવકાશ હાથવેંતમાં મળે તો કહે છોડવા શું કામ સખી આપણે
... યાયાવર ગાન છીએ આપણે

આપણને હોય નહીં ધરતીથી પ્રીત સખી આપણે તો દરિયાનું પેટ
આપણે તો નરદમ પાણીનો વિસ્તાર સખી આપણે ન કાંઠો નહીં બેટ
આપણે તો પીંછાની કોળાતી લાગણી ને કલરવતું ભાન સખી આપણે
... યાયાવર ગાન છીએ આપણે

* દરિયે ચાલતાં મનમાં આવેલું ગીત.

કેટલુંક

મારા આ લખાણને પુસ્તકસ્વરૂપ મળ્યું તેના યશભાગીઓને આ પળે યાદ કરું છું.

જાફરાબાદના ડૉ. જિતેન્દ્ર મુલાણીએ અમારા પ્રથમ સમુદ્રતટ પ્રવાસ અને ત્યાર પછીની અનેક રખડપટ્ટીઓમાં પ્રત્યક્ષ સહાય કરી ન હોત તો આ લખાણનાં બીજ મને મળ્યાં જ ન હોત.

મારા જુદાજુદા પ્રવાસોના સાથી યાત્રીઓ, જેમની સાથે મેં મારા જીવનનો ઉત્તમ સમય વિતાવ્યો છે, તેમને તથા માર્ગમાં અમને મળેલા જાણ્યા-અજાણ્યા માનવીઓને પણ હું ભૂલી નથી શકવાનો.

મારાં બા હરિસુતા ભટ્ટ તથા પત્ની દિવ્યા, મિત્રો શ્રી મહેન્દ્રભાઈ ચોટલિયા, રેખાબહેન મહેતા, શ્રી નરેશભાઈ વેદ, શ્રી સુરેશભાઈ પરીખ, શ્રી સુનીલ આડેસરા તથા ગૂર્જર ગ્રંથરત્ન કાર્યાલય વતી શ્રી મનુભાઈ શાહે આ પુસ્તકને પ્રકાશિત કરવામાં શ્રમ ઉઠાવ્યો છે.

આમ, આ સહિયારી રચના પુસ્તકસ્વરૂપે રજૂ થઈ છે.

આ વાતો ગુજરાતના સીમાડા પાર અન્ય ભાષાઓમાં પણ પ્રગટ થઈ શકી તેનો યશ ગુજરાતના સંવેદનશીલ અને જીવંત વાચકોને છે.

આ આવૃત્તિ તૈયાર કરવામાં યુનિકોડ ફોન્ટનો ઉપયોગ થયો છે. આ સિવાય પુસ્તકમાં કોઈ ફેરફાર કરેલ નથી.

નિવેદન

સાહિત્યજગતના અધિકારીઓએ પ્રબોધેલા નિયત લખાણ-પ્રકારોને ધ્યાનમાં લીધા વિના આ વાત મેં લખી છે.

ગોપનાથથી શરૂ કરીને ઝાંઝમેર, મહુવા, જાફરાબાદ, દીવ, સોમનાથથી પોરબંદર-દ્વારિકા સુધીનો સમુદ્રતટ જેમજેમ પગ તળેથી સરકતો ગયો તેમતેમ મને એવું ઘણું સમજાતું ગયું જે અન્યથા ક્યારેય સમજાયું ન હોત.

આ વાતમાં આવતાં મોટા ભાગનાં પાત્રો મને અલગઅલગ નામે-સ્થળે-કાળે મળ્યાં છે. એકાદ પાત્ર વિશે મેં મારા વડીલો પાસે સાંભળ્યું છે.

આ બધાંને એક સ્થળ-સમયમાં લાવી મૂકવા મેં કેટલીક ઘટનાઓ કલ્પી છે.

પ્રથમ આવૃત્તિ વખતે જ મેં આ લખાણને કોઈ પ્રકારનું નામ આપવાનું ટાળ્યું છે. આ શું છે? તે નક્કી કરવાનું કામ મારું નથી. મારે તો જે છે તે અનુભૂતિ સીધી જ તમારી સંવેદનામાં મૂકવી છે. તમે ચાહો તે પ્રકારે અને નામે આ લખાણ માણી શકો છો.

આથી વિશેષ આ લખાણ અંગે મારે કંઈ કહેવાનું નથી કે મિત્રો-પરિચિતો પાસે કંઈ કહેવરાવવાનું નથી.

1, ગોપાલનગર, **ધ્રુવ ભટ્ટ**
સ્ટેશન રોડ, કરમસદ-388 325

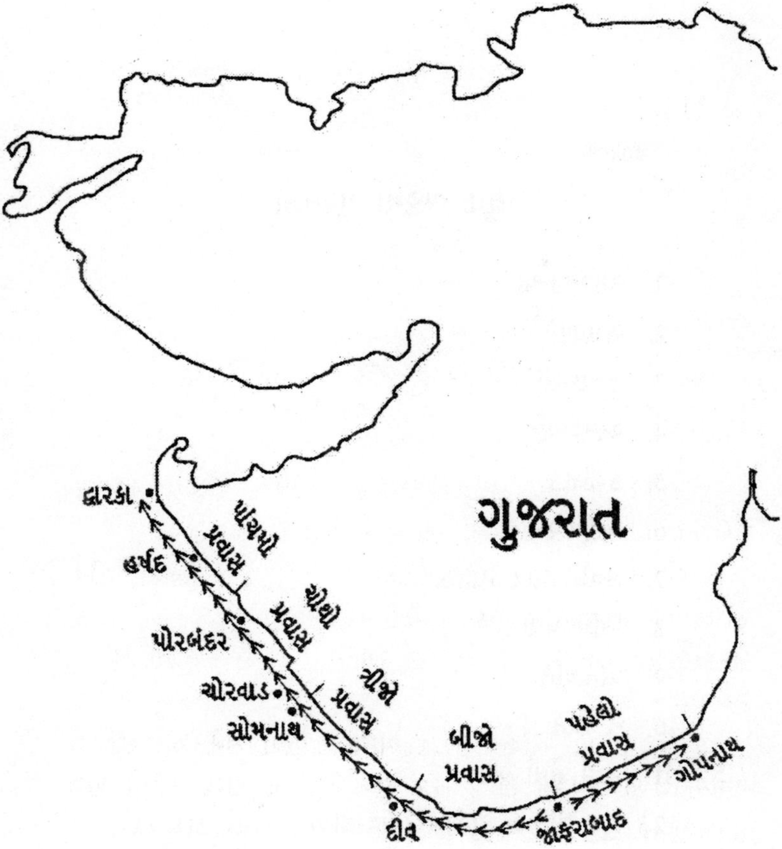

લેખક અને તેમના મિત્રોએ 1980થી 1985 સુધીમાં દર વર્ષે 1 મેથી 8 મે દરમિયાન ગુજરાતના સમુદ્રતટે પગપાળા કરેલા પ્રવાસના અનુભવોને આધારે આ કથા રચાઈ છે. પ્રથમ જાફરાબાદથી ગોપનાથ અને પછીનાં વર્ષોમાં જાફરાબાદથી દીવ, સોમનાથ, ચોરવાડ-પોરબંદર-હર્ષદ સુધી આ પ્રવાસનો માર્ગ ઉપર દર્શાવ્યો છે. [નકશો માત્ર માર્ગ દર્શાવવા જ મૂક્યો છે, પ્રમાણમાપ સાથેનો નથી.]

પ્રવાસની મુખ્ય શરત એ રહેતી કે ખડકો અને કાદવ ન હોય ત્યાં સમુદ્ર અને કિનારો ભેગા થતા હોય એ સ્થળે જ ચાલવું. રાત્રે જ્યાં પહોંચાય ત્યાં રોકાવું અને જે મળે તેનાથી ચલાવી લેવું.

ધ્રુવ ભટ્ટનાં પુસ્તકો

1. અગ્નિકન્યા
2. સમુદ્રાંતિકે
3. તત્ત્વમસી
4. અતરાપી
5. કર્ણલોક
6. અકૂપાર
7. લવલી પાન હાઉસ
8. તિમિરપંથી
9. પ્રતિશ્રુતિ
10. ન ઇતિ...!
11. ગાય તેનાં ગીત
12. ધ્રુવ ગીત – યુટ્યૂબ (દશ્ય-શ્રાવ્ય ક્યૂઆર કોડ સાથે)
13. અકૂપારાતરાપી (નવલયુગ્મનો નાટ્યાવતાર)

સમુદ્રાન્તિકે

•

ધ્રુવ ભટ્ટ

ઓચિંતું કોઈ મને રસ્તે મળે ને કદી ધીરેથી પૂછે કે કેમ છે
આપણે તો કહીએ કે દરિયા-શી મોજમાં ને ઉપરથી કુદરતની રહેમ છે

ફાટેલા ખિસ્સાની આડમાં મૂકી છે એમ છલકાતી મલકાથી મોજ
એકલો ઊભું ને તોય મેળામાં હોઉં એવું લાગ્યા કરે છે મને રોજ
તાળું વસાય નહીં એવડી પટારીમાં આપણો ખજાનો હેમખેમ છે
અને ઉપરથી કુદરતની રહેમ છે

આંખોમાં પાણી તો આવે ને જાય, નથી ભીતર ભીનાશ થતી ઓછી
વધઘટનો કાંઠાઓ રાખે હિસાબ, નથી પરવા સમદરને હોતી
સૂરજ તો ઊગે ને આથમીયે જાય, મારી ઉપર આકાશ એમનેમ છે
અને ઉપરથી કુદરતની રહેમ છે

* શામજી મુખીના ઘરે લખાયેલું ગીત

૧

ભરતી ઊતરે ત્યાં સુધી અમારે રાહ જોવાની છે. ત્રણ બાજુએથી સમુદ્રજળ વડે ઘેરાયેલી ભૂશિરના આખરી ખડક પર હું બેઠો છું. જાનકી દીવાદાંડી પાસે રમે છે. શંખલા-છીપલાં વીણતી, પોતાની નાનકડી ચાળમાં ભરતી, કંઈક ગીત ગણગણે છે.

અહીંથી થોડે દૂર સમુદ્રમાંથી ઊભા થતા કોઈ મહાદાનવના શીર્ષ સમો એક ખડક ઊપસ્યો છે. તેના પર શિકોતર-માતાનું મંદિર છે. જાનકી મને તે મંદિરે લઈ જવાની છે.

મુખ્ય ભૂભાગને પેલા ખડક સાથે જોડતો માર્ગ અત્યારે દરિયાનાં ખારાં, સફેદ, ફીણાળાં પાણી તળે આરામ ફરમાવે છે. ઓટ થતાં જ તે માર્ગ દેખાશે અને અમે ખડકો ઊતરીને શિકોતર જઈ શકીશું.

'શિકોતરીયે બોવ મજા આવે' એવું જાનકી વારેવારે આવીને કહી જાય છે અને પાણી જોઈને પાછી રમવા જતી રહે છે. તેનું 'બોવ મજા'વાળું કથન મારા થાક અને કંટાળાને દૂર કરી દે તેવું નથી; પરંતુ તેને મજા પડે છે તે જાણીને હું ખુશ જરૂર થઉં છું.

ત્રણેક દિવસ પહેલાં પરાશર અને વીણા મને સ્ટેશન પર વળાવવા આવેલાં. કોલાહલથી ઊભરાતા મહાનગરનું એવું જ એ કોલાહલમય સ્ટેશન. જાનકીએ તો એટલો ઘોંઘાટ કદાચ સાંભળ્યો પણ નહીં હોય.

બે દિવસની મીટરગેજ રેલ સફર, ત્રણેક કલાકની ખખડધજ બસ સફર. હું ખાડીને સામે કિનારે ઊતર્યો ત્યારે મન એકલતા અને નિરાશાથી છલકાઈ રહ્યું હતું. આ નવા પ્રદેશમાં હું કેટલા દિવસ રહી શકીશ! ખાડી પાર કરવા હોડી તરફ ચાલતો જતો હતો ત્યારે ડગલે ને પગલે મને મારું નગર, મારા મિત્રો, મારી સભ્યતા અને મારું પોતાનું જગત યાદ આવ્યા કરતાં હતાં. મને મારાં સ્વજનો પાસે, મારા સમાજ વચ્ચે પાછા ચાલ્યા જવાની ઇચ્છા થઈ આવતી હતી. ઉદાસ મને હું હોડીમાં બેઠો અને આ તરફના કાંઠે આવ્યો.

બંદર પર નાગોડિયાં બાળકો રમતાં હતાં. મારી બૅગને કોઈ નવતર ચીજ જોતાં હોય તેમ તેઓ જોઈ રહ્યાં. બે-ચાર ખારવાઓ સગડી પર સતત ઊકળ્યા

કરતો ચાનો કાળો કાવો પીતા બેઠા હતા. થોડે આગળ જતાં બંદરખાતાની કચેરી. મારી આગળની મુસાફરીની વ્યવસ્થા આ કચેરી પરથી થવાની હતી.

પતરાંના દરવાજાવાળી કચેરી ગોડાઉન જેવી વધુ લાગતી હતી. અંદર પ્રવેશતાં જમણી તરફ ટેબલ પાછળની ખુરશી પર બેઠેલો બંદર-કારકુન એકદમ ઊભો થઈ ગયો.

'તમને તેડવા આવત. તમે આવો છો એવા ખબર તો હતા, પણ કંઈ તારીખ-વાર...' તે મારા અચાનક આગમનથી ગભરાયેલો લાગ્યો. 'ઇસ્માઇલ, સાહેબની બૅગ લઈ લે,' તેણે કહ્યું. અને ખુરશી મારા તરફ ખસેડતાં ફરી બોલ્યો, 'તારીખની કાંઈ ખબર નહીં એટલે શું કરીએ!'

'મારે ખબર આપીને આવવું જોઈતું હતું; પરંતુ એકદમ જ મેં વહેલા નીકળી જવાનું ગોઠવ્યું. નવી જગ્યા છે. અગાઉથી પહોંચીને થોડું સમજી લઈએ. એથી જલદી આવ્યો.' મેં કહ્યું.

'જલદી તો નથી થૈ. મોડો થ્યો કે'વાય.' ઇસ્લમાઇલે કહ્યું, 'અબી અસ્ટેટ બંગલે જાણે કે વાસતે હોડા બી નંઈ જડે.' તે નહીં ગુજરાતી નહીં ઉર્દૂ-હિન્દી, કંઈક ત્રીજી જ ભાષા બોલતો હતો.

'આ અખાતરીજ બીતે અઠવાડિયા હો ગ્યા. કોઈ બી ખારવા અબ વા'ણે ચડેગા જ નંઈ.'

'કેમ ?' મેં પૂછ્યું.

'અબ કેમ તો યે ઉણકા રિવાજ જાણે.' ઇસ્માઇલે મારા અજ્ઞાનનો જવાબ પોતાના અજ્ઞાનથી આપ્યો. 'અખાતરીજ જાવે ને દરિયા બંધ. અબ તો ઠેઠ સાવની પૂનમે નાળિયેર પડ્યા કેડે જ ખૂલવાના.'

આ આખોયે સંવાદ પેલો કારકુન મૂંઝાઈને સાંભળતો હતો. મારી નજર તેના પર પડતાં તે થોથવાયો, 'ખરું કહે છે. એસ્ટેટ બંગલા માથે કાં તો પટવા થઈને ગાડામાં જવાય, કાં અહીંથી હોડીમાં. વારારૂપથી પણ ગાડાં જાય ખરાં.'

તેણે ગણાવ્યાં તેમાંથી આ બંદર સિવાયના બીજા કોઈ સ્થળનું નામ પણ હું જાણતો ન હતો. 'દરિયો તો હવે નાળિયેરી પૂનમે – શ્રાવણ મહિને જ ખૂલે.'

'તો ગાડામાં જઈએ. બંગલો કેટલેક દૂર છે ?'

'છે આઘું, ને ગાડુંય આંય કોનું લાવવું ?' કારકુન ચિંતામાં પડ્યો, 'મિત્યાળે કે વારારૂપથી કો'કનું લાવીએ ત્યારે.' તેણે મારી મૂંઝવણ પણ વધારી મૂકી.

હે ઈશ્વર, આ કેવા અજાણ્યા એકાંતમાં હું ધકેલાઈ રહ્યો છું! માનવીને એક નાનકડું જીવન મળે છે, તેને સારી રીતે, પોતાનાં સ્વજનો વચ્ચે રહીને પૂરું કરવા દેવાનું પણ તને મંજૂર નથી! એકાએક મને અહીંથી જ પાછા ફરી

જવાની ઇચ્છા થઈ આવી; પરંતુ બે વર્ષ નોકરી વગર રખડ્યા પછી માંડ મળેલી આ બીજી નોકરી તજી દઈને હું ત્રીજું કયું કામ શોધવા બેસવાનો!

પેલા ક્લાર્કે મને અનેકવિધ આશ્વાસનો આપ્યાં. આ ઓચિંતા આવી ચડેલા મહેમાનને એસ્ટેટ બંગલા પર પહોંચાડવાનો આદેશ તેને તેના ઉપરીઓએ મોકલી આપ્યો છે; પરંતુ આ બિચારો તે વ્યવસ્થા શી રીતે કરશે તેની ચિંતા કોઈએ કરી નથી.

'દરિયો ખૂલે અને બંધ થાય' જેવા શબ્દપ્રયોગોએ મને રમૂજ પૂરી પાડી; પરંતુ ચિંતાએ મારું હાસ્ય ચોરી લીધું હતું.

'હવે ?'

'કાંઈ વાંધો નંઈ, ગોઠવશું કાં'ક.' ક્લાર્કે કહ્યું.

'કાંક' એટલે શું તે મને સ્પષ્ટ ન થયું; પરંતુ હું ખાતરીપૂર્વક સમજી ગયો કે મારા આગળના પ્રવાસ માટે તેનાથી કંઈ જ થઈ શકવાનું નથી. મારા માટે રાતવાસાની સગવડ કરવાનું પણ તેને મુશ્કેલ થઈ પડવાનું.

'એમ કરીએ, આજની રાત તમે મારે ન્યાં રોકાઈ જાવ.' તેણે કહ્યું તો ખરું, પણ પછી તરત બોલ્યો, 'પણ તમને મારે ન્યાં ફાવે-નો-ફાવે...'

હું તેનો મહેમાન તો ન જ હતો, કદાચ તેના પર આવી પડેલી વિપત્તિ ગણાઉં ખરો. 'ઘરે રહેવા દો, અહીં કોઈ રેસ્ટહાઉસ કે એવું કંઈ ?' મેં પૂછ્યું.

તેણે મને ઉત્તર આપવાને બદલે ઇસ્માઇલ તરફ જોયું. 'વો દાંડી કા ક્વાટર ખાલી પડા હૈ.' ઇસ્માઇલ તેના નાનકડા સાહેબની વહારે ધાયો.

થોડી ચર્ચાને અંતે તે બન્નેએ નક્કી કર્યું કે બંગલે જવાની વ્યવસ્થા ન ગોઠવી શકાય ત્યાં સુધી મને દીવાદાંડીના ક્વાર્ટર પર ઉતારો આપવો. પોતાની પત્ની જે કંઈ બનાવી શકશે તે મને ઇસ્માઇલ સાથે મોકલી અપાશે તેવું આશ્વાસન ક્લાર્કસાહેબે આપ્યું; પરંતુ મારી પાસે હજી બે દિવસ ચાલે તેટલો ખોરાક છે તેવું મેં તેને ભારપૂર્વક સમજાવ્યું. તેને અને મને, બન્નેને, આથી રાહત થઈ.

ઇસ્માઇલ ક્વાર્ટરની ચાવી અને મારો સામાન લઈને આગળ ચાલ્યો. બંદર પૂરું થાય પછી થોડીક દુકાનો, લાકડાં અને મેંગ્લોરી નળિયાંની લાતીઓ. પછી કબ્રસ્તાન. ત્યાંથી સીધો ગાડાચીલો દીવાદાંડી સુધી જાય છે. ઇસ્માઇલ તે રસ્તે ઉતાવળે આગળ ગયો. હું ધીમેધીમે ચાલતો રહ્યો.

એક તરફ સમુદ્રજળ અને બીજી તરફ નાનીનાની વાડીઓ વચ્ચેથી આ નાનકડો ચીલો પસાર થાય છે. દરેક વાડી ફરતે ચોરસ કાપેલા ભૂખરા પથ્થરો એકબીજા પર ગોઠવીને વાડ કરી છે. વચ્ચે વાંસની પટ્ટીઓ કે સાંઠી-લાકડીની બનાવેલી ઝાંપલીઓ. આ ઝાંપલી તે જ વાડીનું પ્રવેશદ્વાર કે રક્ષણદ્વાર. મારા

પ્રદેશના વિશાળ ફાર્મ અને ફાર્મ-હાઉસ પાસે આખીયે વ્યવસ્થા હજારો વર્ષ પછાત લાગે.

એક વાડીના ઝાંપે હું અટક્યો. અંદર જોયું. જમણી બાજુ ખડક કોચીને બનાવેલો કૂવો. ઝાંપલીની સામે જ બે નાની નાળિયેરી વચ્ચે ઝૂંપડીના આંગણામાં બેઠેલી આઠ-દસ વર્ષની એક બાળા પોતાની સામે પડેલા ઘોડિયાની દોરી ખેંચે છે. મને જોઈને કદાચ તે ડરશે, તે વિચારે હું જરા ખચકાયો; પરંતુ કંઈ જ ન બન્યું હોય તેમ તેણે ઘોડિયું હીંચોળ્યા કર્યું. મેં ઝાંપો ઠેલ્યો અને અંદર ગયો, પણ તેણે મારા અનધિકાર પ્રવેશની નોંધ સુધ્ધાં ન લીધી!

મને મારા નગર બહાર વસેલાં ફાર્મ યાદ આવ્યાં. આટલાં વર્ષોમાં મેં એમાંના કોઈ ફાર્મમાં આટલી સાહજિકતાથી પગ નથી મૂક્યો. હું છેક કૂવા પાસે પહોંચ્યો. થાળા પર ડોલ અને દોરડું પડ્યાં છે. તે લેતાં પહેલાં મારી નગર-સભ્યતા-સહજ મેં પૂછ્યું, 'બહેન, તારી ડોલ લઉં?'

અચાનક જ આખું જગત બદલાઈ ગયું હોય તેટલી નવાઈથી તે બાળાએ મારી સામે જોયું. ઘોડિયામાં સૂતેલું ટબૂરિયું બાળક ઊંચું થઈને, મને જોઈ, પાછું નચિંતપણે ઘોડિયામાં સરી ગયું અને મારા કાને હું માની ન શકું તેવા શબ્દો પડ્યા:

'તે લૈ લે ને. આંય તને કોઈ ના નો પાડે.'

આ નાનકડી ખેડુબાળાના તુંકારે, એક જ સપાટામાં, મારી ઉંમરનાં કેટલાંયે વર્ષો સેરવી લીધાં. મારો હોદ્દો, મારી પદવીઓ, મારી કેળવણી અને મારી સભ્યતા વચ્ચેથી સરકતો-સરકતો હું પેલા ઘોડિયે સૂતેલા બાળક જેવો બની ગયો. જીવનમાં કદાચ પહેલી જ વખત મેં શાસનરહિત સ્થિતિનો અનુભવ કર્યો. મારી સમગ્ર ચેતના નિર્બંધ, મુક્ત બનીને વાડીઓના પર્ણેપર્ણે રમી રહી.

ઓ રે! છોકરી, તું કોણ છે રે! આ નિર્જન શાંત સ્થળે વસતા પછાત એવા ખેડૂતની ગરીબડી પુત્રી! કે પછી જગત-સમગ્રને પોતાના હેતાળ પાલવમાં મુક્તિનો અનુભવ કરાવતી શાતાદાયિની જગજ્જનની!

હું પળ-બે-પળ વિચારતો રહ્યો. ત્યાં થોડે દૂર અર્ધા ઉઘાડા દેહે કામ કરતો ખેડૂત કામ છોડીને આવી પહોંચ્યો, 'જાનકી, તારી માને બરકી લે.' કહેતાં તેણે મને ડોલ સીંચી આપી.

પાણીનું દર્શન અને સ્પર્શ જીવમાત્ર માટે આનંદદાયી હોય છે; પરંતુ આજે આ કૂવાના જળને સ્પર્શતાં જે અનુભવાયું તેવું સુખ મેં નળમાંથી વહેતા પાણીના સ્પર્શે ક્યારેય અનુભવ્યું નથી. બેઉ સ્થળે પાણી તો પાણી જ હોય છે, છતાં અલગઅલગ અનુભવ કરાવતું તત્ત્વ કયું હશે? તે હું નક્કી નથી કરી શકતો.

'ક્યાં રે'વાં ?' ખેડુએ મને પૂછ્યું.

'દૂરથી આવું છું. આજની રાત દીવાદાંડીના ક્વાર્ટર્સ પર રોકાઈશ. પછી એસ્ટેટ બંગલે જવું છે.' મેં જવાબ આપ્યો.

'ન્યાં દાંડીયે રે'વાય એવું ક્યાં છે ?' તેણે પોતાની કમ્મર પર બે હાથ મૂકીને દીવાદાંડીની દિશામાં જોતાં કહ્યું.

હું કંઈ વિચારું કે બોલું ત્યાર પહેલાં તો ઇસ્માઇલ ઝાંપો ખસેડતો વાડીમાં પ્રવેશ્યો. 'ઉંવા તો રે'ણે લાયક છે જ નંઈ. વાપસ બંદ્રે જાણા પડેગા. આખ્ખે ક્વાટરમેં કબૂતરે કે માલે પડે હૈ.' તેની વિચિત્ર ભાષામાં તે બોલ્યો.

'લે, કર્ય વાત!' પેલો ખેડૂત બોલ્યો, 'એલા, બે દિ' મોર્ય વાત કરી હોત તો ? આ મારી જાનકી ને વાલબાઈ પૂગી ગ્યાં હોત કાટરે; ને કરી નાખ્યું હોત સાફ.' તે પોતાના મુખ પર હાથ ફેરવતાં હસ્યો, 'આગલી વારકો સાય્બ આવ્યો તર્યેં ઈ બે જણે જ બધું ધોયું'તું.'

'તે ઈણકો ક્વાટરમેં તો રે'ણે કા જ નંઈ. ઈણકું તો અસ્ટેટ બંગલે પોંચાણે કા ઑડર હૈ.'

અમે આગળ કંઈ વાત કરીએ ત્યાં જાનકી અને તેની માતા આવ્યાં. તે કાળી સ્ત્રીએ પોતાના બે હાથ મારા મસ્તક તરફ લંબાવ્યા પછી પોતાનાં લમણાં પર આંગળાં દબાવીને ટચાકા બોલાવ્યા. આ પ્રથાથી હું અજાણ નથી. નાનપણમાં મારાં મામી મારાં દુખણાં લેતાં ત્યારે તે શું કરે છે તેવું હું અવશ્ય પૂછતો. મામી કહેતાં, 'તમારા પર દુઃખ આવવાનાં હોય તો તે તમારા બદલે અમારા પર આવે. આ તમારાં દુખણાં અમે લીધાં કહેવાય.'

મારાં દુઃખ મામી લઈ લેતાં ત્યારે મારા બાળમનને ગર્વ થતો; પરંતુ આજે મને ખૂબ નવાઈ લાગી. પરસ્પર પરિચય ન કરાવાય ત્યાં સુધી એકબીજા સાથે વાત પણ ન કરાય તેવી સભ્યતામાં ઊછરેલા માણસને એ પ્રશ્નનો જવાબ ક્યારેય મળવાનો નથી કે આ એક સાવ અજાણી સ્ત્રી આ સાવ અજાણ્યા માનવીનાં દુઃખો પોતાને શિર ધરવાની ચેષ્ટા શા માટે કરી રહી છે !

'લે, એલા, ઇસ્માલિયા, તું મૂક પોટલાં હેઠાં,' તે સ્ત્રીએ કહ્યું.

'અરે, ઇણકો અસ્ટેટ બંગલે ભેજણેકા ઑડર...'

તે બોલી રહે તે પહેલાં જાનકીની મા બોલી, 'તે ઈ ભેજવાનું હું પતવી દઈસ. ને ઈવડો ઈ આંય રે'સે તોય વાલબાઈને બાજરી ખૂટવાની નથ્ય. તું તારે થા વે'તો.' કહેતાં વાલબાઈએ ખરેખર ઇસ્માઇલના હાથમાંથી બૅગ નીચે મુકાવી દીધી, પછી મારા તરફ ફરીને કહ્યું, 'તુંય રઘવાયો કાં થા છ! આંય કાંઈ ખોટ નથ્ય. આ આખું પડું ઉઘાડું પડ્યું છ. તારે રે'વું હોય ન્યાં લગણ રે'જે.'

વાલબાઈએ, મને વાડીએ રોકાઈ જવાનું કહેતાં કોઈની – ખુદ તેના પતિની પણ પરવાનગી ન માગી તેથી મને જરા અચરજ થયું. તે તો પોતાનામાં જ મસ્ત હતી. તે બોલી, 'બપોર-જોગુનો તને કાંઠે ભાળ્યો'તો. મારા વાલાઉં તને દાંડીયે રે'વા મોકલતાં સરમાણા નંઈ! ઈનાં પોતાનાં ખોઈડાં સું પડી ગ્યાં'તાં! પણ સરકારી માણસું એમ કો'કને હેરાણ કરે ને વાલબાઈ જોઈને બેસી થોડી રેય!' બોલતાં-બોલતાં તે ઘોડિયા પાસે ગઈ અને બાળકને તેડીને નાળિયેરીના ટેકે બેસતાં કહ્યું, 'તું તારે રોકાજે તારે રોકાવું હોય એટલું!'

'કાલે તો જવું જ પડે.' મારાથી બોલી જવાયું. અજાણતાં જ આજે અહીં રહી પડવાનું મેં કેમ, ક્યારે વિચારી લીધું તેની મને પણ ખબર ન પડી.

'લે, તંયે, જાનકી, આને પાણી સીંચી દે. ને ના'ઈ લે એટલે શિકોતરીયે લઈ જા.' કહેતી વાલબાઈ કામે વળગી. હું કૂવાના થાળે ખૂબ નહ્યો, કપડાં ધોયાં, પછી તૈયાર થઈને જાનકી સાથે દીવાદાંડી તરફ ચાલી નીકળ્યો.

'તું ભણવા જાય છે?' મેં જાનકીને પૂછ્યું.

'તે નથ્ય જાતી?' તેણે કહ્યું, પછી કૂદતી-ગાતી આગળ દોડી.

'ઊભી રહે, તું આગળ જતી રહે તો મને રસ્તો કેમ મળશે?' મેં તેને કહ્યું.

તે ઊભી રહી. 'આ પણે દેખાય ઈ દીવાદાંડી. ત્યાં જ શિકોતરનું મંદિર છે. નો સું જડે!'

'મને ક્યાં બધી ખબર છે?' મેં કહ્યું. જાનકીએ કંઈ જવાબ ન આપ્યો. તેની ચકોર આંખો રસ્તા પર, દરિયા પર નિરીક્ષણ કર્યા કરતી હતી.

'તારા ભાઈને સાથે લીધો હોત તો?' મેં પૂછ્યું.

'ઈને તેડે કોણ?' જાનકીએ બેય હાથની હથેળીઓ અવળી ફેરવતાં પ્રશ્ન કર્યો.

'કેમ? થોડી વાર તું તેડે. તું થાકે એટલે હું તેડું.'

'ઈવડો ઈ તારી પાસે રેય? રોવા મંડે તો પાછો મૂકવા જાવો પડે.'

જાનકી જાણે ઘણા સમયથી મને ઓળખતી હોય તેમ વાતો કર્યે જતી હતી. તેનો ભાઈ તેને ખૂબ વહાલો છે; પરંતુ તેડીને ફરવું કે તેને હીંચકો નાખવો તે તેને કંઈ બહુ પ્રિય કાર્ય નથી લાગતું. વાતોવાતોમાં અમે દીવાદાંડી પહોંચી ગયાં.

ત્યારથી હું અહીં બેઠો છું, ભરતી ઊતરે તેની રાહ જોતો.

૨

'લે, હાલ, હવે વયું જવાસે,' જાનકી મારી પાસે આવીને બોલી, અહીંના માણસોની બોલી એક ખાસ પ્રકારના, મનને, કાનને ગમે તેવા લહેકાવાળી છે. દરેક જણ વાત શરૂ કરતાં પહેલાં, 'લે, તંયે, હવે' એવું કઈક બોલીને પછી જ આગળના શબ્દો બોલે છે. કદાચ એથી આખીયે વાતની રજૂઆત વધુ સચોટ અને ભાવવાહી બને છે.

હું હજી ઊભો થઉં ત્યાં તો જાનકી ખડકો ઊતરવા માંડી. નીચે પહોંચીને તેણે બૂમ પાડી, 'કાંડા-સમાણું પાણી છે. તને બીક લાગશે... ?' પછી પાણી અને સામા ખડક તરફ જોતાં ફરી બોલી, 'બીક લાગે તો મારો હાથ પકડી લેજે.'

નથી લાગતી રે, નથી લાગતી... હું તો તારો દોર્યો દોરાવાનો છું. તું સ્વયં જગજ્જનની મારો હાથ ઝાલીને મને દોરવાની, પછી આ સમુદ્ર મને શી રીતે ભય પમાડવાનો! 'બીક નહીં લાગે, પણ તારા જેટલી ઝડપ મારાથી નહીં થાય. થોડી ધીમે ચાલજે.'

'તે ઈ તો એવું જ થાય ને! દરિયે હાલવાનો હેવા નો હોય પછી એવું જ થાય.' કોઈ વડીલના ગાંભીર્યથી તે બોલી.

'હા, ભૈ, હા...' મેં તેના જેવો લહેકો કરવાનો પ્રયત્ન કર્યો, 'તું તો રોજ અહીં આવે ને હું તો આ પહેલી વખત આવું છું.'

'રોજરોજ ક્યાંથી આવિયે? વાડિયે કામ કેવું હોય છ ઈ ખબર છે?'

આ નબળી ભૂમિ પર મહામહેનતે, પરાણે ધાન પકવતા ખેડુની હાલતનો મને વિચાર આવ્યો. અથાક મહેનતને અંતે પણ કેટલું અને કેવું પાકશે તેની ધારણા ક્યારેય ન બાંધી શકતો આ માનવી કયા આંતરિક બળે એક અજાણ્યા માણસને ઉષ્માભર્યો આવકાર નિરાંતે આપી શકતો હશે! મારા પ્રદેશના સમૃદ્ધ ખેડૂતો, પુષ્કળ જળ-ભરી નહેરો અને પ્રયોગશાળાએ પ્રમાણિત કરેલાં ધાન્યોના ગણતરીપૂર્વકના ઉતારા છતાં 'ખેતીમાં કશું મળતું નથી'ની ફરિયાદ કરતા જ સાંભળ્યા છે. સંપત્તિનો અતિરેક માનવીને લોભી બનાવે અને અભાવ તેને ઉદાર બનાવે તે કેવો વિરોધાભાસ છે!

શિકોતર પહોંચતાં સુધી જાનકીએ મારો હાથ પકડી રાખ્યો. ઉપર પહોંચતાં

તે મંદિરની બંધ જાળી સામે ઘૂંટણિયે પડી, પછી રમવા મંડી. સૂર્ય અસ્તાચળે પહોંચ્યો ત્યાં સુધી અમે ત્યાં રોકાયાં અને નમતી સંધ્યાએ પાછાં ફર્યાં.

તે રાત્રે વાલબાઈ નામની સાવ અપરિચિત, ગરીબ ખેડૂત-સ્ત્રી ચાંદનીને અજવાળે મને જમાડવા બેઠી. તેણે આ અજાણ્યા જણને 'તું કોણ છે?' એટલું પૂછવાની જરૂર પણ ન જાણી. પોતે કોને, કયા કારણે આ અન્ન આપે છે તે જાણવાની ઇચ્છારહિત હે અન્નપૂર્ણા, મારા સભ્ય જગતથી સુદૂર, આ અજાણ્યા-એકલવાયા સમુદ્રતટ પર તારી ઝૂંપડીના આંગણામાં બેસીને હું આ ભોજન પામું છું તે શા કારણે? શા સંબંધે?

તે રાત્રે તે ખેડૂતકુટુંબ વચ્ચે હું રહ્યો. ખુલ્લા નભ તળે કાથીભરેલા ખાટલામાં પડ્યાપડ્યા મેં મારો વિગત સમય નિહાળ્યા કર્યો. બે-ત્રણ દિવસ પહેલાં તો હું મારા પરિચિત વાતાવરણમાં સ્વજનોની સાથે હતો. આજે આ સાવ અજાણ્યા સ્થળનો પરિચય પામ્યો. એક સાંજના આ પરિચયમાં પણ એવું કોઈ તત્ત્વ ભળી ગયું છે કે, આ ટૂંકો સહવાસ મારા જીવનનો એક હિસ્સો બની રહેશે. નાનકડી બાળા જાનકી શી રીતે મારા પુરાણા મિત્ર જેટલી પરિચિત થઈ ગઈ તે મને સમજાતું નથી. આવતી કાલે તો હું અહીંથી ચાલ્યો જઈશ. ફરી આ બધાંને ક્યારે મળાશે તેની મને ખબર નથી. જાનકીની, વાલબાઈની અને તેના પતિની વિદાય લેતાં કદાચ મને દુઃખ થશે. દુઃખ નહીં થાય તોપણ એક ઘેરી ઉદાસી જરૂર છવાશે મન ઉપર. શા માટે આવું થાય છે! આટલા ટૂંકા પરિચયમાં આટલી નિકટતા અનુભવવાની મારી સભ્યતા, મારી કેળવણી નથી; છતાં આ નાનકડા જગત પ્રત્યે મને આટલો લગાવ કેમ થાય છે!

'આંય તને કોઈ ના નો પાડે.' રહીરહીને મને જાનકીના એ શબ્દો યાદ આવે છે. તેના આ નાનકડા વાક્યે તે નાનકડી બાળકીનું સર્વવ્યાપી સ્વરૂપ દર્શાવ્યું હતું. તેનું, તેનું પોતાનું, તેના આગવા અધિકાર હેઠળનું જગત અને તે સ્વયં તે દુનિયાની અધિષ્ઠાત્રી. કોઈની પરવા વગર, મુક્ત, બંધનરહિત, ખુલ્લા નભ તળે, આ સદાકાળ નિર્બંધ જળરાશિભર્યા સમુદ્રના સહવાસે ઊછરતી, આ નાળિયેરીનાં પર્ણો પર પથરાતી ચાંદની અને લહેરાતા પવન સમી હે મુક્ત બાળા! તારા રાજ્યમાં કોઈને કશી વાતની ના કહેવાની જરૂર ક્યારેય ઊભી જ ન થાઓ!

ચંદ્ર ધીમેધીમે આવતો ગયો. સમુદ્રનો મધુર રવ ધીમેધીમે ગર્જનમાં ફેરવાતો ગયો. પેલા, શિકોતરના માર્ગે સાંજે પડેલાં અમારાં પગલાં ફરી ભરતીનાં મોજાં તળે દબાઈ ગયાં હશે તે વિચારતાં-વિચારતાં મને ક્યારે ઊંઘ આવી ગઈ તેની ખબર ન પડી.

૩

પરોઢિયે જાગ્યો ત્યારે દરિયે ઓટ આવી ગઈ હતી. નાળિયેરીનાં પાન પર ઝાકળનાં ટીપાં બાઝ્યાં છે. સૂર્યોદય થતાં તે સ્વર્ણમોતી-શાં ચમકી ઊઠશે. હું ઊઠીને કૂવા પર ગયો. ડોલ સીંચીને મોં ધોયું. પછી વાડી બહારના માર્ગે લટાર મારવા નીકળી પડ્યો. વાડીની રક્ષણ-વાડના પથ્થરો પર પણ ભીનાશ છવાયેલી છે. હવામાં કંઈક અપરિચિત પરંતુ મધુર સુગંધ છે. દીવાદાંડી તરફ જવાને બદલે હું વાડીઓની પાછળના ભાગે આવેલા કિનારા તરફ ચાલ્યો. કિનારે પહોંચીને ખડકો પર બેસી ઓસરતો સમુદ્ર જોઈ રહ્યો. ઊગતા સૂર્યની કિનાર દરિયા પર દેખાઈ ત્યારે હું પાછો વળ્યો.

વાડીએ પહોંચ્યો ત્યારે વાલબાઈ ચૂલો સળગાવવામાં પડી હતી.

'આ સબૂરિયો બંગલા કોર જવાનો છ. તારે ઈની હાર્યે જાવું હોય તો લઈ જાસે.' વાલબાઈએ ચા-ભરેલી પિત્તળની રકાબી મારા સામે મૂકતાં કહ્યું. કાળો, ગૂંચવાયેલા વાળવાળો, પચીસેક વર્ષનો જુવાન કૂવાના પથ્થર પર બેઠો હતો. તેના તરફ હાથ લંબાવીને વાલબાઈએ આગળ કહ્યું, 'કાલ્ય સાંજુકનો ઈ ગામમાં જ હતો. મને ખબર્ય પડી કે બરકી આવી.'

'શી રીતે જવાનું છે? ગાડામાં કે મછવો જાય છે?' મેં સબૂર તરફ જોતાં પૂછ્યું. સબૂરે કંઈ ઉત્તર ન આપ્યો. તે લગભગ જડ જેવો બેસી રહ્યો.

વાલબાઈ ખડખડાટ હસી પડી, 'આંય અમારે મછવા કેવા? ને ગાડાની શી વાત?' મેં વાલબાઈ સામે જોયું. 'ઈ તો હાલ્યો જવાનો સટે ને સટે તે સાંજ લગણમાં તારે બંગલે. તારો સામાન ઊંચકી લેય. તારે પોગવું હોય તો હારે વયો જા, નીકર આંય મછવાની વાટ્યું જો.'

મછવા કે ગાડાની રાહ જોવાનું કે તે માટે જાતે ફરીને તપાસ કરવાનું મારા માટે શક્ય ન હતું. હવે તો જે માર્ગે, જે રીતે જલદી બંગલે પહોંચી જવાય તે રસ્તો અપનાવવા હું તૈયાર હતો. હું કંઈ નિર્ણય લઉં ત્યાં સબૂર બોલ્યો, 'હાલવું હોય તો વે'લો હાલજે.'

'એમ વે'લો ક્યાંથી હાલે?' મારા બદલે વાલબાઈએ જવાબ આપ્યો, 'નાઈધોઈને શિરામણ કરી લેય એટલે મંડો હાલવા.'

વાલબાઈએ જુવારના તાજા ઘડેલા રોટલા અને લીલાં મરચાં અમને નાસ્તામાં આપ્યાં. જાનકી, તેનો પિતા તથા સબૂર મજાથી ખાઈ શકતાં હતાં. મને રોટલો ગળે ઉતારવા દરેક કોળિયે પાણી પીવાની જરૂર પડતી.

એકાદ કલાક પછી મેં જાનકીની વાડીએથી વિદાય લીધી. જે રીતે અહીં પ્રવેશ્યો હતો તે જ રીતે કશીયે ઔપચારિકતા આચર્યા વગર હું ચાલવા મંડ્યો. મારી બૅગ અને નાનું બિસ્તર સબૂરે પછેડીમાં લઈને પોતાની પીઠ પાછળ બાંધ્યું અને અમે બંદરના માર્ગે ચડ્યા. જાનકી ઝાંપલીએ દાઢી ટેકવીને ઊભીઊભી અમને જતા જોઈ રહી.

બંદર પર હજુ બધું સૂમસામ હતું. બે નાની હોડી ડક્કા પર લાંગરી હતી. સબૂર એક હોડીમાં પ્રવેશ્યો. પાછળ હું પણ હોડીમાં ઊતર્યો. નાવિક કાળી ચા પીતો હતો તે પૂરી કરીને આવ્યો. ખાડી પાર કરીને અમે સામા કિનારે ઊતરી પડ્યા. ઊતરાઈ ચૂકવીને રેતીમાં ચાલવા માંડ્યું.

'વાલબાઈ કહેતી હતી કે તું સટે ને સટે ચાલીશ. એટલું ઉતાવળે મારાથી નહીં ચલાય.' મેં સબૂરને કહ્યું. 'સટે-સટે' એટલે 'ઉતાવળી ચાલે' એવું કંઈક હું માનતો હતો.

'તે સટે હાલવું જ ઓરું પડે. ઉપલ્યો મારગ પડે લાંબો.' સબૂરે કહ્યું. 'સટે હાલિયે એટલે મારગ ગોતવાનો નંઈ. દરિયો જ મારગ ચીંધે. ઈની સટ ઉપર હાલ્યા જાંઈ કે વેલો આવે બંગલો.' કહેતો તે છેક સમુદ્રજળ પાસેની ભીની રેત પર જઈને ચાલવા મંડ્યો. હું તેની પાછળ દોરાયો. ભીની રેતમાં ચાલવાની પૂરી મજા લેવા મેં પગ ખુલ્લા કર્યા. બૂટની દોરી સામસામે બાંધીને બૂટ ખભા પર લટકાવીને હું ચાલવા મંડ્યો. સટ એટલે સમુદ્રનાં પાણી કિનારાને મળે તે ભીનો રેતાળ વિસ્તાર, તે મને હવે સમજાયું.

સમુદ્રનું આવું અડાબીડ એકાંત મેં ક્યારેય માણ્યું નથી. એકાદ મહાનગરની ગલીઓ પાર કે ઊંચાં મકાનો પરથી મેં દરિયો જોયો છે. ક્યારેક ઘોંઘાટિયા કિનારા પર ફરવા પણ ગયો હોઈશ; પરંતુ આજે આ સૂમસામ સમુદ્રતટ પર હું અને સબૂર એકલા, મૂક ચાલ્યા જઈએ છીએ. એવું નીરવ એકાંત મેં ક્યારેય માણ્યું નથી. સમુદ્ર મને તરંગોથી સ્પર્શે છે, હવામાં ભેજસ્વરૂપે આવીને મારા મુખ પર પથરાય છે. તેની ખારાશભરી સુગંધ મનને પ્રફુલ્લિત કરે છે. ધીમે-ધીમે ઉપર આવતો સૂર્ય મે મહિનામાં પણ હજી દઝાડતો નથી. દરિયા પરથી આવતો ઠંડો પવન સૂર્યના તાપની અસર ઘટાડી દે છે.

રેતાળ કિનારો પૂરો થયો. પછી ખડકાળ વિસ્તારમાં ચાલવાનું આવ્યું. મેં પાછા બૂટ પહેરી લીધા. અણિયાળા ખડકો પર ચાલવું મુશ્કેલ બન્યું. લીલ

અને ભીનાશને કારણે લપસી પડાય તો રક્તરંજિત જરૂર થવાના. સબૂર તો આરામથી ચાલ્યો જાય છે. મારે ખૂબ સંભાળીને પગ મૂકવો પડે છે.

સાવ અજાણ્યા માણસો સાથે પણ પરિચિત મિત્રની જેમ વર્તે અને સતત વાતો કર્યા કરે તેવી આ પ્રજાનો સબૂર એક સભ્ય છે, છતાં તે હજી સુધી મારી સાથે કંઈ બોલ્યો નથી તેની મને નવાઈ લાગી. ક્યારેક જરૂર પડી હોય ને કંઈ બોલ્યો હોય તો તે એકાદ ટૂંકું વાક્ય.

વાતોમાં ખેંચવા મેં તેને બોલાવ્યો, 'સબૂર, મૂંગોમૂંગો શું ચાલે છે ? કંઈક વાત કર તો રસ્તો ખૂટે.'

'સું વાત્ય કરું ?'

'કંઈ પણ – તારા ઘર વિશે, તારાં માતા-પિતા વિશે...'

અચાનક સબૂર ઊભો રહી ગયો. હું એની સાથે થઈ ગયો ત્યાં સુધી તે મૂક, સ્થિર ઊભો રહ્યો. હું તેની પાસે પહોંચ્યો તો તે બરફ જેવા અવાજે બોલ્યો, 'મા-બાપ તો મરી પરવાર્યાં.'

'ઓહ !' મને થોડી ગૂંચવણભરી દુઃખદ લાગણી થઈ. 'કેમ કરતાં ?'

'વાંહ્યલા દુકાળમાં બેય જણ ગ્યાં'તાં રાહતકામે. ન્યાંથી મા પાછી નો આવી. આતો ઘેર આવીને મરી ગ્યો.'

મારે શું બોલવું તેની મને સમજ ન પડી. મેં મૂક રહીને સબૂરના ખભે મારો હાથ મૂક્યો. તેને ખોટો પ્રશ્ન પૂછી નાખ્યા જેવું મને લાગ્યું. 'આપણા હાથની વાત થોડી છે !' મેં ઠાલા આશ્વાસનના શબ્દો કહ્યા. જાણે કાલે જ તેનાં માતા-પિતાનું અવસાન થયું હોય !

સબૂરનું મન ભરાઈ આવ્યું. તેણે દરિયા પર ફેરવીને નજર મારા પર ઠેરવી. બે પળ મૂક રહ્યો. પછી છુટ્ટો પથ્થર ફેંકતો હોય તેમ બોલ્યો, 'ખાલી પેટે માણાં જીવે કેમ ?'

કોઈ ઊંચા મકાનની અગાશી પરથી રસ્તા વચ્ચે પછડાયો હોઉં તેવો અનુભવ મને થયો. મારું મગજ સૂન્ન થઈ ગયું. આ એકલવાયા જુવાનનાં માતા-પિતા ભૂખથી મૃત્યુ પામ્યાં તે તેણે નજરે જોયું હશે. આજે કે કોઈ કાળે એ દશ્ય તેની આંખ સામેથી ખસતું નહીં હોય. તે વાતોડિયો શા માટે નથી તેનું જરાતરા કારણ મને મળી ગયું. હું તેની સાથે રહીશ તો જરૂર તેને તેનાં દુઃખોથી અલગ કરવાનો પ્રયત્ન કરીશ. અત્યારે તો મેં તેને દુઃખદ સ્મૃતિઓમાં ધકેલ્યો છે.

'ક્યાં રહે છે તું ?' મને થયું કે વાત બદલવાથી તેને રાહત થશે.

'અમારે મજૂરિયાંવને રે'વાનું કેવું ? જ્યાં કામ જડે ન્યાં રેઈ.'

'તું ખેતી નથી કરતો ?' મારાથી પુછાઈ ગયું.

'ખેડુ હોત તો ભૂખે મરત ? જમીન તો મા કેવાય. ભલે ગમે એવો કાળ પડે, જમીન હોય તો તો કાળનોય કાં'ક નિવેડો આવે. પણ જમીન વગરનો માણાં જાય ક્યાં ? મા વિનાનાં છોકરાં જેવું.' તે ઘણું લાંબું બોલ્યો હોય તેમ થાકી ગયો. 'હમણે તો બંગલા પાંહે વગડે પડ્યાં છંઈ; મોટા બંદરની ખાણ્યુંમાં બેલાં કાઢવાના કામે જાયેં છ.' તે જરા અટકીને આગળ બોલ્યો, 'આ વાલબાઈની વાડ્યે ભાળ્યાં એવાં બેલાં. આંયાં ચણતરમાં ઈ વપરાય છ.'

સૂર્ય માથા પર આવ્યો ત્યાં સુધીમાં મારી ચાલવાની તાકાત ખલાસ થઈ ગઈ. 'હું હવે ચાલી શકું તેમ નથી' તેમ બોલું ત્યાર પહેલાં સબૂરે સમુદ્રકિનારાના ખડકો તરફ જઈને સામાન નીચે ઉતાર્યો. હું ધીરેધીરે ચાલતો ખડકો પાસે પહોંચ્યો. મોજાંઓના મારથી ખડકમાં કોતરાયેલી રેતાળ પથારીવાળી વિશાળ ગુફા નજરે પડી. સબૂર સામાન મૂકીને ક્યાંક ચાલ્યો ગયો હતો. મેં મારી બૅગ ખોલવાની પણ પરવા કર્યા વગર ગુફાની ઠંડી રેત પર લંબાવ્યું. સમુદ્રનું આછું ગુંજન અને રેતની ભીનાશ અનુભવતો પડ્યો રહ્યો.

સબૂર પાછો આવ્યો ત્યારે તેના હાથમાં ઝાંખરાં-કરગઠિયાંની નાનકડી ભારી હતી. તેણે ભારી નીચે મૂકીને પોતાની મેલી પોટલી ઉખેળી. એ નાનકડી પોટલીમાં તેના પૂરતી બધી જ ચીજો હતી. ઍલ્યુમિનિયમની એક નાનકડી તપેલી, લોટ, ચોખાને મળતું કોઈક ધાન, ચા, ખાંડ, ચલમ, તમાકુ અને દીવાસળીનું ખોખું.

સબૂરે ત્રણ પથ્થરો ગોઠવીને વચ્ચે ઝાંખરાં સળગાવ્યાં. તપેલીમાં લોટ મસળીને જાડો રોટલો ઘડ્યો અને તાવડી વગર સીધો જ અગ્નિ પર શેકાવા મૂક્યો. 'તારે રોંઢો નથ્ય કરવો ?' તેણે પૂછ્યું.

તે મને જમવા વિશે પૂછે છે તે સમજતાં મને થોડી વાર લાગી.

'ખાઈશું. તું પણ મારી સાથે ખાઈ લેજે, જુદું શા માટે બનાવે છે ?' હવે છેક મને સબૂરના પેટનો વિચાર આવ્યો. મેં ઊભા થઈને મારી બૅગ ખોલી. વૅફર, ગાંઠિયા, ચવાણું, બિસ્કિટ અને વીણાએ આપેલી મીઠાઈ બહાર કાઢ્યાં. સબૂરે મારા તરફ જોયું પણ નહીં. તે પોતાનો રોટલો પકાવવામાં મશગૂલ રહ્યો.

મેં ખૂબ આગ્રહ કર્યો ત્યારે સબૂરે મારા નાસ્તામાંથી થોડી મીઠાઈ અને બિસ્કિટ લીધાં. આટલી ભીષણ ગરીબાઈ અને ભૂખમરા વચ્ચે પણ આ માનવીઓ પોતાની ખુમારી કેમ કરીને ટકાવી રાખતાં હશે !

'હવે આઘું નથ,' સબૂરે જમતાંજમતાં કહ્યું. 'આ પેટમાં ધાન પડ્યું કે હાલવાની તાકાત આવી જાસે.' પણ એ તાકાત આવે તે માટે મારે તો એકાદ કલાક ઊંઘવું પડ્યું.

સબૂરે મને જગાડ્યો ત્યારે બે-અઢી વાગવામાં હતા. ભરતીનાં જળ છેક ગુફા સમીપ આવી ગયાં હતાં. હવે વધારે સમય અહીં રોકાવાય તેમ ન હતું.

'લે, હાલ જટ, પાછી વિયડી દબાઈ જાસે તો પાણી નંઈ જડે.' સબૂરે કહ્યું અને હું ઊભો થયો.

સમુદ્ર હવે ભેખડોની સાવ પાસે આવી ગયો હતો. અમે ખડકો પાસે ચાલી શકીએ એટલી જ જગ્યા બાકી રહી છે. વધારે ભરતી આવે તો અમારે ભેખડની ઉપરના માર્ગે ચાલ્યા જવું પડે.

થોડે આગળ ગયા ત્યાં એક કોતર પાસે સબૂર રોકાયો.

'તારી માટલી દે, પાણી ભરી લંઈ,' કહી તેણે મારી વૉટરબૅગ માગી; અમે ખડકો વચ્ચે ગોળ કોતરાયેલા ખાડામાંથી તેમાં પાણી ભર્યું.

'પેલાં તું પી લે.' તેણે વૉટરબૅગ મારા હાથમાં આપી.

'આ ? દરિયાનું પાણી ?'

'પેલાં પી જો, પછી કે. ઝટ કરજે નિકર દરિયો લાગી જાસે.' સમુદ્ર તે ખાડાથી માંડ એકાદ મીટર દૂર રહ્યો છે.

મેં પાણી ચાખ્યું અને પછી આખી વૉટરબૅગ મોઢે લગાડી. સમુદ્રની સાવ પાસે આવું અમૃત જેવું મીઠું જળ સંભવી શકે તે અનુભવ વગર ન માની શકાય તેવી ઘટના છે. શ્રીફળ જેવી મીઠાશવાળું પાણી પીતાંપીતાં મેં પ્રકૃતિની અદ્‌ભુત રચનાની વાત પરાશર અને વીણાને લખવાની ગાંઠ વાળી.

અહીંથી અમે ખડકો ચડીને ઉપરના માર્ગે ચાલવા માંડ્યું. અત્યાર સુધી પગ પાસે આવીને રમતો ઉદધિ હવે પચીસ-ત્રીસ ફૂટ નીચે ખડકોમાં અફળાઈને વાછટ-સ્વરૂપ અમને ભીંજવતો રહ્યો. ભરતી ચડતાં જ ઠંડો પવન ફરફરાટ વહેતો થયો.

'સબૂર, બંગલે કોઈ સારી વ્યવસ્થા છે કે પછી એવું જ ?' મેં પૂછ્યું.

'ન્યાં તો કાંય વાંધો નો આવે. ન્યાં બધું છે.'

'કોઈ સ્ટાફ છે ?' મને લાગ્યું કે સબૂર 'સ્ટાફ' શબ્દ નહીં સમજે - 'માણસો ખરાં કે ?'

'પગી છે... સરવણ.'

'બીજું કોઈ ?'

'ના, બીજાં નો જડે.'

મારી નિમણૂક થઈ તે સમયે જ મને જણાવાયેલું કે બીજો સ્ટાફ હમણાં નીમવાનો નથી; પરંતુ 'એસ્ટેટ બંગલો' એવું ભવ્ય નામધારી સ્થળ જનહીન

હોય તેવું માની લેવું મારા મનને મંજૂર ન હતું.

અચાનક મને લાગ્યું કે આવા ઉજ્જડ પ્રદેશમાં, આવા નિર્જન સ્થળે રહેવાની સજા સ્વીકારી લઈને મેં મૂર્ખાઈ કરી છે. સરવણ પગી! છી! આ સબૂરિયા જેવો જ કોઈક અણઘડ ગામડિયો હશે. તે મારો એકમાત્ર સાથીદાર. સત્તાશાળી ઇજનેરને કારકુનનાં કામો પણ સ્વયં કરી લેવાનાં! અને તે પણ થોડા પગારના પૈસા ખાતર! આવી વિપરીત બુદ્ધિ મને સૂઝી શા માટે? પરાશરે પણ મને 'અરે! નવો અનુભવ અને સ્વતંત્ર કામ. જા ને યાર, શરૂ તો કર!' કહીને ધકેલી મૂક્યો.

'આસપાસ કોઈ ગામ તો છે ને?'

'ખેરા!' સબૂરે કહ્યું, 'આ ભાઠોડા હેઠે ઊતરિયેં એટલે રેતીમાં આ રૂયું અંદર પડે. આઠ ગાઉ. ને ઓલીપાની સટ માથે ઠેઠ મોટા બંદર લગી બીજું ગામ નો જડે.'

'બીજી કોઈ વસ્તી?'

'વાડિયુંમાં રેય ઈ માણાં જડે. પણ ઈ તો થોડાં આઘાં. ને તારી હાર્યે બોલે નંઈ.'

જાણે હું કોઈ વાઘ-દીપડો છું. આ મૂક ખડકો, સૂકો ખારોપાટ, આ એકધારો ઊછળતો જળરાશિ. કેમ જશે મારો સમય! આ મૌન વચ્ચે ભીંસાતો હું કેટલી ક્ષણો જીવી શકવાનો, ભલા! મારું અહીંનું કામ પૂરું થતાં સુધીમાં તો હું પણ કદાચ સબૂરિયો બની જઈશ!

'લે, પણે દેખાય ઈ બંગલો.' સબૂરે દરિયાકિનારા પર દૂર ઊંચા ખડક પર દેખાતી વિશાળ ઇમારત બતાવતાં કહ્યું. તે પછી લગભગ બે-અઢી કલાકના મૂંગા પ્રવાસ પછી મેં એસ્ટેટ બંગલાના પ્રાંગણમાં પગ મૂક્યો ત્યાં સુધીમાં સાંજ ઢળી ગઈ હતી.

આ હવેલીને જોતાં જ મારો થાક ઊતરી ગયો. અત્યાર સુધી મનમાં ભરાઈ રહેલી ઉદાસીનતા થોડી ઓછી થઈ. જાણે હું કોઈ પરિચિત સ્થાને આવ્યો હોઉં તેવો આભાસ થયો. મેં વિચાર્યું હતું તેના કરતાં હવેલીનું મકાન અતિ વિશાળ હતું. આછા અંધકારમાં પણ તેની ભવ્યતા ઓછી થતી ન હતી. આવા નિર્જન સ્થળે આવડો મોટો મહાલય કોણે અને શા માટે બંધાવ્યો હશે તે પ્રશ્ન મનમાં ઊગ્યો; પરંતુ અત્યારે તો હું આરામ અને મારી પોતાની ઓળખ શોધવા સિવાયની કોઈ વાતમાં રસ લઈ શકું તેમ નથી.

પગી દરવાજા પર જ બેઠો હતો. તેણે સબૂર પાસેથી મારો સામાન લઈ લીધો. દરવાજામાં પ્રવેશતાં ડાબી તરફ આઉટહાઉસ જેવા ઊંચા ઓટલાનાં બે

મકાનો છે. પગી તે તરફ ગયો. કદાચ બંગલો હજી અવાવરું હશે. કાલે સાફ કરવાનું ચાલુ કરીશું તેમ વિચારતો હું પગી પાછળ ગયો.

પથ્થરનાં પગથિયાં ચડીને હું ઉપર આવ્યો તે સમયે જ મને ખ્યાલ આવ્યો કે સબૂર નથી. મેં પાછળ ફરીને બૂમ પાડી, 'સબૂર!' પણ કંઈ જવાબ ન મળ્યો.

'ઈ તો વયો ગ્યો.' પગીએ કહ્યું.

'અરે! પણ એને પૈસા...' મેં ઝંખવાઈ જતાં કહ્યું, 'ક્યાં રહે છે તે?'

'ઈનું કાંય ઠેકાણું નંઈ. ધૂની માણાં છે. આવે તો કાલ્ય આવે, નિકર વરહદા'ડેય ભેગો નો થાય.'

સબૂરની ચિંતા છોડીને હું ક્વાર્ટરની પરસાળમાં મૂકેલી આરામખુરશી પર જઈ બેઠો. વિગત ત્રણ-ચાર દિવસથી મારી ઓળખ ખોઈ બેઠેલો હું, આજે મારી હકૂમતના પ્રદેશમાં પહોંચ્યાની હળવાશ અનુભવતો હતો.

સરવણ ક્યાંકથી ચા લઈ આવ્યો. પછી બાજરાનો રોટલો અને વઘારેલી ડુંગળી પણ લઈ આવ્યો, કદાચ તેણે પોતાને ત્યાંથી આ વ્યવસ્થા કરી હશે. મેં વધુ વિચાર્યા વગર જમી લીધું.

ક્વાર્ટરના ઓટલેથી રહીરહીને મારી નજર પેલા વિશાળ ભવન પર પડતી હતી. ચારે તરફ પાકી દીવાલથી કિલ્લેબંધ આ હવેલી અને આઉટ-હાઉસનું આખું સંકુલ હવે મારા તાબામાં છે તે વિચારે મને રોમાંચ થતો હતો.

સરવણે બે ફાનસ પ્રગટાવ્યાં. એક પરસાળમાં મારી સામે મૂક્યું, બીજું અંદરના કમરામાં. પછી તે પગથિયાં ઊતરતાં બોલ્યો: 'હું રાતેય આંય રવ છું. તમતમારે કોઈ વાત્યે ફિકર નો કરતા.' કહીને તે દરવાજે જઈને બેઠો.

ક્યાંય સુધી હું આરામખુરશીમાં બેસી રહ્યો, પછી અંદર ગયો. કેટકેટલી રઝળપાટને અંતે હું મારા પોતાના ઘરમાં આવી પહોંચ્યો! મચ્છરદાનીથી ઢંકાયેલી સફેદ પથારી અને સીસમના ઢોલિયા પર પડતું ફાનસનું પીળું અજવાળું મને રમણીય લાગ્યાં. ચિંતારહિત, ભયરહિત, કોઈ પણ વિચારરહિત થઈને મેં નિરાંતે પથારીમાં લંબાવ્યું.

સમુદ્ર ખડકો પર પછડાતો પોતાની અવિરત હાજરી નોંધાવતો રહ્યો. મારી ઘેરાતી આંખો મને લઈ ચાલી સુખમય અજ્ઞાત અવસ્થાતરફ.

૪

ઠંડી થોડી વધારે લાગે છે તેવું લાગતાં હું જાગ્યો ત્યારે ચંદ્ર આથમી ગયો હતો. પૂર્વમાં આકાશ લાલાશ પકડતું જતું હતું. મેં સૂતાંસૂતાં જ બારી બહાર જોયા કર્યું. રાત્રે ગંભીર ગર્જના કરતો સમુદ્ર પછડાઈ-પછડાઈને થાક્યો હોય તેમ શાંત થઈ ગયો છે.

ઊઠીને પરસાળમાં આવ્યો તો આરામખુરશી સામે નાના ટેબલ પર તાંબાના કળશમાં બાવળનું લીલુંછમ દાતણ મૂકેલું છે. પગી બંગલાના ચોગાન વચ્ચેના કૂવા પરથી પાણી સીંચે છે અને ક્વાર્ટર પાસેની કૂંડી ભરે છે.

દાતણ લઈને હું કૂવાના થાળા પર બેઠો. 'પગી, આજ મોટા બંદરથી રૅશન લાવી દઈશું?'

'આજ ને આજ તો નો બને. સીધું-સામાન લાવવા ગાડું જોવે. આઠ દા'ડે પટવાનું ગાડું ટપાલે જાય તયેં આવે તો થાય.'

'હશે.' મેં કહ્યું, 'ગોઠવીશું કંઈક. ઑફિસ ગોઠવવી પડશે આજ તો.'

'આંયા, ઓલીપાના ક્વાટરમાં ઑફિસ રાખી છે. અવલે બધું ગોઠવ્યું છ.'

'અવલ?' અચાનક મને ધક્કો લાગ્યો. મારા અધિકારના ક્ષેત્રમાં મારે ક્યાં રહેવું, ક્યાં ઑફિસ કરવી તે નક્કી કરનાર કોઈ બીજું હોય તે મારાથી સહન ન થયું. અવલ, તે કદાચ મોટી કચેરીનો અવલકારકુન હોય કે પછી આસપાસના ગામનો મુખ્ય માણસ હોય, જે હોય તે. મારા આવડા અધિકારે આવું તો હું કેમ ચલાવી લઉં!

અત્યારના પહોરમાં 'અવલ કોણ' તેની ચર્ચા પગી સાથે કરવી મને યોગ્ય ન લાગી. મેં કૂવેથી પાણી સીંચીને સ્નાન પતાવ્યું. જૂનાં કપડાં ધોયાં અને સૂકવ્યાં ત્યાં સુધીમાં સૂર્યોદય થઈ ગયો હતો.

મારો કમરો વ્યવસ્થિત ગોઠવીને પાછો બહાર આવું છું ત્યાં પગી ચા લઈ આવ્યો. પરસાળમાં બેસીને ઊગતા સૂર્યના પ્રકાશમાં હવેલી નીરખતો હું ચા પીવા બેઠો. ઊઠીને બંગલા તરફ ચાલ્યો.

ઢોળાવ પર ઊભેલી આ ઇમારત ભૂખરા પથ્થરોથી બંધાઈ છે. વિશાળ પગથારો વટાવીએ ત્યારે પરસાળમાં પહોંચાય તેટલી ઊંચી બાંધણી ગોળાકાર કોતરેલા પથ્થરોના થાંભલા પર ટેકવાયેલી. રાતાં નળિયાં જડેલી પરસાળની

છત. પરસાળમાં લાઇનબંધ, મોટા દરવાજાવાળા ત્રણ ઓરડા અને જમણી તરફ લાકડાનો દાદર ઉપર તરફ જાય છે. ઉપર વચ્ચેના કમરા પર બીજો કમરો દૂરથી દેખાય છે. બાકીનો ભાગ ખુલ્લી અગાસી તરીકે વપરાતો હોય તેવું લાગે છે. પગથારો ચડીને હું બંગલાની પરસાળમાં જઈ ઊભો. સામે મારું ક્વાર્ટર, બાજુમાં કચેરીવાળું ક્વાર્ટર, દરવાજા બહાર નજર પહોંચે ત્યાં સુધી ભૂખરી, ખારી જમીન. ક્વાર્ટરની પાછલી દીવાલથી થોડે દૂર નાનકડી વાડી છે, લગભગ જાનકીની વાડી જેવી. બંગલાની પાછલી બાજુએ ખડકો પર પછડાતો મહાજળરાશિ અને તેના કિનારે સળંગ ઊગેલી બાવળનાં વૃક્ષોની લીલી હાર સુદૂર ચાલી જતી દેખાય છે.

નીલવર્ણ આકાશ, ભૂખરાં ભૂરાં જળ અને પીળા તડકાની પશ્ચાદ્‌ભૂમાં આ રમ્ય ભવનની શોભા ખીલી ઊઠી છે. પરસાળ લાકડાના કઠેડાથી બંધ કરાઈ છે. તેના પરની ગોળ કમાનો સમુદ્ર તરફ અબાધિત દૃષ્ટિને માર્ગ આપે છે.

ઓરડાના દરવાજા બંધ; પરંતુ ધૂળ વગરના સાફ. કાચમાંથી આરપાર જોઈ શકાય છે. ખાલી કમરાઓ વધુ વિશાળ લાગે છે. બંગલો જૂનો છે; પરંતુ જર્જરિત નથી. કોણ આ જાળવણી કરતું હશે! મને તો કહેવાયું હતું કે આ સરકારી મકાન છે. કેટલાંક કારણોને લીધે હજી અમારા ખાતાને ફાળવાયું નથી; પરંતુ તે મળી જ જવાનું છે. તો પછી આ જનહીન સ્થાનની આટલી સંભાળ કોણ લે છે? કોઈની અંગત માલિકીનો મહેલ તો નહીં હોય! સરવણ પગી મળ્યો ન હોત તો હું માની બેસત કે અણઘડ સબૂર મને કોઈ ભળતી જગ્યાએ જ મૂકી ગયો છે.

દાદરનાં બે-ત્રણ પગથિયાં ચડું-ન-ચડું ત્યાં ઉપરથી ઊતરતી પાતળી, ઊંચી સ્ત્રી પર મારી નજર પડી. મને જોઈને તે સહેજ અટકી. હું પણ આગળ ન વધ્યો. તે સ્ત્રીના હાથમાં સાવરણી હતી. તે ધીમેધીમે નીચે આવી. ‘આખા વર્ષનું પાણી અગાસીએ એકઠું કરીએ છીએ. તમે બૂટ પહેરીને ઉપર ન જશો.’ તેણે કહ્યું અને હું કંઈ બોલું, પૂછું તે પહેલાં ઝડપથી પગથિયાં ઊતરી ગઈ.

છેલ્લા ઘણા સમયથી મેં આવી સભ્ય ભાષા સાંભળી નથી. આ સ્થળ મારું છે. સરકારી, પણ મારા અધિકારમાં છે તે વિશે મારા મનમાં સહેજ પણ શંકા ન હોવા છતાં મેં બૂટ ઉતાર્યા અને પછી અગાસીમાં ગયો.

સિમેન્ટમાં ટાઇલ્સના ચળકતા ટુકડા જડીને આખી અગાસી ચિત્રાંકિત કરાઈ છે. મોર, તુલસીક્યારો, ફૂલો જેવાં જાતજાતનાં ચિત્રો. ચારે તરફની પાળી પાસે સિમેન્ટની પાકી નીક બનાવાઈ છે. ખૂણામાં નાની કૂંડી જેવા ઢોળાવ સાથે નીક જોડવામાં આવી છે. અગાસીમાં પડતું વરસાદી જળ તે નીક વાટે હવેલીના ભૂગર્ભમાં પહોંચી જાય તેવી વ્યવસ્થા ગોઠવાઈ છે. કૂંડી અત્યારે લાકડાના દટ્ટાથી બંધ રખાઈ છે. બેએક વરસાદ પછી તે ખોલી નાખીને પાણી ભેગું કરાતું હશે.

હું અગાસીની પાળ પર બેઠો. દરિયો છેક દૂર ચાલ્યો ગયો છે. બપોરે પાછો આવશે. આ મહેલની દીવાલો પાછળના ખડકો પર અફળાઈને મહાઘોષ ગજવશે. છેલ્લા બે દિવસથી હું આ સમુદ્રને આવતો-જતો જોઉં છું. કાલ કરતાં આજે ભરતીઓટ એકાદ કલાક મોડી થઈ, પણ આ ખારા જળરાશિને જોઈ રહેતાં મને કંટાળો નથી આવતો.

ભરતીનો પવન નીકળ્યો ત્યાં સુધી હું પાળી પર બેસી રહ્યો, પછી નીચે ચાલ્યો. હજી મારે મારું ભોજન પકાવવાની વ્યવસ્થા ગોઠવવાની છે, કચેરી ખોલવાની છે અને આ નિર્જન બિનઉપજાઉ ધરા પર રસાયણોનાં કારખાનાં ઊભાં કરવા માટેની દરખાસ્ત તૈયાર કરવાનું મારું કામ શરૂ કરવાનું છે.

ક્વાર્ટર પર પહોંચ્યો તો ટેબલ પર મારો ટુવાલ ગોઠવાઈ ગયો છે. બાજુમાં કાંસાની થાળી ઢાંકેલી પડી છે.

આજે પણ સરવણ ડુંગળી-રોટલો લઈ આવ્યો.

'આ બધું ક્યાંથી ઉપાડી લાવ્યો ?'

'અવલે મોકલ્યું,' તેણે કહ્યું, અને હું જમવા બેસીશ તેમ માનીને દૂર જતો રહ્યો. મને પગી પર ગુસ્સો આવ્યો. પટવાથી કે શહેર જઈને પણ થોડુંઘણું રૅશન ન લાવી શકે તો તે શા કામનો ? શા માટે મારે અવલના ઉપકાર તળે રહેવું પડે ? 'પગી !' મેં મોટેથી બૂમ પાડી. તે ઉતાવળે પાછો આવ્યો.

'જો, સરવણ, આપણે આપણું રૅશન લાવી દેવાનું. અને તમારા જે અવલ હોય તેમને કહેવરાવી દો કે આપણી ચિંતા ન કરે. આપણે તેમની જરૂર હશે તો તેમને બોલાવી લઈશું.'

'કે'શું, પણ માનશે નંઈ.'

'શા માટે ન માને ? મારું નામ દઈને કહેજો. મને ખાવાનું બનાવતાં આવડે છે. મારું દરેક કામ હું જાતે કરી શકું છું.'

પગીએ કંઈ જવાબ ન આપ્યો. મેં જમવાનું શરૂ કર્યું એટલે તે પાછો દરવાજે જઈને બેઠો.

કચેરી છેક બપોર પછી ખોલી. પીળાં સરકારી કાગળિયાં અને નકશાનાં બંડલ – બધું દીવાલ પર લાકડાના ઘોડામાં વ્યવસ્થિત ગોઠવેલું છે. એક મોટું, એક નાનું એમ બે ટેબલ, ચાર ખુરશીઓ. મારા આગમન પહેલાં સરકારે આટલો સામાન તો પહોંચાડ્યો ખરો.

કચેરીમાં બેઠો છું ત્યાં અચાનક દરવાજા પર કંઈ હિલચાલ થતી સંભળાઈ. હું ઊભો થઈને બહાર આવ્યો. સામેથી કાળાં ટપકાંવાળો શ્વેત અશ્વ લઈને કોઈ દરવાજામાં દાખલ થયું. પગી ઊભો થઈને તેની સામે ગયો અને તે તથા પેલો માણસ કચેરી તરફ આવ્યા. તેઓની પાછળ અશ્વ દોરાતો ચાલ્યો.

૫

અશ્વ લઈને આવેલો માણસ ક્વાર્ટર્સના ઓટલા પાસે રોકાઈ ગયો. સરવણ અંદર જઈને પાણી લઈ આવ્યો; પછી પેલો માણસ ઓટલા પર, પરસાળમાં આવ્યો. ધાર પર ઊભા રહીને તેણે પોતાનું મોં ધોયું, પછી ઊંચેથી રેડીને પાણી પીધું અને બોલ્યો, 'નારણ. આ મોટે બંદરેથી ઘોડો લઈને આવ્યો છું.'

'આવો, બેસો,' મેં કહ્યું. પોતે ઘોડો લઈને આવ્યો છે તેવું તેણે શા માટે કહેવું પડ્યું તે મને ન સમજાયું.

નારણ મારી સામે જમીન પર બેઠો. 'આ કબીરાને આંયાં બંગલે રાખવાનો ઑર્ડર છે.' કહી તેણે એક કાગળ મારી સામે ધર્યો. કાગળ લઈને મેં વાંચ્યો. સરકારે અમારા બે જણના સ્ટાફમાં વધારો કરવા આ કબીરાને, પોલીસદળના રિયાટર થવા જતા અશ્વને, અહીં નીમ્યો છે તે જાણી મેં ઘોડો પહોંચ્યાની પહોંચ લખી સરવણને આપી, 'સિક્કો મારીને આપો.'

'આ ભલું કર્યું,' સરવણે કાગળ નારણના હાથમાં આપતાં કહ્યું. 'આંય ગાડાં મળે નંઈ, ને મળે તો ગાડું ક્યાં પોગે? ઘોડું હોય તો મન થાય ત્યાં પોગાય. કોઈ વાત્યે ચિંતા નંઈ.'

'પણ મને ઘોડેસવારી નથી આવડતી.' મેં કહ્યું.

'ઈ તો શીખી લેવાય. કાંય અઘરું નો પડે. ને આ મારો વાલો, કબીરો પાછો છે જાતવાન. તમતમારે કાંય નો કરો ને ઠાલાઠાલા માથે બેહી ર્યો તોય હાલ્યો જાય.' નારણે કહ્યું.

'સારું, પગી, હવે ઘાસ-ચારાનું કંઈક ગોઠવવું પડશે ને?' મેં કહ્યું. અને નારણની હાજરી યાદ આવતાં ઉમેર્યું, 'નારણનાં રોટલા-પાણીનુંય જોજો. એ સવારનો નીકળ્યો હશે.'

'અમે આંય આવીએ એટલે રોટલાની ફિકર નંઈ. ને તમે તો હજી મે'માન કે'વાવ. તમારે ત્યાં અમારાથી ખવાય નંઈ. જૂના થાવ પછે ખાવા આવસું.' નારણે કહ્યું. મને શંકા પડી કે નારણની વ્યવસ્થા પણ અવલ કરશે. મારી જ ઉપલી કચેરીનો માણસ, એક સામાન્ય પસાયતો, મારો અનાદર કરતો હોય તેવું મને લાગ્યું. મેં મનોમન નક્કી કર્યું કે આ અવલ જે હોય તે, પણ આ સ્થળ, જે

સરકારી છે, મારા અધિકારમાં છે, તેના પરનું અવલનું આડકતરું આધિપત્ય હું તોડી-ફોડીને ફેંકી દઈશ.

રાત્રે નારણ રોકાયો. અવલ વિશે જાણવાની મારી અદમ્ય ઇચ્છા મેં નાના માણસો સાથે આવી વાતો ન કરવાને ઇરાદે દબાવી રાખી.

'હાલો સાહેબ, દરિયે જાંઈ. રાત્યે ન્યાં મજા આવસે,' નારણે સૂચવ્યું અને હું ઊભો થયો.

દરવાજામાંથી બહાર નીકળી ડાબી તરફ જઈએ ત્યાં દીવાલ પૂરી થયા પછી દરિયે જવાની કેડી આવે છે. દરિયાપટ્ટી પર, ઝીણી રેતીને ઊડતી રોકવા બાવળનું વાવેતર કરાયું છે. કિનારાને સમાંતર ચાલી જતી આ લીલી ઝાડી છેક દૂર સુધી દેખાય છે.

રાત્રે દરિયે જઈને બેસવાનો આ મારો પહેલો અનુભવ. નારણ અને સરવણ કિનારે લટાર મારવા નીકળી ગયા. હું થોડી વાર એક ખડક પર બેઠો. પછી પાણીમાં પ્રવેશવાની લાલચ રોકી ન શક્યો. ઢીંચણપૂર પાણીમાં જઈને ઊભો રહ્યો. એક પછી એક ચળકતાં મોજાં લઈને દોડતો આવતો દરિયો મને ધકેલતો અને પાછો ખેંચતો રહ્યો. મને ગીત ગાવાનું મન થઈ આવ્યું. પરાશર અહીં હોત તો તે જરૂર મોટા અવાજે ગાવા મંડ્યો હોત.

મોડી રાત સુધી હું દરિયા સાથે રમતો રહ્યો. છાલક ભરીને પાણી ઉડાડવાથી માંડીને જળમાં આંગળાં બોળી દરિયો માથા પર છાંટવા સુધીની રમતો મેં કરી. સરવણ અને નારણ પાછા આવીને રેતીમાં બેઠા હતા તેની ખબર પણ મને ન પડી.

'હવે જાવું છે?' બને એટલી નરમાશથી પગીએ પૂછ્યું. હું પાણીમાંથી બહાર આવ્યો અને અમે પાછા ફર્યા. બાવળના અંધારામાં પ્રવેશતાં સરવણે ટૉર્ચ કરી. અમારી ટૉર્ચનું અજવાળું જોતાં કેડીના સામે છેડેથી પણ કોઈકે ટૉર્ચ કરી.

'કોણ છે?' મેં જરા મોટા અવાજે પૂછ્યું.

'ઈ તો હું, નૂરોભાઈ.' સામેથી જવાબ આવ્યો.

'કાં? અટાણે કોને પકડવા નીકળ્યા?' નારણે પૂછ્યું અને હસતાંહસતાં ઉમેર્યું, 'આ તમારું જંગલખાતુંય ખરું તૂત છે. પણે જંગલમાં ગાડિયુંની ગાડિયું લાકડું ચોરાય છ ને તમે આંય ખારાપાટમાં બે બાવળિયાની ચોકિયું ભરતા થૈ ગ્યા!'

અમે કેડી પસાર કરીને કાંટની બહાર આવી ગયા.

'ઈ તો, ભા, જીની જ્યાં નોકરી, ન્યાં ઈ ચોકીયું ભરે. હવે ન્યાં જંગલુંમાં આડો હાથ દેવા નૂરોભાઈ કયાંથી પોગે?' કહેતો પેલી ટૉર્ચવાળો નૂરોભાઈ

આગળ આવ્યો. મને જોતાં તેણે સલામ કરી. તેની સાથે બીજા બે માણસો પણ હતા. નારણ તે બધા સાથે રોકાયો. હું સીધો ક્વાર્ટર પર પહોંચ્યો. પગી મારી પાછળ આવ્યો. મેં કહ્યું, 'તારે તારા મિત્રો પાસે જવું હોય તો જજે. હું સૂઈ જવાનો છું.'

'કાલ કબીરાને ફેરવીએ ?' જતાંજતાં પગીએ પૂછ્યું.

'સારું, શીખવું તો પડશે જ,' મેં કહ્યું. અને સૂવા ચાલ્યો ગયો.

બીજા દિવસે કબીરો શણગાર્યો હોય તેવો તૈયાર હતો. સરવણ તેને ઓટલા સુધી દોરી લાવ્યો. હું ધીરેથી કબીરા પર બેઠો. સરવણે ઘોડાને દોર્યો અને હવેલીના ચોગાનમાં આ સવારી ગોળગોળ ફરી. વીણા હોત તો હસીહસીને ઢગલો થઈ જાત. આવી અણઘડ ઘોડેસવારી તે કાંઈ વારેવારે જોવા મળે તેવું દૃશ્ય તો નથી જ !

બેએક દિવસમાં હું આપમેળે સવારી કરતાં શીખી ગયો; પરંતુ હજીયે સવારી કરવા માટે કબીરાને તો પરસાળ પાસે જ દોરી લાવવો પડતો.

ચોથા દિવસે હું એકલો કબીરાને લઈને દરવાજા બહાર નીકળ્યો. ઉત્તર તરફની કેડી પર બાવળની કાંટને સમાંતર સીધો આગળ વધ્યો. સામેથી એક બીજો અશ્વસવાર આવતો દેખાયો. તે મારી પાસે આવીને રોકાયો. મેં કબીરાને રોક્યો.

'સલામાલેકૂમ!' તેણે કહ્યું. ખાખી કપડાં, વીખરાયેલા સફેદ વાળ અને ઊંડી પણ ચમકતી આંખો, મોં પર કરચલીઓ. હું 'સલામ' કહી તેને ઝીણવટપૂર્વક જોતો રહ્યો.

'નો ઓળખ્યો ? હું નૂરમામદ.'

'ઓહ ! તે વખતે અંધારામાં બરોબર ચહેરો જોયેલો નહીં તેથી યાદ ન રહ્યું,' મેં કહ્યું, 'કેમ આ તરફ ? ચોકી ભરવા ?'

'ચોકી તો આમાં સું ભરવાની ? પણ કાંટ બઉ પ્યારી લાગે છ. ઈ વાવી તયેં હું ચારજમાં હતો. હવે કેવી લે'રાય છ !'

મેં બાવળોની કાંટ તરફ જોયું. લીલીછમ રેખા દોરી હોય તેમ દરિયાપટ્ટી પર ચાલી જતી આ વાડ નૂરભાઈએ વાવી હશે અને જતનથી ઉછેરી હશે. મને પણ આ કાંટાળા વૃક્ષમાં કંઈક નવું લાગ્યું, પણ પ્યારી લાગવા જેવી કોઈ નજાકત આ વૃક્ષમાં નથી.

'આંય નર્યો ખારોપાટ. એક પશરદુંય જોવા નો જડે.' નૂરભાઈએ અશ્વ આગળ લઈ જવાને બદલે પાછો વાળી મારી સાથે થતાં કહ્યું.

'અટાણે બગલાં બેહે છ. ને નૈં માનો, પણ માલીપા બુલબુલના માળાય

જડી જાય.'

'વાવેતર તમે કર્યું ?' મેં પૂછ્યું.

'વાવ્યું થોડુંક મેં, થોડુંક માણસું રોકીને, પણ ઉછેરનો ચારજ મારો. પેલવેલું જાડવું કોળ્યું તયેં થ્યું કે હવે ખુદાને કે'વા થાય એવું કામ થ્યું.'

'સાચી વાત છે,' મેં કહ્યું. 'તમે તો કાંઠો જીવતો કર્યો.'

'એમ તો, સા'બ, આ આખું પડ જીવતું'તું એક દી.' નૂરભાઈ ખારાપાટ તરફ હાથ લંબાવતાં બોલ્યો, 'મારા અબ્બાજાનના ટેમમાં તો આંય જંગલુંય હતાં એમ હાંભળ્યું છ.' કહેતાંકહેતાં નૂરભાઈ ઉદાસ થઈ ગયો. 'હવે ખેરાનો વડલો બાકી ર્યો' ને વારારૂપની વાડિયું. બાકી બધું વેરાણ થઈ ગ્યું. ઉપરાઉપરી કાળ પડ્યા. જમીનું ખારી થઈ ગઈ.'

મેં કંઈ ઉત્તર ન આપ્યો. નૂરભાઈ તેના તાનમાં જ વાતો કરતો રહ્યોઃ

'આ કાંટ થઈ એટલી અલ્લાતાલાની ખેરાત. બે-ચાર પરિંદાને ઠેકાણું મળી રેય.'

અચાનક તે વાત કરતાં અટકી ગયો અને મને કહે, 'ઓલો જુવો કાળોકોશી.'

'એક નાનકડું ઘાટીલું, કાળું, લાંબી પૂછડીવાળું પક્ષી બાવળની ટોચ પર બેઠું હતું તે તરફ આંગળી ચીંધીને તે કહેતો હતો. 'છે તો આવું નાનકું, પણ ઈના રેખું બહાદર પંખી બીજું નો જડે.'

'એમ ?' મેં કાળાકોશીને ધ્યાનથી જોતાં પૂછ્યું.

'તો ? કોઈથી બીવે નંઈ. કાગડાં, સમડાં, અરે, મોટો શકરોબાજ, બિલાડો આવી જાય તોય આ પંખીડું બાખડે. કાં પોતે મરે કાં કાતિલને ભગાડે.' નૂરભાઈ ભાવવિભોર બની ગયો, 'છે ને અલ્લાની કુદરત ? આવાં બહાદર પરિંદાં તો આ મલકને માથે અલ્લામિયાંની ખેરાત છે.'

'એને જાણનારા માણસ પણ અલ્લામિયાંની ખેરાત નહીં ?' મેં કહ્યું.

'આદમીની વાત જાવા દ્યો.'

'કેમ ? માનવી પણ અલ્લાતાલાનું જ સર્જન છે.' મેં કહ્યું.

'સરજત સરજતમાં ફેર નંઈ ? લ્યો, આ આપણે ભાળ્યું ઈ કાળુંકોશી. ઈનું બીજું નામ જમાદાર.'

'જમાદાર કેમ ? દાદાગીરી કરતું પંખી છે એટલે ?'

નૂરભાઈની આંખો ચમકી, 'ઈ ક્યાં દાદાગીરી કરે છે ? ઈ તો રખેવાળી કરે છ ઈના માળાની. ને નંઈ માનો, બીજાં નાનાં પંખીડાં, જીને સિકારી પંખીની હેબત હોય, ઈ આ કાળાકોશીના માળા હેઠ પોતાના માળા કરે.'

'એ બધાંને કાળોકોશી ભગાડે નહીં ?'

'ના, નો ભગાડે, ઉપરથી બચાવે. કાતિલશી બીવે નૈં ને નાનાંને રંજાડે નૈં. ઈ વાત્યે એનું નામ જમાદાર.' નૂરભાઈ વાત કરતો અટક્યો. પછી મારા સામે જોઈને પૂછ્યું, 'લ્યો, તમે જ ક્યો, કોઈથી બીવે નૈં ને કોઈને બિવરાવે નૈં એવા આદમી આ મલક માથે કેટલા જડે, બોલો!'

નૂરભાઈના પ્રશ્નનો ઉત્તર મારી પાસે નથી. કદાચ ક્યારેય મળવાનો નથી. હું વિચારમાં પડી ગયો. માનવી પ્રકૃતિનું શ્રેષ્ઠ સર્જન છે તે મને શાળાઓમાંથી શીખવવામાં આવ્યું છે. હું એ સભ્યતાનો પ્રતિનિધિ છું, જે એમ માને છે કે માનવી સિવાયનાં પ્રકૃતિનાં તમામ સર્જનો માનવીની સેવા કરવા સર્જાયાં છે.

પ્રકૃતિનાં આ નાનાં-નમણાં સર્જનો તરફ નૂરભાઈ જે રીતે સંબંધ અનુભવે છે તેવો હું અનુભવી શકતો નથી. કદાચ આ મારા સભ્ય-શિક્ષણની ખામી હોય. ક્યારેક પણ હું નૂરભાઈની નજરે આ જગતને જોઈ શકીશ તો મારું મન આનંદથી ઊભરાઈ જશે. અલ્લામિયાંના આ સર્જન નૂરભાઈ સામે હું ટગરટગર જોઈ રહ્યો. પછી જવાબમાં મારા મુખમાંથી આટલા જ શબ્દો નીકળ્યા, 'લ્યો, ત્યારે, નૂરભાઈ, હું પાછો વળું. ખાલી ફરવા નીકળ્યો હતો અને આટલે દૂર આવી ગયો.'

'અલ્લાબેલી.' નૂરભાઈએ કહ્યું.

'અલ્લાબેલી!' મારાથી બોલી જવાયું.

મેં કબીરાને ધીમેધીમે પાછો વાળ્યો. નૂરભાઈ થોડો આગળ નીકળી ગયો હતો. 'નૂરભાઈ!' મેં મોટે અવાજે કહ્યું, 'ક્યારેક સમય હોય તો આવજો, સાથે ફરવા જઈશું.'

નૂરભાઈ એકદમ અટકી ગયો. તેણે પોતાનો ઘોડો પાછો વાળ્યો અને પાસે આવીને મને જોઈ રહ્યો. પછી ધીમેધીમે શબ્દો છૂટા પાડતો હોય તેમ બોલ્યો, 'જાસું, મારા માલિક, જાસું ફરવા. બસ, આ વરસાદ થાવા દ્યો. પછી દેખાડું રંગ! ને જિંદગાની પૂગે ન્યાં લગણમાં જો દૂધરાજ ભાળી લંઈ તો-તો અલ્લાની કુદરત થઈ જાય, મારા વા'લા! જોજો ને! એક પરિંદું ઊડે ને આખો મલક જીવતો થઈ જાય, ઈ કાંય ઓછો જાદુ છે ?'

દૂધરાજ કોઈ અતિસ્વરૂપવાન પક્ષીનું નામ હશે તેવું વિચારતો હું બંગલા તરફ આગળ વધ્યો.

આખા રસ્તે મને જુદાજુદા વિચારો આવ્યા કર્યા. હું પણ પક્ષીવિદોનાં નામ જાણું છું. શાળામાં 'આંગણાનાં પંખીડાં' કે એવાં બધાં પુસ્તકો પણ જોયાં હતાં. હવે બધું ભુલાઈ ગયું છે. શું એ બધા પક્ષીવિદોને નૂરભાઈ જેવી પ્રકૃતિની

ચાહના હશે ?

'એક પરિંદું' જેવી ઊંડી અનુભૂતિ પક્ષીવિશારદોને થતી હશે ?

અચાનક મને મારા બાળપણનો એક પ્રસંગ યાદ આવ્યો. મારા કાકાના એક મિત્ર, નિર્મલ અંકલ, ગરુડની આદતો પર રિસર્ચ કરતા હતા. જંગલો-પહાડોમાં રખડતા અને યુનિવર્સિટીના કમરામાં બેસીને લખતા. મારા કાકા નિર્મલ અંકલનાં ખૂબ વખાણ કરતા. તેમના વિષયમાં તેઓ અતિજ્ઞાની છે તેવું મારા કાકા માનતા.

એક વખત હું મારા કાકા સાથે નિર્મલ અંકલની યુનિવર્સિટી પર ગયેલો. ત્યાં સર્કસના પાંજરા જેવડા મોટા પાંજરામાં બે ગરુડ પૂરેલાં હતાં. ગરુડ વિશેની મારી તે વખતની બાળધારણાઓ ખોટી પડે તેવાં, દૂબળાં અને લબડી ગયેલી પાંખોવાળાં.

'કેમ આવાં છે ?' મેં પૂછેલું.

'એ બન્નેને જમવાનું નથી આપતા,' નિર્મલ અંકલે કહેલું, 'રિસર્ચ ચાલે છે ને, એટલે.'

'કેમ ?' ભણવા માટે કોઈને ભૂખ્યું શા માટે રાખવું પડે તે મને ત્યારે સમજાયું ન હતું.

'જો, સાંભળ,' નિર્મલ અંકલે તેમની રિસર્ચ વિશેની વિગતો મને સમજાવવા માંડી. 'બે વાત તપાસવાની છે, તને મજા પડશે.' કહેતાં તેઓ મને પાંજરાની સાવ પાસે લઈ ગયા. 'જો, પેલું પગમાં લાલ દોરી છે તે ગરુડ દેખાય છે ?'

'હા, અને બીજું ભૂરી દોરીવાળું.'

'હં, તો એ લાલ દોરીવાળાને દસ દિવસ પછી બીજા પાંજરામાં લઈ જવાનું.' નિર્મલકાકા અટક્યા અને ફરી કંઈક સરળતાથી સમજાવવા કોશિશ કરતા બોલ્યા, 'તું જાણે છે ને ? કે બધાં પક્ષીઓ બિલાડીથી ડરે ?'

'હા.' મેં કહ્યું હતું; પરંતુ મને ખાતરી ન હતી. ગરુડ કોઈથી નહીં ડરતું હોય તેવું ત્યારે હું માનતો.

'તો ગરુડના પાંજરામાં બિલાડી મૂકીએ તો શું થાય ?'

'ગરુડ બીએ.' મેં પઢાવેલો નિશાળમાં અપાતો હોય તેવો ઉત્તર આપ્યો.

'ના, આ ગરુડ ભૂખ્યું છે. કદાચ, ભૂખ સંતોષવા બિલાડી પર હુમલો પણ કરે. બિલાડીને મારી પણ પાડે. એ જ જોવાનું છે કે તે શું કરે છે.' નિર્મલ અંકલે મને કહ્યું. પછી મારા કાકા તરફ ફરીને કહ્યું, 'વૃત્તિઓ અને પ્રાકૃતિક પ્રેરણાની આ વાત છે, યૂ નો...' પછી અંગ્રેજીમાં લાંબીલાંબી વાતો તે બન્ને જણાએ કરી. હું કંઈ સમજ્યો ન હતો. મને પેલા ભૂરી દોરીવાળા ગરુડમાં રસ હતો.

'પેલા બીજા ગરુડને શું કરવાનું? એને ખાવા આપવાનું?' મેં વચ્ચે પૂછ્યું.

'ના, બેટા.' નિર્મલ અંકલે કહેલું. પછી જરા અચકાયેલા. પછી કહ્યું, 'એ ગરુડ ભૂખ-તરસ કેટલો સમય સહન કરી શકે છે તે જોવાનું છે.'

'પણ આપણને કેવી રીતે ખબર પડે કે હવે એનાથી સહન નથી થતું?' મારા વિસ્મયની સીમા આવી ગઈ હતી.

'પડે.' એટલો જ જવાબ મને મળેલો.

પછી તો વર્ષો ગયાં. હું બધું ભૂલી ગયેલો. આજે અચાનક આ નિર્જન ખારાપાટ પરના આકાશને ચીરીને તે ગરુડનો અવાજ મારા કાન પર અફળાય છે, કહે છે: 'રે! તું એટલુંયે નથી જાણતો? મારી સહનશક્તિની હદ આવી તેની ખબર હું મરી ગયું તે જ ક્ષણે પડી ગઈ હતી.' મારું મન અચાનક ઉદાસ થઈ ગયું.

મને થયું કે આખીયે વ્યવસ્થા બદલાવી જોઈએ. શિક્ષણ પ્રકૃતિને પ્રેમ કરતાં શીખવે તેવું થવું જોઈએ. એવું કંઈક ગોઠવાવું જોઈએ કે નૂરાભાઈ પેદા થાય. કાળાકોશી પરની શ્રદ્ધા જેવી જ શ્રદ્ધા માણસ પર પણ જન્મે. પણ એ કોણ કરે? હું? જે આ ધરતી પર રસાયણક્ષેત્ર સર્જવાની નેમ લઈને આવ્યો છે તે માણસ?

કદાચ આ ધરતી, એના માનવીઓ અને અહીંની પ્રકૃતિ મને મારું કાર્ય કરવા નહીં દે. મારે જે કરવાનું છે તેનાથી તદ્દન ઊલટી દિશાએ મારું મન કેમ દોરાય છે? આજથી જ મારે નકશાઓ શરૂ કરવાના છે, પણ હવે એ નહીં થઈ શકે. રહીરહીને મને લાગે છે કે પરાશરે મને કદાચ ખોટી જગ્યાએ ધકેલ્યો છે.

૬

આજે રવિવાર છે. જોકે આ સ્થળે રાત પડે અને દિવસ ઊગે તે સિવાયની કાળગણના અર્થહીન છે. આ ઉજ્જડ, વેરાન પ્રદેશમાં છૂટાછવાયા વસતા માનવી એક વરસાદથી બીજા વરસાદ સુધીના સમયને "વરહ" કહે છે અને એક સૂર્યોદયથી બીજા સૂર્યોદયના સમયને "દા'ડો." વાર-તારીખ જેવી કોઈ સમસ્યા તેમનાં જીવનમાં નથી, પણ મારે તો આજે રજાનો દિવસ. કચેરી આજે નહીં ખૂલે. સરવણ આજે શહેર જશે. સાધન-સામગ્રી અને ટપાલ લઈને કાલે પાછો ફરશે.

હું પરસાળમાં આવ્યો તો જોઉં છું, કચેરી તો ખુલ્લી છે. સરવણ સાંકળ, ઘોડી, દૂરબીન – જમીનમાપણીનાં સાધનો કાઢે છે.

'કેમ, સરવણ ? આ શું કરે છે ?'

'ખેરાથી મુખીએ કે'વરાવ્યું છ. આજ માપણી ચાલુ કરવી હોય તો મોકળાશ છે.'

ખેરાથી શરૂ કરીને દક્ષિણ સીમા સુધીની આ વેરાન ભૂમિને માપીને નવા નકશા બનાવવાનું કામ કંઈ નાનું નથી. ઓછામાં ઓછાં ત્રણેક વર્ષે આ સર્વે પૂરો થાય. 'આજે રજાના દિવસે જ મુખીએ મુહૂર્ત કાઢ્યું હોય તો ભલે, તું જા, હું તૈયાર થઈને આવું છું. ને આ બધું લઈને તું જવાનો શી રીતે ?'

'ગધેડું મોકલ્યું છ મુખીએ. થોડુંક હું જાલી લેઈસ. ધીમે ધીમે વયા જાસું.'

વાહ રે તકદીર ! રેલવે, બસ, ટૅક્સી, રિક્ષા – આ બધાં વચ્ચેથી ઊંચકાઈને હું આવી પડ્યો છું આ અશ્વ-ગર્દભના વાહનયોગ મધ્યે. આ પ્રદેશમાં હું નહોતો આવ્યો ત્યારે કોઈએ મને કહ્યું હોત કે માત્ર ત્રણસો-ચારસો માઇલ દૂર એક આવો પ્રદેશ છે જ્યાં આધુનિક વાહન ક્યારેય ગયું નથી, તો કદાચ તે વાત હું માની ન શકત.

પગી ગયો પછી મેં કબીરાને તૈયાર કર્યો. ઉપરના માર્ગે ચાલવાને બદલે મેં ખડકાળ ટેકરી પાર કરીને કબીરાને દરિયે ઉતાર્યો. ઓચિંતું એક મોજું આવીને બંગલાવાળી ભેખડ પર પછડાયું. ભીનાં શીકરો મારા અને કબીરાના શરીર પર છંટાયાં. છેલ્લા બે-ત્રણ દિવસથી હું દરિયાને ભૂલી ગયો હતો, તે

યાદ કરાવવા જાણે તેણે નાનકડું અડપલું કર્યું. હું અશ્વ પરથી ઊતરી ગયો. બૂટ કાઢીને પલાણ પર ટાંગ્યા અને અશ્વ દોરતો, દરિયામાં પગ પલાળતો ખેરાની દિશામાં ચાલવા મંડ્યો.

એકાંત સમુદ્રતટ પર ચાલવાની મોહિની મને લાગવા માંડી છે.

ઊઘડતી સવારે આ અફાટ, વિસ્તરેલા સમુદ્રતટ પર નિઃશબ્દ ચાલ્યા કરવાનો આનંદ મારી રગેરગમાં પ્રસરી ગયો. બંગલાના ખડક પાસેથી એક રેતાળ અર્ધવૃત્ત સમુદ્રતટ વિસ્તરે છે. તે અર્ધચંદ્રાકારની બીજી ટોચ પર એવો જ કાળો ખડક ઊભો છે. ત્યાં પહોંચીશું એટલે આવું જ બીજું અર્ધવૃત્ત દેખાશે. આમ અસંખ્ય અર્ધવૃત્તોમાં વિસ્તરતો આ નિતાંત સુંદર દરિયાકિનારો આગળ ચાલ્યો જતો હશે.

થોડે આગળ ગયો તો બાવળની કાંટમાંથી એક માણસ દરિયા તરફ જતો દેખાયો. મને ચાલતો જોઈને ઊભો રહ્યો. હું પાસે પહોંચ્યો તો હાથ ઊંચો કરીને કહે, 'એ રામરામ.'

ઉત્તરમાં મેં ડોકું હલાવ્યું.

'આમ એકલા કેણી પા હાલ્યા ?'

'ખેરા જઉં છું. સરવણ આગળ ગયો છે.'

'તમ જેવું લોક એકલું નીકળે ઈ બરોબર નંઈ.' તેણે કહ્યું, 'દા'ડે તો વાંધો નંઈ, પણ સાંજુકના કે રાત્યવરત એકલું નો જાવું. ક્યાંક નાર ભેગો થઈ જાય તો હેરાણ કરે.'

'નાર ! એટલે શું ?'

'હોય ઈ. જનાવર છે. દા'ડે ભાઠોડામાં પડ્યા રેય. રાત્યે બારા નીકળે. કૂતરાં, બકરાં તાણી ખાય.'

'તમે દીપડાની વાત કરો છો ?'

'દીપડા તો પે'લાં હતા. હવે ક્યાં છે ? આઘા વયા ગ્યા. જંગલું કપાણ્ય થૈ ગ્યાં એટલે દીપડો નો રેય. નાર-ઝરખડાં પડ્યા રેય.'

'કેવું હોય નાર ?'

'શિયાળવા રેખું; પણ ઈના કરતાં મોટું. વળી આદમીથી બીયે નંઈ, વાંહે પડે.'

નાર નામનું કોઈ પ્રાણી હોવા વિશે મેં અગાઉ કદી સાંભળ્યું નથી. કદાચ અહીંના લોકો વરુને નાર કહેતા હોય કે પછી વગડાઉ કૂતરા નાર કહેવાતા હોય.

'સારું, હું ધ્યાન રાખીશ.' કહીને હું આગળ ચાલ્યો.

સાવ સૂમસામ એકાંતે મને મારો વિગત કોલાહલ તીવ્રતમ લાગણીથી

સાંભરે છે; પરંતુ હવે શરૂઆતમાં થતી તેવી ઉદાસીનતા ભરાઈ આવતી નથી. કોણ જાણે કેમ પણ ધીમેધીમે હું આ ખારા અમાપ જળરાશિ સાથે, ઊંચી, ભયાવહ કરાડો સાથે; ધૂળ ઉડાડતા ખારાપાટ સાથે અને વનખાતાના માણસોએ સર્જેલી આ બાવળિયાની કાંટ સાથે અજાણપણે બંધાતો જઉં છું. આ સદાકાળ મુક્ત, હસતો, રમતો, ભરતીમાં ક્રોધે ભરાઈને ઘૂઘવાતો અને ઓટ થયે શાંત ધ્યાનસ્થ મુનિ બની જતો, અચલ, સદાસત્ય સમુદ્ર મને પોતાના અદશ્ય પાશથી બાંધતો જાય છે. ભરતીસમયે ખારા પાણીમાં ઢંકાઈ જતી અને ઓટ થતાં જ મીઠી-મધુર બની જતી જળવીરડીઓ! પ્રકૃતિ એક પછી એક રત્નો બિછાવતી રહે છે અને મને મોહ પમાડતી જાય છે.

એક અર્ધવૃત્ત પૂરું થાય એટલે બે-એક માઇલ દૂર નીકળી આવ્યા ગણાઈએ. બીજા છેડાની ભેખડ પાસે પહોંચીને મેં કબીરા પર પલાણ કર્યું. કબીરો ભીની રેતમાં દોડવા મંડ્યો અને બીજું અર્ધવૃત્ત પૂરું કરીને અડધોએક કલાકમાં તો અમે તેના સામા છેડે પહોંચી ગયા. અહીંથી ઉપરના માર્ગે ચાલીએ તો ખેરા જલદી આવી જાય, તે વિચારે મેં ખડકો પાસે પહોંચીને કબીરાને ઢોળાવ પર ચડાવ્યો. ભેખડને મથાળે કોઈ ગાતું હતું. જરા આગળ જતાં સ્વર સાથે શબ્દો પણ સ્પષ્ટ થયાઃ

[1]અંતઃપુરાન્તરચરીમનિહત્ય બન્ધુ –
સ્ત્વામુદ્વહે કથમિતિપ્રવદામ્યુપાયમ્ ।
પૂર્વેદ્યુરસ્તિ મહતી કુવદેવિયાત્રા
યસ્યાં બહિર્નવવધૂર્ગિરિજામુપેયાત્ ।।

ઉપર આવીને જોઉં છું તો ખડકને મથાળે નાની મઢૂલી પાસે બેઠાબેઠા એક અલમસ્ત બાવાજી આ ગાય છે. મેં કબીરાને રોક્યો.

'આવ ભગત, આવ.' તેણે મને જોતાં કહ્યું અને ઊભો થયો.

અચાનક હું 'ભગત' ક્યાંથી થઈ ગયો? મેં કઈ જવાબ ન આપ્યો. બાવાજી ઊભા હતા ત્યાંથી આગળ આવ્યા અને મને અશ્વ પરથી ઊતરવામાં મદદ કરતાં બોલ્યા, 'ક્યોં? ભગત નામ પસંદ નહીં પડા તેરેકુ? તો ક્યા બોલું, હેં? બોલ, દોસ્ત બોલું?'

'આપ જો ચાહે કહિયે.' મેં કહ્યું.

---

1. "કહેશો કદાચ : 'ન હણું તવ બન્ધુ, તો હું
અંતઃપુરેથી હરું કેમ?' કહું ઉપાય
કે લગ્નથી પ્રથમ છે કુળદેવી યાત્રા
કન્યા જઈ નગરબહાર ભજે ઉમાને." (અનુ. પ્રબોધ ભટ્ટ)

'કહાં, ખેરા જાવોગે?'

'જતો હતો તો ખેરા. તમે જે ગાતા હતા તે સાંભળીને અહીં આવ્યો.'

'જૂઠ બોલતા હૈ રે!' બાવાજી હસી પડ્યા, 'ગાના સુના તો ઉપર આયા કે ઉપર આયા તો ગાના સુના?'

'ઉપર આવતાં સાંભળ્યું. પણ તમે ગાતા ન હોત તો પૂરી ભેખડ ન ચડત, પેલી તરફથી રસ્તે ચડી જાત.'

'હાં, ભાઈ, અબ તેરે પાસ યે સંન્યાસી જીતેગા ક્યા?' કહેતાં તેઓ મુક્ત મને હસ્યા પછી કહે, 'અબ બોલ, તુઝે ક્યા પસંદ આયા – ગાના કે આવાઝ?'

'દોનોં'. મેં કહ્યું, 'જોકે સંસ્કૃત શબ્દો સમજાય, પણ અર્થ સમજતાં થોડી વાર લાગે.'

'અચ્છા?' બાવાજી ખુશ થતાં તાળી પાડીને બોલ્યા. 'યે રુક્મિનીસ્તવન થા, જો મૈં બોલ રહા થા. સુના હૈ પહેલે કભી?'

'ના, આજે તમને ગાતા સાંભળ્યા.'

'ક્યોં? અવલ સે કભી નહીં સુના? વો તો રોજ ગાતી હૈ. હમેં ભી તો ઉસીને સિખાયા.'

અવલ કોઈ સ્ત્રીનું નામ છે તે મને અત્યારે ખબર પડી. કોણ છે આ રહસ્યમયી? જે છેલ્લા અઠવાડિયાથી મને નિયમિત ભોજન મોકલે છે અને આટલે દૂર, આ બાવાને શુદ્ધ સંસ્કૃત સ્તવન શીખવે છે; છતાં પણ ક્યાંય દેખાતી નથી! અચાનક મને પ્રથમ દિવસે દાદર પર મળેલી સ્ત્રી યાદ આવી. તે જ કદાચ અવલ હોય. ભાષા તો તેની પણ શુદ્ધ હતી. સંન્યાસીને એક સ્ત્રી વિશે પૂછવાનું મેં ટાળ્યું, પણ અવલ વિશેની મારી જિજ્ઞાસા વધી જરૂર ગઈ.

બાવાજીએ મને છાશ પાઈ. નીચે ઢોળાવ પર ઘાસની છાપરી, મથાળે મઢૂલી, બે ગાય, કમંડળ અને ઢોલક-પેટીથી વિશેષ સંપત્તિ આ સંન્યાસી પાસે હોય તેવું લાગ્યું નહીં. આ વેરાન, નિર્જન સ્થળે તેનો નિર્વાહ શી રીતે ચાલતો હશે!

'અહીં એકલું બહુ લાગતું હશે, નહીં?' મેં પૂછ્યું, 'રોજ એકધારું જીવ્યે જવાનું.' મારા મનનો આ સ્થાન પ્રત્યેનો અણગમો હું છુપાવી ન શક્યો.

'ક્યા એકલા ને એકધારા?' ગુજરાતી હિન્દી મિશ્ર ભાષામાં બાવાજીએ કહ્યું, 'દેખ, યે જો સમંદર હૈ, મૈંને ઉસે એક હી રૂપમાં કભી ભી નહીં દેખા. યે હરપલ નયા રૂપ લેતા હૈ. યે પત્થર હૈ, યે રાસ્તા, પેડ, પૌંધે, યે મિટ્ટી – યે સબ જો ઇસ પલ મેં હૈં, અગલે પલ મેં વહી હોંગે ક્યા? દોસ્ત, પ્રકૃતિ એક હી રૂપ ફિરસે કભી નહીં દિખાતી. હંમેશાં બદલતી રહતી હૈ.'

મારા મનમાં પ્રકાશ પથરાયો. મને સમજાઈ ગયું કે આ અફાટ સમુદ્રને

રોજરોજ જોયા કરવા છતાં મને કંટાળો કેમ નથી આવતો! એક પાછળ બીજા પાછળ એક અવિરત ચાલ્યા આવતા તેના તરંગો જોઈ રહેવાનું મને શા માટે ગમે છે ? એ હવે સ્પષ્ટ થયું. પેલે પારથી પાણી લાવીને આ કિનારે બિછાવતો અને અહીંથી લઈ જઈને કોઈ અગોચર સ્થાનમાં જળ રેલાવતો આ મહાસાગર નિતાંત નવીન છે. કદાચ આ કારણે જ તેનું દર્શન આટલું તાજગીસભર હશે.

'ન મૈં યહાં અકેલા હૂં,' બાવાજીએ કહ્યું, 'યે સમંદર, યે રેત, યે ઝાડી કે કાંટે ઔર સબસે ઉપર રાત મેં ચમકતે તારે. સબસે બાતેં કરને કી આદત હો ગઈ હૈ. ઇનસે બાતેં કરને કે લિયે પૂરા જીવન કમ પડેગા ઔર તૂ કહેતા હૈ મૈં અકેલા હૂં! પાગલ હૈ તૂ.'

પાગલ હું છું કે આ ચાંદ-તારા સાથે વાતો કરતો ઘેલો બાવો! પથ્થરો અને દરિયા સાથે વાતો કરનાર માનવી વિશે બાંધી શકાય તેવી તમામ ધારણા મેં આવા બાવાજી વિશે બાંધી અને જવા ઊભો થયો.

ખેરા પહોંચ્યો તો દરિયાકિનારે વિશાળ વડ તળે સરવણ અને મુખી મારી રાહ જોતા હતા.

'હું વચ્ચે એક બાવાજી પાસે રોકાઈ ગયો તેથી મોડું થઈ ગયું.' મેં કહ્યું.

'બંગાળી મળ્યો ?' શામજી મુખીએ પૂછ્યું. 'અડધો ગાંડો લાગે, પણ માણાં છે અઘરો.'

'તે બંગાળી છે ?'

'કેય છે, બંગાળથી આવ્યો છ. વીહ વરહ થ્યાં આંય પડ્યો છ. ઈના દેશમાં હલદિયા કે એવા ક્યાંકનો છે.'

કોણ જાણે કયા ગાંડપણનો પ્રેરાયો તે પૂર્વનો સમુદ્રતટ છોડીને ભાગ્યો હશે તે છેક પશ્ચિમના આ સાગરતટે આવી પડ્યો છે! વિચારતાં-વિચારતાં મેં દૂરબીન હાથમાં લીધું અને અમે અશ્વને વડ તળે બાંધીને ખારાપાટમાં ખીલો મારવા ચાલી નીકળ્યા.

૭

ખેરાથી પાછા આવ્યા પછી સહુથી પહેલાં મેં મારા રૅશનની વ્યવસ્થા ગોઠવવાનું વિચાર્યું. અવલનો ઉપકાર લેવો તે તેનું શાસન ચાલવા દેવા જેવું લાગતું હતું.

'પગી, કાલે ટપાલ ને દાણો-પાણી લેવા જવાનું છે. જરૂર પડે તો પટવાથી કોઈને સાથે લઈ જજો.' મેં કહ્યું અને સૂતો.

કાલે બપોરે એક ટંક મારે અવલનું ભોજન ખાવું પડશે. વળી કાલે સરવણ નથી, એટલે અવલ પોતે જ થાળી આપવા આવશે. તે વખતે તેનો આભાર માનીશ. ખર્ચ પૂરતું ધન આપીશ એટલે અવલકાંડની પૂર્ણાહુતિ થશે. કોણ જાણે કેમ પણ આ બધા જેમજેમ અવલ પ્રત્યેનો ભક્તિભાવ દર્શાવે છે તેમતેમ મને અવલ પ્રત્યે માનસિક વેર બંધાતું જાય છે. કેટલીયે વાર સુધી મેં આમ થવાનું કારણ શોધ્યા કર્યું અને વિચારોમાં મને ક્યારે ઊંઘ આવી ગઈ તેની ખબર ન પડી.

બીજા દિવસે બપોરે, પેલી દાદર પર સાવરણી લઈને મળેલી તે સ્ત્રી, પાલવથી ઢાંકેલી થાળી લઈને આવી. થાળી ટેબલ પર મૂકીને તેણે ઓઢણીનો છેડો કેડ ફરતો વીંટ્યો. આ રીતે બાંધેલી ઓઢણીમાં તેની ઊંચાઈ સ્પષ્ટ દેખાઈ આવી.

મારી કચેરીમાંથી હું તેને જોઈ રહ્યો હતો તેનો તેને ખ્યાલ ન આવ્યો. તે જવા માટે પાછી ફરી ત્યારે હું કચેરીમાંથી બહાર આવ્યો.

'એક મિનિટ.' મેં ઉતાવળે તેને કહ્યું અને મારા ક્વાર્ટર તરફ ગયો. તે પગથિયા પર ઊભી રહી.

'તમે અવલ છો ને?' મેં તેની પાસે જતાં પૂછ્યું. અમે બન્ને સાથે પરસાળમાં ગયાં. તે સ્ત્રી બન્ને હાથ સામસામે વીંટીને પરસાળના થાંભલા પાસે ટટ્ટાર ઊભી રહી. હું ખુરશી પર જઈ બેઠો.

તે કંઈ જ બોલી નહીં. મારા સામે જોઈને ધીમું હસી – જાણે કહેતી હોય, 'હા, હું જ અવલ છું. બોલો, શું કહેવું છે તમારે ?'

'મેં પગીને રૅશન લાવવા મોકલ્યો છે.' મેં કહ્યું. ને તેની આંખો મલકી. કદાચ સરવણ ગયો છે તે અવલ જાણે છે. મેં તેની પરવા ન કરતાં આગળ ચલાવ્યું, 'સાંજ સુધીમાં તો બધું આવી જશે. આજ સુધી તમે ઘણું કર્યું. મને

ખૂબ સાચવ્યો. હવે મારું રૅશન આવી જાય પછી મારા પૂરતું હું જાતે કરી શકીશ. તમે હેરાન થાઓ તે મને નથી ગમતું.'

ઘણા પ્રયત્ન છતાં આ સ્ત્રી સામે પૈસાની વાત મારાથી ન થઈ શકી.

એક પણ શબ્દ બોલ્યા વગર તેણે બધું સાંભળી લીધું, થોડી વાર જમીન તરફ જોતી ઊભી રહી અને કશો જ ઉત્તર આપ્યા વગર ચાલી ગઈ. મને લાગ્યું કે હવે તે બંગલાની બાબતોમાં દખલ કરવાની હિંમત નહીં કરે.

સાંજે પાંચેક વાગ્યે ઓચિંતો સબૂર મારા ક્વાર્ટર પર આવ્યો.

'અરે, સબૂર, તું ક્યાંથી ? ક્યાં ગયો હતો આટલા દિવસ ?' મેં ખિસ્સામાંથી પાંચ રૂપિયાની નોટ કાઢીને તેની સામે ધરતાં પૂછ્યું.

પોતે આઠ દિવસથી દેખાયો ન હતો તેનો કોઈ ખુલાસો સબૂરે ન આપ્યો. તેણે પૈસા લઈ લીધા. પછી ખિસ્સામાંથી કાગળ કાઢીને મારા સામે ધર્યો, 'આ તારો બિલ.'

મેં બિલ જોયું. કરિયાણા અને શાકભાજીનું બિલ સબૂરના હાથમાં જોતાં મને સમજાયું કે સરવણ તેને પોતાની સાથે શહેર લઈ ગયો હશે. 'સરવણ ક્યાં છે ? ને તું ક્યાંથી આવ્યો ?' મેં ખાતરી કરવા પૂછ્યું.

'પગી મને બરકી ગ્યો'તો. ઈ કાલ ટપાલ ભેગો આવશે. દાણા લઈને મને પાછો વાળ્યો.'

'ક્યાં છે આ બધો સામાન ?' મેં પૂછ્યું. 'ગાડું આવ્યું છે ?' મેં દરવાજા તરફ દૃષ્ટિ કરતાંકરતાં ફરી પ્રશ્ન કર્યો.

'ગાડું તો વયું ગ્યું પાછું. ને ધાન અવલે વાડિયે ઉતરાવી લીધું.' સબૂર બોલ્યો.

મારો સંયમ હવામાં ઊડી ગયો. સમુદ્રનાં ભયાવહ મોજાંની થાપટ મસ્તક પર પડી હોય તેમ હું મારા પરનો કાબૂ ગુમાવી બેઠો.

'તું અત્યારે ને અત્યારે જા. વાડીએથી બધું પાછું લઈ આવ.'

સબૂર બાઘો બનીને મને જોઈ રહ્યો; પછી ઉતાવળાં પગલે ચાલ્યો ગયો. થોડી વારે પાછા આવીને તેણે કહ્યું, 'ઈ કેય છ, રાત્યે વાળુ દેવા આવે તંયે તારે જી કેવાનું હોય ઈ કે'જે.'

મારું મન કકળી ઊઠ્યું. કંઈ વાંધો નહીં, હમણાં જ સાંજ ઢળશે. આજે આ ઘોર અપમાનનો હિસાબ ચોખ્ખો કરી દઈશ. મારું મન કોઈ કામમાં ન ચોંટ્યું. મને મોડીમોડી ખબર પડી કે જાણ્યે-અજાણ્યે હું અવલના આવવાની રાહ જોતો હતો.

ચંદ્રપ્રકાશમાં દૃઢ ચાલે દરવાજામાં પ્રવેશતી અવલ દેખાઈ. સ્થિર પગલે તેણે સુદ તેરસની ચાંદની ઓળંગી અને ક્વાર્ટરના પડછાયામાંથી પસાર થઈને ફાનસના અજવાળામાં પ્રવેશી. થાળી ટેબલ પર મૂકી અને શાંતિથી થાંભલા પાસે

જઈને ઊભી રહી. ફાનસનો પીળો પ્રકાશ તેના પ્રશાંત ચહેરા પર ચમક્યો.

'મેં કહ્યું હતું ને?' મેં જરા કઠણ થવાનો પ્રયત્ન કર્યો, 'મારા પૂરતું હું જાતે કરી લઈશ, પછી અનાજ વાડીએ ઉતરાવવાની તને શી જરૂર પડી?' મેં જાણી-જોઈને 'તમને' બોલવાનું ટાળ્યું.

અવલે કશો જ જવાબ ન આપ્યો અને જવા વળી. મારી સહનશક્તિ હદ વટાવી ગઈ. કોણ જાણે કયા વિચારે મેં કહી દીધું, 'છ-છ દિવસથી ડુંગળી-રોટલા ખાઈને હું કંટાળી ગયો છું. હવે મને ગમે તે હું બનાવી લઈશ.'

અવલ પગથિયું ઊતરવા જતાં રોકાઈ અને એકદમ મારા તરફ ફરી. તેની આંખો ચમકી અને તરત શાંત થઈ ગઈ. અચાનક મને અવલના હૃદયના ઊંડાણમાં કંઈક ખૂંચ્યાનો આભાસ થયો. સામે જવાબ દઈ દેનાર વ્યક્તિ જે વાત થોડીઘણી પણ નથી સમજાવી શકતી તે જ વાત કેટલાંક જનો મૌન સેવીને સંપૂર્ણતઃ સમજાવી દઈ શકે છે. અવલ તરફ જોતાં જ મને સમજાઈ ગયું કે તેના ઘરમાં મને મોકલવા માટે રોટલા અને ડુંગળી સિવાય બીજું કશું હતું જ નહીં. આવડી મોટી વાત હું કેમ ભૂલી ગયો તે મને સમજાયું નહીં.

તે ચાંદની રાત્રે, એક એકલી, અજાણી સ્ત્રીને, તેની વાત સાંભળ્યા વિના, માત્ર મારા આવેશને વશ થઈને મેં જે શબ્દો કહ્યા છે તે બદલ હું મારા શેષ જીવનના અંત સુધી રંજ અનુભવવાનો છું. અવલ ક્ષણ-બે-ક્ષણ અપલક નેત્રે મને જોઈ રહી. મને એકદમ સંકોચ થયો. હું નીચું જોઈ ગયો. ઘણી વારે મેં ઊંચી નજર કરી ત્યારે અવલને ધીમાં પગલે ચાલી જતી જોઈ. ચાંદનીમઢ્યો આખો ચોક મને અચાનક ઝાંખો લાગવા માંડ્યો.

કેટલીક વાર સુધી હું આરામખુરશીમાં મૂક પડ્યો રહ્યો. સબૂર પથારી કરવા આવ્યો ત્યારે તેણે થાળીવાળું ટેબલ મારા સામે લાવી મૂક્યું. ટાંગેલું ફાનસ ઉતારીને થાળીમાં અજવાળું પડે એ રીતે પાળ પર મૂકીને તે ચાલ્યો ગયો.

મેં કાંસાનું પાત્ર હટાવ્યું ત્યારે નીચેની થાળીમાં ઘઉંની રોટલી, ખીચડી, કઢી, શાક અને ગોળ-ઘી નજરે પડ્યાં. ઈશ્વર જાણે છે, તે સમયે આ પ્રદેશમાં માઈલો સુધી મારા સિવાય એવો કોઈ નસીબવંત નહીં હોય જે આવું ભોજન પામતો હશે.

અચાનક મને તીવ્ર સંવેદના થઈ આવી કે સવાર પડતાં જ અવલ મારાં રૅશનનાં બધાં પોટલાં આ પરસાળમાં ફેંકી જાય અને ચીસો પાડીને કહે, 'લે આ તારું રૅશન, રાખ અને ખાજે જે ખાવું હોય તે.'

પરંતુ એવું કંઈ ન બન્યું. સવારે દરરોજની જેમ ચા આવી. કચેરી ખૂલી. બપોરનું ખાણું આવ્યું. રાત્રે પગી થાળી મૂકી ગયો. બધું યથાવત્ ચાલ્યું અને મને ખાતરી થઈ ગઈ કે હવે હું અહીં રહીશ ત્યાં સુધી આ રીતે જ ચાલવાનું છે.

૮

જૂનની શરૂઆતમાં જ વરસાદ થયો. નૂરભાઈ વરસાદ પડ્યો તેના બીજે દિવસે જ હાજર થઈ ગયો. એકાદ મહિના પછી તે મને મળતો હતો. 'માલિક, જાસું ફરવા ?' તેણે કહ્યું.

'ચાલો.' મેં કહ્યું. મે માસના તાપમાં જમીનો માપીમાપીને હું કંટાળ્યો હતો. વરસાદ પડતાં જ કબીરાને દૂર સુધી દોડાવી જવાની ઇચ્છા તો મને પણ હતી. હું તૈયાર થઈને નીકળ્યો. બે-ત્રણ કલાક સુધી સવારના વાદળછાયા વાતાવરણમાં અમે રખડ્યા કર્યું. નૂરભાઈએ બીજાં બે-ત્રણ નવાં પક્ષીઓ ઓળખાવ્યાં. તેમની બાવળની કાંટ ધોવાઈને તાજી, ઘેરી લીલી લાગતી હતી. લગભગ અગિયાર વાગ્યે નૂરભાઈ છૂટો પડ્યો.

'દૂધરાજ ક્યારે આવે ?' જતાંજતાં મેં પૂછ્યું.

'ઈ આંય આવે તો તો અલ્લાની કુદરત થઈ જાય! બાપ, એને જોવે એવું જંગલ આંય ક્યાંથી કાઢવું ? હતાં એક વાર. હું નાનો હતો તંયે જોયાનું યાદ છે.'

નૂરભાઈ આ બધું ક્યાંથી શીખ્યો તે પૂછવાનું રહી ગયું, પણ ફરી ક્યારેક વાત એમ વિચારીને મેં કબીરાને પાછો વાળ્યો. હવેલી પર સબૂર મારી રાહ જોતો હોય તેમ બહારના દરવાજે બેઠો હતો. હું ઘોડા પરથી ઊતર્યો કે તરત તે મારી પાસે આવ્યો. મારા હાથમાંથી અશ્વની લગામ લઈને તેણે ઘોડાને છૂટો કર્યો, ખીલે બાંધ્યો, ચારો નાખીને પગથિયે આવીને ઊભો રહ્યો. ત્યાં સુધીમાં મેં કપડાં બદલી લીધાં હતાં.

'કેમ, કંઈ કામ છે ?' મેં સબૂરને પૂછ્યું. ને કામ ન હોય તો તે કદાચ ક્યારેય દેખાય નહીં. તેની, માણસોથી દૂર રહેવાની, આદત મને ખૂંચી.

'તું જમીન વેચવાનો છ.' તેણે લાગલું જ કહ્યું. જાણે તેને વિશ્વાસ હોય કે હું જમીન વેચવાનો છું.

'ખેતી કરવી છ.' એ ઢબનું બીજું ટૂંકું વાક્ય.

'હું જમીનો વેચવાનો ? આવું તને વળી કોણે કહ્યું ?'

'સરવણ કેતો'તો, તું આવ તંયે મળવાનું.'

હું થોડો મૂંઝાયો. આ ગળેપડુ ગામડિયાને કંઈક ગેરસમજ ઊભી થઈ હોય

તો તે દૂર કરવા મેં કહ્યું, 'જો, સબૂર, તું માને છે તેવું નથી. જમીન સરકારી છે. ને અહીં કારખાનાં કરવા માટે સારી જગ્યા છે તેવું સરકારને કહેવાનું જ મારું કામ છે. હું જમીન વેચવાનો નથી.' મારું ખરેખરું કામ શું છે તે આ અભણ જિદ્દી છોકરાને સમજાવી શકાય તે રીતે વાત કરવા હું તેની પાસે જવા ગયો. મારા આશ્ચર્ય વચ્ચે સબૂર આગળ કંઈ પૂછ્યા-સાંભળ્યા વગર ચાલ્યો ગયો.

'સબૂર, સાંભળ.' મેં કહ્યું; પરંતુ તે રોકાયો નહીં.

પગી આવ્યો ત્યારે મેં તેને ધમકાવ્યો, 'હું જમીન વેચવાનો છું એવું વળી તને કોણે કહ્યું ? આપણું કામ તને ખબર નથી ?'

'મેં વળી ક્યાં એવું કીધું છ ?' પગીએ ગભરાઈને પોતાનો બચાવ કર્યો.

'કેમ રે ! ખોટું બોલે છે ?' મેં કડકાઈ ચાલુ રાખી, 'સબૂરને તેં શું કહ્યું હતું ?' મારો જ પગી અફવાઓ ફેલાવે તો વાત વધી જાય અને મારું કામ મુશ્કેલ બને. હું એવું થવા દેવા નહોતો ઇચ્છતો.

પગી ઝંખવાઈ ગયો, પછી બોલ્યો. 'સબૂરિયોય માથાનો છે. ઈનો બાપ આખો જલમારો જમીન-જમીન કરતો મરી ગ્યો. ઈનો વલોપાત હવે આ સબૂરિયામાં આવ્યો છ. આનાભારનીય અક્કલ નો મળે. મારાં વાલાં મજૂરિયાંવ!'

'પણ સબૂરને એવું થાય એમાં તારે ખોટાં આશ્વાસન આપવા શું કામ દોડવું પડે છે ?'

'ઈને જમીન લેવાનો દાખડો તો જલમથી છે. ગૂંજામાં કાવડિયું મળે નંઈ; તે ''સરકારી જમીનું મળે કે નો મળે ?'' એમ પૂછ-પૂછ કરે. ઈમાં આપણને ખેરામાં જમીનું માપતા જોઈ ગ્યો તે દિ'નો વાંહે પડ્યો છ.'

'પણ તારે તેને કહેવું હતું ને કે અહીં કેમિકલ ઝોન માટે જમીન મપાય છે.'

'કીધું'તું, પણ ગરીન બેલ્ટની વાત સાંભળીને ઈ વળગ્યો.'

'અરે, હા!' મારા મનમાં પ્રકાશ થયો. અહીં કેમિકલ ઝોન ફરતે ગ્રીન-બેલ્ટ કરવા વૃક્ષોની ખેતી કરાવવાનું કામ તો સહુથી પહેલું હાથ પર લેવાનું છે. એ કામ તો લગભગ મારી સત્તાની વાત થયું.

હું વિચારતો હતો ને પગીએ કહ્યું, 'ઈ વાતે કાં'ક થાય તો વાત કરશું એવું સબૂરિયાને કીધું'તું. ઈ ગાંડિયો કાંઈ સમજ્યો નંઈ ને સીધો તમને ચોંટ્યો.'

મેં કંઈ જવાબ ન આપ્યો. પગી મારા સામું જોઈ રહ્યો હતો.

'સારું. વિચારી જોઈશ. પણ હમણાં તું સબૂરને કંઈ કહીશ નહીં.' મેં કહ્યું.

'નો કઉં. હું ઓળખું ને ઈને ! બાપ મરવા પડ્યો ઈ વેળાયે સબૂરિયાએ પાણી મૂક્યું છ કે ગમે ઈ થાય, તલાટીને ચોપડે ઈ પોતાનું નામ લખાવસે.'

સબૂર પ્રત્યે મને કૂણી લાગણી અને થોડી ચીડ બંને હતી. તેના જેવો યુવાન અબોલ, કમઅક્કલ, ક્યારેક આળસુ અને માઠું લગાડીને ચાલવા માંડે એટલો આકરો હોય તે મને પસંદ ન હતું, પણ તેને જમીન મળે તેવું કંઈ કરી શકું તો તે હું જરૂર પહેલું કરવાનો.

તે સાંજે જ મેં નકશો કાઢ્યો, ગ્રીનબેલ્ટ માર્કિંગ કર્યાં અને ઉપલી કચેરીની મંજૂરી માટે રવાના કર્યાં. આખાયે વિસ્તાર ફરતે લીલાં વૃક્ષોનો વિશાળ પટ્ટો થશે. એકાદ કિલોમીટર પહોળું અને બાવીસ કિલોમીટર લાંબું વન ફરી આ ખારાપાટને ઘેરતું ઊભું હશે તે વિચારે મને રોમાંચ થયો; પરંતુ એટલી જમીન લેનારા, તેમાં ખેતી, વૃક્ષોની ખેતી કરનારા માણસો આ ઉજ્જડ પ્રદેશમાં ક્યાં છે ? કોની પાસે એટલાં સાધનસંપત્તિ કે શક્તિ છે ? પરંતુ એ બધો વિચાર મારે કરવાનો નથી. મેં ખેડૂતોને વૃક્ષોની ખેતી માટે ફાળવવાનો વિસ્તાર લીલા રંગથી દર્શાવ્યો અને કેમિકલ ઝોનની દરખાસ્ત કરતાં પહેલાં ગ્રીનબેલ્ટની દરખાસ્ત રવાના કરી. મારું મન આનંદ અનુભવી રહ્યું.

૯

ચોમાસું પૂરું થઈ ગયું. દિવાળી વીતી. સબૂર તે દિવસે ગયો તે પછી આવ્યો જ નથી. પગીને એક-બે વખત સબૂર અંગે પૂછેલું, પણ કામ મળે ત્યાં દંગો નાખનારા ઘર-બાર વગરના માણસની પાકી ખબર તેને પણ ન હતી. હું મારા કામમાં ખૂંપેલો રહ્યો.

ડિસેમ્બરની આખરમાં નકશા મંજૂર થઈને આવ્યા. 'કોણ કરશે ?' તેવો જે વિચાર દરખાસ્ત કરતી વેળાએ મને આવ્યો હતો તે જ વિચાર ઉપરની કમિટીને પણ આવ્યો હશે. આખોયે ગ્રીનબેલ્ટ મંજૂર થયો; પરંતુ તે સરકારના વનખાતાને બાવળ, સરુ અને બીજાં હલકાં પ્રકારનાં વૃક્ષો ઉછેરવાં સોંપી દેવાયો છે. મેં ફરી-ફરીને કાગળો જોયા. એસ્ટેટ બંગલાથી દક્ષિણે સમુદ્રતટ પર માત્ર ત્રણેક એકરનો વિસ્તાર વનખાતાને નથી આપ્યો અને મારી સત્તામાં સોંપ્યો છે. દક્ષિણ સીમા મેં જોઈ નથી. તે તરફ છેક મોટા બંદર સુધી કોઈ ગામ નથી. આજે આ નકશામાં છૂટી દર્શાવેલી જમીન જોઈ આવવાનું મને મન થયું. પગી રજા લઈને તેને ગામ ગયો છે. તે અઠવાડિયા પછી આવે ત્યારે દક્ષિણમાં જઈ આવવાનું મેં નક્કી કર્યું.

ટપાલ ભેગી થઈ છે. નૂરભાઈ ચોકીએ નીકળ્યો ત્યારે કોઈ જતા-આવતાને મોકલી આપવા કહ્યું છે. ટપાલ તો રવાના કરવી પડશે. હું કોઈની રાહમાં હતો ને એક બપોરે સબૂર દરવાજે દેખાયો. તે નીચું મોં કરીને કચેરી સામે ઊભો રહ્યો.

'કેમ દેખાતો નથી ?' મારે દર વખતે પૂછવો પડતો પ્રશ્ન આજે ફરી પૂછ્યો.

'બેલાંમાં કામે ગ્યો'તો. આંય પગી નથ્ય એટલે નૂરભાયે મોકલ્યો.'

'ટપાલ લઈને તાલુકે જવાનું છે. જઈશ ?' તેણે મસ્તક નમાવીને હા પાડી.

'જો, સબૂર,' અચાનક તેને શુભ સમાચાર આપવાનું મને મન થઈ આવ્યું. 'તારે જમીન માટે અરજી લખીને મને આપવાની.'

'અટાણે ?' તેના અવાજમાં અચાનક હર્ષ છલકાઈ ઊઠ્યો.

'ના, અત્યારે નહીં. હજી તો મારે જમીન જોવા દખણાદા છેવાડે જવાનું છે. સરવણ આવે એટલે જઈ આવીશ, પણ તું મળતો રહેજે, ગુમ ન થઈ જતો.'

'પગી નથ્ય તો હું હાર્યે હાલું ?' સબૂર અધીરો થઈ ગયો.

મેં વિચાર્યું કે પગી હોય તોપણ, સાંકળ ભરવા કે ઘોડી ગોઠવવા સિવાય તે બીજું શું કરવાનો છે? એટલું તો સબૂર પણ કરી લેશે.

'સારું, કાલે સવારે આવજે. પહેલાં જઈ આવીશું જમીન જોવા. પછી તું ટપાલ લઈને તાલુકે જજે.' મેં કહ્યું. સબૂર ગળગળો થઈ ગયો. તે કંઈક બોલવા ગયો; પરંતુ તેનું ગળું ભરાઈ આવ્યું. તે એકદમ નીચું જોઈ ગયો અને દરવાજા બહાર ચાલ્યો ગયો.

સવારે હજી તો હું ઊઠ્યો હતો ને મેં અવલને આવતી જોઈ. ભાગ્યે જ ક્વાર્ટર પર આવતી અવલને સવારના પહોરમાં આવતી જોઈને મને નવાઈ લાગી. પરસાળમાં આવતાં તે બોલી, 'શા માટે મને પાપમાં નાખો છો?'

'કેમ? શું કર્યું મેં?' અવલની વાત મને જરા પણ ન સમજાઈ. 'કેમ આટલો કકળાટ કરે છે?' મેં પૂછ્યું.

'તે ન કરું? સબૂરિયો રાત રોકાવાનો છે તે મને કહેવરાવાય નહીં? હવેલીના ઓટલે આજ સુધી કોઈ ભૂખ્યું નથી સૂતું.'

'મેં એને રાત રોક્યો જ નથી.'

'તે તમે જાણે સબૂરિયાને ઓળખતા જ નથી! જમીનની વાત સાંભળ્યા પછી તે ઘેર જઈને સૂઈ જશે એવું તમે માની લીધું? બેઠો છે રાતનો દરવાજા બહાર.' અવલના સ્વરમાં ઠપકાનો ભાવ હતો.

'સારું, સારું. હવે તું કહેતી હોય તો એને બોલાવીને માફી માગું, બીજું તો શું થાય?' મેં મજાકભર્યા સ્વરે કહ્યું.

'તમારા પર મારું એટલું જોર ચાલતું હોત તો સારું હતું.'

'હવે એને ખવરાવવાનું હોય તો ખવરાવ. અમારે હમણાં જ નીકળવું પડશે.'

'એ માટે મારે તમે કહો એટલી રાહ જોવાની નથી હોતી. એ બેઠો ખાઈ-પીને તૈયાર, તમે તૈયાર થાઓ એની રાહ જોતો.' કહીને અવલ ગઈ.

મેં સબૂરને બૂમ મારીને બોલાવ્યો. કચેરીની ચાવી આપીને કહ્યું, 'ઘોડી અને સાંકળ લઈને તું ચાલવા માંડ. ખીલા અને દૂરબીન હું લેતો આવું છું.'

'ક્યાં લગણ પોગું?'

'તું તારે સટે-સટે ચાલવા માંડ. અડધે પહોંચીશ ત્યાં હું તને આંબી જઈશ.'

સબૂરના ગયા પછી હું નકશા જોઈને મારે ક્યાં સુધી જવાનું છે તે અંદાજ બાંધવા બેઠો. કોઈ નક્કર નિશાનીઓ સિવાય અમારી દક્ષિણ સીમા ક્યાં છે તે ખબર નહોતી પડતી. થોડા રેકર્ડ્ઝ તપાસ્યા. કેટલો સમય ગયો તે ખબર ન રહી. ઓચિંતી અવલ આવી ત્યારે જ ખબર પડી.

'તમે હજી ગયા નથી?' અવલે કહ્યું. 'પેલો રાહ જોતો હશે.'

'ઓહ! નકશા જોવામાં સમયનો ખ્યાલ ન રહ્યો. હવે એ ગાંડિયો મોટા બંદરે પહોંચીને જ રોકાશે.'

'તમે નીકળો. એ રુક્મી-પાણાથી આગળ નહીં જાય. મેં તેને ત્યાં રોકાવાનું કહ્યું છે. આપણી હદ ત્યાં ગણાય છે.'

'વાહ રે! અહીં તો પથ્થરોનાં પણ નામ છે ને! તેં પાડ્યું કે તારા બંગાળી શિષ્યે?' મેં નકશાનો વીંટો વાળતાં હસીને કહ્યું.

'હું તો કોઈનું નામ ન પાડું. ભગવાન રુક્મિણીનું હરણ કરીને નાસ્યા ત્યારે રુક્મીએ તેમને ત્યાં રોકેલા. એ જગ્યાએ રુક્મી ભગવાનના હાથે હાર્યો એટલે એ ખડક રુક્મી-પાણો કહેવાય છે.'

'એમ? ભગવાન અહીંથી ગયેલા? તો-તો તારી વાડીએ જરૂર રોકાયા હશે.' હું આજે મજાકના મૂડમાં જ હતો.

'ન માનતા હો તો ન માનશો, અહીં ઠેકઠેકાણે મીઠી વીરડી અમસ્તી નીકળે છે? ને રુક્મી-પાણા પાછળ તો દરિયે સાત મીઠી વીરડી છે.' કહેતી તે પાછી વળી. જતાંજતાં કહ્યું, 'હવે જલદી જાઓ તમે. હું બંગલો વાળીને થાળી મૂકી જઈશ.'

'જઉં છું.' કબીરાને તૈયાર કરતાં હું બોલ્યો, 'ને તારી વાત માની લઉં છું. તારા ભગવાન જ્યાંથી પસાર થયા ત્યાં...' હું આગળ બોલું ત્યાર પહેલાં દૂર પહોંચી ગયેલી અવલે પાછળ ફરીને પોતાના કાન પર હાથ મૂક્યા, પછી હાથ વડે જ જલદી જવાનું સૂચવીને બંગલા તરફ ચાલી ગઈ.

લગભગ બે કલાકે હું દક્ષિણ સીમાડે પહોંચ્યો. એક વિશાળ ભેખડની ટોચ પર સબૂર બેઠો છે. મેં કબીરાને કિનારા પરથી ઉપરના માર્ગે લીધો.

ઉપર જતાં જ મને ફાળ પડી. અહીં માટીનું નામનિશાન નથી. ચાર-પાંચ એકરમાં પથરાયેલી કાળમીંઢ લીસી શિલા છે. તેના સમુદ્ર તરફના છેવાડે બેઠો- બેઠો સબૂર મારી રાહ જુએ છે.

મેં નકશા પથ્થર પર પાથર્યા અને ઝીણવટથી તપાસ્યા. દક્ષિણ સીમાની જે ફાજલ જમીન વનખાતાને નથી સોંપાઈ, તે આ જ સ્થળ હોવાની મને ખાતરી થઈ. ચાર-પાંચ એકરની જંગી કાળી, સપાટ શિલા!

આ સ્થળે એક વખત રુક્મીએ અનુભવી હશે તેથી વધારે અસહાયતા આજે હું અનુભવું છું. આવી પરિસ્થિતિનો મુકાબલો મેં ક્યારેય નથી કર્યો. સબૂરને શો જવાબ દઈશ? આવો સખત પથ્થર, જમીન ગણીને, તેને આપવાનો છે તે જાણીને તેને શું થશે? આવી ક્રૂર મશ્કરી બદલ તે મને ક્યારેય માફ

નહીં કરે. મને લાગવા માંડ્યું કે અતિ ઉત્સાહમાં આવી જઈને હું બેદરકાર રહ્યો છું અને સબૂરને મેં દગો કર્યો છે.

મેં સબૂરને પાસે બોલાવ્યો. હિંમત એકઠી કરીને હું બોલ્યો, 'સબૂર, મારી કંઈક ભૂલ થઈ છે. મેં આ જગ્યા પહેલાં જોઈ ન હતી. જે જમીન મારી સત્તામાં છે તે –,' મેં ગળું ખોંખાર્યું અને બીજી દિશામાં મોં ફેરવીને બોલી નાખ્યું, 'તે આ પથ્થરવાળો જ ભાગ છે. બાકીની જમીન તો વનખાતાને અપાઈ ગઈ છે.'

મને હતું કે સબૂર ઊભો થઈને ચાલ્યો જશે; પરંતુ ખૂબ સ્વાભાવિક રીતે બોલતો હોય તેમ તેણે કહ્યું, 'તે કાવડિયાં નોં ભરવાનાં હોય તયેં આવી જમીનું જ આલે ને!'

'અરે, પણ...' હું આશ્ચર્યથી સબૂર સામે જોતાં કંઈક કહેવા ગયો; પરંતુ મને તરત સમજાયું કે સબૂરને સાચી સ્થિતિ સમજાઈ નથી. હું એને સમજાવી પણ નથી શકવાનો. એ કામ આ જગતમાં કદાચ કોઈ કરી શકે તો તે અવલ સિવાય બીજું કોઈ નહીં.

મેં થોડો વિચાર કર્યો. અહીં સુધી આવ્યો છું તો જમીન માપી લેવી એમ ધારીને મેં કહ્યું, 'ચાલ, માપી તો લઈએ.'

બંગલે પહોંચીને હું સબૂરને સમજાવવા મંડ્યો, 'સબૂર, પૈસા વગર જમીન સારી ન મળે તે સાચું. પણ આ તો એકલો પથ્થર છે, જમીન તો છે જ નહીં. અને તને જમીન મળે તો ઝાડ ઉગાડવાં પડે તેવી શરત સરકાર કરે. ત્યાં તું બેલાંની ખાણ કરવાનો વિચાર કરતો હો તો એ નહીં થાય.' મેં બને તેટલી સરળ ભાષામાં તેને સમજાવવા કોશિશ કરી.

'પણ મને પાણો લેવામાં વાંધો ન હોય તો સરકારને દેવામાં સું વાંધો પડે ?' તે પોતાની વાતને વળગી રહ્યો.

મને થોડો ગુસ્સો આવ્યો, પણ મેં કાબૂ રાખતાં કહ્યું, 'જો, હું તને થોડા પૈસાની મદદ કરું. ખેતી થાય તેટલી તો નહીં, પણ તારું ઘર થાય ને શાકભાજી ઊગે એટલું ફળિયું હોય એટલી જમીન તને હું મારા પૈસાથી અપાવી દઉં તો ?'

હવે સબૂર કંઈ બોલ્યો નહીં. તે નીચું જોઈને બેસી રહ્યો, પછી ઊભો થતાં કહે, 'ટપાલ દઈ દે એટલે જાઉં.'

મેં મૂંગામૂંગા ટપાલ અને થોડા પૈસા આપ્યા. તે ભાંગતાં પગલે ચાલ્યો ગયો. દરવાજે થોડી વાર રોકાયો. મને લાગ્યું કે તે રડે છે; પરંતુ ત્યાં જઈને તેને આશ્વાસન આપવા જેટલી શક્તિ મારામાં ન હતી.

અવલ થાળી મૂકવા આવી અને રોકાઈ. હું આજના પ્રસંગથી થાકીને નિરાશ થઈ આરામ-ખુરશીમાં પડ્યો હતો. અવલ પાછી ન ગઈ એટલે હું ઊભો

થયો, 'કેમ? કંઈ કામ છે?'

'સબૂરને જમીન નહીં મળે?'

તેની આ વાતને સરકારી કામમાં દખલ ગણવી કે નહીં તે વિચારતાં મેં કહ્યું, 'તને ખબર છે, ત્યાં નર્યો પથ્થર છે! જોયા વગર બોલબોલ ન કરીશ.' સબૂર પરનો કે પછી મારી જાત પરનો ગુસ્સો મેં અવલ પર ઉતાર્યો.

'જોયા વગર નથી બોલતી. મને ખબર છે – તમે રુક્મીપાણો માપી આવ્યા છો તે.' અવલ મારી સામે જમીન પર બેસતાં બોલી, 'ને તમારાં સરકારી કાગળિયાંમાં મને કંઈ સમજ ન પડે. હું તો એટલું કહેવા બેઠી છું કે પાણો તો પાણો, તમારા હાથમાં હોય ને તમે આપી દેશો તો સરકાર આડા હાથ દેવા નથી આવવાની. આપશો તો એ પાણોય તમને યાદ કરશે.'

રડવું કે હસવું એની મને સમજ ન પડી. પાણો મને યાદ કરશે કે નહીં કરે; પરંતુ હું એ કાળમીંઢ શિલાને ક્યારેય ભૂલી શકવાનો નથી.

'પણ, અવલ, તું તેને સમજાવ!' મેં દલીલ ખાતર કહ્યું.

'હું તો તમને સમજાવું કે એ અબુધને? એ જમીન સબૂરને પોકારતી હશે એટલે જ આ બધું ગોઠવાયું હશે.'

કોણ જાણે કેવા પ્રદેશમાં હું આવી પડ્યો છું! અહીં ધરતી સાદ કરે છે, માણસો સાંભળે છે. પથ્થરો યાદ રાખી શકે છે. માનવીઓ ભૂલી જાય છે. હજારો વર્ષ પહેલાં એક રાજકુમારીનું અપહરણ કરીને ભગવાન અહીંથી નીકળ્યા હોય અને એ એકમાત્ર કારણે આ દરિયે મીઠી વીરડીઓ હોય. દંતકથાઓના પ્રદેશમાં હું ભૂલો પડી જઉં તે પહેલાં મારે આ કામ છોડીને ચાલ્યા જવું જોઈએ.

મેં ચિડાઈને કહ્યું, 'અવલ! અવલ! તું સમજતી કેમ નથી? બારે માસ ધોધમાર વરસાદ પડે તોયે ત્યાં ઘાસનું એક તરણું પણ ઊગે તેમ નથી. આવો પથ્થર લઈને તે કરશે શું?'

અવલ એકદમ ઊભી થઈ ગઈ, 'મરશે રે! માથાં પટકીને! તેની ચિંતા તમારે શા દુઃખે કરવાની?' કહીને તે જવા વળી. પગથિયાં ઊતરતાં જરા રોકાઈને મારા તરફ જોયા વગર એણે ભાવવાહી સ્વરે કહ્યું, 'સબૂરને તો ત્યાં મરવુંયે ગમશે.' પછી રહસ્યોક્તિ કરતી હોય તેમ બોલી, 'આપણને નથી સૂઝતું એવું કંઈક એને સૂઝતું હશે' કહીને તે ચાલી ગઈ.

મને લાગ્યું કે એક અભણ, ગરીબની તલાટીના ચોપડે નામ લખાવવાની મહેચ્છા પૂરી થતી હોય, મૃત્યુની પથારી પાસે લીધેલી પ્રતિજ્ઞા પૂરી થતી હોય તો મારે એમાં સહાયરૂપ થવું જોઈએ. અવલ દરવાજે પહોંચે ત્યાર પહેલાં મેં કહ્યું, 'અવલ, સબૂર આવે એટલે તેની પાસે અરજી લખાવી લેજે.'

અવલ રોકાઈ ગઈ હસતી-હસતી પાછી આવી. 'શું લખવાનું છે ? હું લખી નાખું અને ઓલો પાછો આવે ત્યારે અંગૂઠો કરાવી લઈશું.'

હું હસી પડ્યો. 'સારું, તું જા. અરજી પણ હું લખીશ, બસ ?' મેં કહ્યું, 'એ કામ પણ હવે મારા માથે જ છે ને ?'

અવલ આનંદમાં આવી ગઈ. લગભગ દોડતી હોય તેમ તે દરવાજા તરફ ચાલી ગઈ. મેં અરજી લખી અને સબૂર આવે ત્યારે અંગૂઠો પાડવાનું કામ અવલને સોંપવા હું તેની વાડીએ જઈને કાગળ આપી આવ્યો. 'લે, આ કાગળ અંગૂઠો પડાવીને આપી જજે. ને કહેજે સબૂરને, આનાથી વધુ મારાથી કંઈ નહીં થાય. મારી પાછળ ન પડે.'

અવલ તોછડાઈ કરતી લાગે તેમ બોલી: 'સબૂર તમારી પાછળ નહીં પડે. તમે એને બોલાવશો નહીં ત્યાં સુધી તમારા બારણે એનો પગ નહીં થવા દઉં, બસ ?' પછી ઉમેર્યું, 'કર્યાનું ભાન રાખીએ તો ફળ ન મળે.'

અવલે મને એવું કહ્યું તે મને જરા પણ ન ગમ્યું. મને લાગ્યું કે આ ઉપકાર સામે અપકાર જેવું થયું, પણ હું કંઈ બોલ્યો નહીં. પાછો આવ્યો અને કામમાં ડૂબી ગયો.

૧૦

સબૂરને રુક્મી-પાણો આપ્યા છતાં મારા મનને સુખ મળે તેવું કોઈ કામ કર્યાનો મને સંતોષ નથી. મારે જે કામ કરવાનું છે તે કરવા બેસું ત્યારે અશાંત થઈ જવાય છે.

આ ઉજ્જડ, વેરાન સમુદ્રતટ પર રસાયણક્ષેત્ર બનાવાય તો ધરતીને, તેના પર્યાવરણને અને માનવવસ્તીને ઓછામાં ઓછું નુકસાન થાય તેમ છે તેવો અહેવાલ મારે તૈયાર કરવાનો છે.

કચેરીમાં લખવા બેસું છું તો દૂર સુધી દરિયો જોઈને બસ જોતો જ રહું એમ થાય છે. આઘેઆઘે ક્ષિતિજ પર કાળી રેખા જેવો દેખાતો ટાપુ નજરે પડે છે અને મને ત્યાં જવાની ઇચ્છા થાય છે. હમણાં તો ખેરાની સીમ મપાય છે. એપ્રિલની આખર સુધીમાં ખેરાની માપણી પૂરી કરી દેવાની નેમ રાખીને મેં કામ હાથમાં લીધું છે તે પૂરું કરીને હું ટાપુ પર જઈશ તેમ વિચાર્યું છે. આમ તો અહીં ઉદ્યોગો સ્થપાય તો મીઠું પાણી તે ટાપુ પરથી જ લેવાની યોજના છે. વિશાળ સંયંત્રોથી દરિયાજળને મીઠું બનાવી, દરિયામાં પાઇપલાઇન નાખીને તેને અહીં સુધી લાવવાની યોજના વિચારાઈ છે.

ટાપુ પર જવાનું સાધન ક્યાંથી મળે તેની મને ખબર નથી. કદાચ મોટા બંદરે થઈને જવાતું હશે. આજે ખેરા ગયો ત્યારે મુખીને પૂછ્યું, 'મુખી, સામે બેટ પર જવું છે. કઈ રીતે જવું ?'

'શ્યાલ માથે જાવું છ ?' મુખી સહેજ વિચારમાં પડ્યો. ગામના બીજા બે-ત્રણ માણસો બેઠા હતા. એક જણ કહે, 'આ તમીં આવ્યા ઈ બંદરેથી મછવા મળી રેય.'

મુખીએ ડોકું ધુણાવ્યું, 'ઈ તો આઘું પડી જાય. ને આમ મોટું બંદરેય આઘું તો પડે જ.'

'વારારૂપ પોગી જાય તો ન્યાં રોજ મછવા લાગે છ,' એક જણે કહ્યું.

'બેટ માથે દૂધનાં બેડાં તો આંયથીય જાય. અમારા ભરવાડું માછીમાર હાર્યે વયા જાય. પણ ઈ હોડિયુંમાં આપણાથી નો જવાય.' બીજાએ કહ્યું.

'કેમ ?' મેં પૂછ્યું.

'ઈ બધું જોખમી.' મુખી પોતાની ભરાવદાર મૂછો સરખી કરતાં બોલ્યો. 'હું સિક્કે ઈ હોડકીમાં નો બેહું.'

હવે ખેરાનો મુખી 'સિક્કે' જે સફર ન કરતો હોય તે સફર પર મને તો કોણ લઈ જાય! વારારૂપ, મોટું બંદર કે પછી હું જ્યાં ખાડી ઊતરેલો તે નાનું બંદર – ક્યાં જવું તેના વિચારમાં ખેરાથી પાછો વળ્યો. એકાદ માછીમારની હોડીમાં દૂધવાળા ભરવાડ સાથે ચડી બેસવા મળે તો તે પ્રયત્ન પણ કરી જોવો ખોટો નહીં.

રસ્તામાં બંગાળીની મઢીએ હું પાણી પીવા રોકાયો. બેટ પર જવાની મારી ઇચ્છા મેં તેને પણ જણાવી.

બાવાજીએ થોડો વિચાર કર્યો, પછી કહે, 'દો દિન મેં અખાત્રીજ લગેગી. અબ તો નાળિયેર-પૂનમ કો મછવે ખેરા તક આયેંગે. તબ ચલે જાના એકાદ મછવે મેં.'

'એટલે હજી બીજા ચાર મહિના રાહ જોવાની.' મેં કહ્યું.

'ક્યોં? તેરેકું જલદી જાના હૈ?'

'જલદી કરીને પણ શી રીતે જવાનો? વારારૂપ સુધી કે બંદર સુધી ચાલવાની મારી તૈયારી નથી. વિચારું છું, એકાદ ભરવાડ સાથે માછીનું હોડું પકડી લઉં.'

'કલ સે તો ભરવાડ લોગ ભી વારારૂપ સે જાયેંગે. અબ માછીલોગ ભી છોટી નાવ લેકર શ્યાલ તક નહીં જા સકતે.'

બાવાજીએ કહ્યું, પછી એકદમ કહે, 'લેકિન તેરેકું ભેજેગા.' પછી હાથથી હવામાં લીટી દોરતા હોય તેવો લહેકો કરીને કહે, 'તેરેકું બંગલેસે સીધા બેટ પર લગાયેલા. મનમેં ઇચ્છા હુઈ તો યે દરિયાદેવ જરૂર પૂરી કરેંગે.'

હું ઊભો થતાં હસ્યો. બાવાજીની ગાંડી-ઘેલી વાતો સાંભળવા રોકાઉં તો રાત પડે. મેં કબીરાને છોડવા માંડ્યો.

'ક્યોં હસતા હૈ રે!' બાવાજી મને હસતો દેખીને ખિજાયા, 'બિશ્વાસ નહીં આતા સંન્યાસી કી બાત પર?'

'એવું નથી. અમસ્તો જ.' મેં કહ્યું. પછી કબીરાને પથ્થર પાસે લાવતાં હું આગળ બોલ્યો, 'બંગલા પાસે મછવો તો શું, હોડી પણ લાગે તેમ નથી.' આ બાવાજી પોતાની મઢૂલી છોડીને કદાચ ક્યાંય ગયા જ નહીં હોય.

બાવાજી મારી પાસે આવ્યા. હું પથ્થર પર ચડીને કબીરા પર સવાર થતો હતો ત્યાં આવીને મારા ખભે હાથ મૂકતાં તેમણે દઢ અવાજે કહ્યું, 'કોઈ-કોઈ ઐસા મિલ જાતા હૈ, જો જહાં જી ચાહે નાવ લગા દેતા હૈ. અબ તૂ જા. મેરેસે

બહસ મત કર.' મેં વિદાય લીધી.

બંગલે પહોંચતાં સુધીમાં હું બાવાજીની વાતો ભૂલી ગયો. કબીરાને પગીના હાથમાં સોંપીને ક્વાર્ટર તરફ જઉં છું ત્યાં ક્વાર્ટરના પગથિયા પર બેઠેલા બાળક પર મારી નજર પડી. તે એકધ્યાનથી કૂવાના થાળા પર પડેલા પતરાના ડબ્બાને જોઈ રહ્યો હતો.

'કોણ છે, ભાઈ ?'

'વિષ્નો' તેણે હસીને કહ્યું.

'અને મને ઓળખે છે ?' મેં મારા મહેમાનને પૂછ્યું.

'ઓળખું છું ને. તમે કબીરાને લઈ પટવા આવ્યા'તા ને ?'

'હા.'

'ન્યાં પટવામાં જ હું રઉં છું.' અને વધુ ઓળખાણ આપતાં કહ્યું, 'નૂરાચાચાનો ભાઈબંધ.'

'તું નૂરાને ઓળખે છે ?'

'નંઈ ત્યારે ? એના ઘોડા ઉપર ફરવાય ગ્યો છું, પંખી જોવા.' નૂરાએ આ બાળકને પણ પરિંદાની મોહિની લગાડવા માંડી લાગે છે.

'અહીં ક્યારે આવ્યો ?' મને થયું, નૂરા સાથે આવ્યો હશે તો નૂરો પણ આટલામાં જ ક્યાંક હશે.

'બપોરે મામા-મામીની હાર્યે અવલબા પાસે આવ્યાં છીએ. કાલ મોટી અમાસનો દરિયો ના'વાનો નંઈ ?'

ઓહ ! તો આ બાળક અવલનો મહેમાન છે. અવલનાં સગાંઓ પટવામાં પણ રહેતાં હશે તે વિચાર મને નહીં આવેલો. હું આગળ કંઈ પૂછું તે પહેલાં વિષ્નો હાથમાં પથ્થર લઈને ઊભો થતાં બોલ્યો, 'બોલો, તાકી દઉં ?'

'કોને ?'

'કોને તે ? ઓલા ડબલાને!' તેણે થાળા પર પડેલું ડબલું બતાવ્યું.

'તાકી દે.'

અને તે નિશાન ચૂકી ગયો.

'એ તો ચૂકીય જવાય કેમ ?' છોભીલો પડીને તે બોલ્યો.

'એમાં શું ? ફરીથી તાક.' મેં તેને ઉત્સાહિત કર્યો.

તે ફરી તાકે ત્યાર પહેલા વંડી પાછળથી કોઈ સ્ત્રીએ તેને બોલાવ્યો, 'વિષ્નો, ચાલો, બેટા, ઝાલરટાણું થઈ ગયું.'

ખેરા, પટવા જેવાં ગામડાંઓમાં સમયની વાત થાય છે ત્યારે ઘટનાના

સંદર્ભે જ થાય છે. મારા અહીંના વસવાટે મને પણ મોં-સૂઝણું, શિરામણટાણું, ધણવેળાથી માંડીને રોંઢાટાણું અને વગડો ચરીને ગાયો પાછી વળે ત્યારે ઊડતી ગોરજનું ટાણું ઓળખતો કરી મૂક્યો છે. એમાં આ ઝાલરટાણું ઉમેરાયું. અત્યારે વિષ્નોના ગામમાં ઠાકરમંદિરે આરતીની તૈયારીઓ થતી હશે. આખો દિવસ કાળી મજૂરી કરીને થાકેલાં માનવીઓ પગ વાળીને બેસશે. પછી રાત ઊતરી આવશે અને આખોયે વિસ્તાર પરમ શાંત બની રહેશે.

બીજા દિવસે વિષ્નો સવારમાં જ આવીને ઊભો. આજે દરિયે નાહવા જવાનું છે. હવેલીની ભેખડોથી થોડે દૂર રેતાળ કિનારે હું પણ વિષ્નો સાથે જવા વિચારું છું. ભરતી અગિયારેક વાગ્યે પૂરેપૂરી ચડી રહેશે. અમાસની મોટી ભરતી કદાચ દરિયાને બાવળની કાંટ સુધી પણ ખેંચી લાવે.

'વિષ્ના, તું રમ. હું આજે ઑફિસમાં થોડું કામ કરી લઉં. અત્યારે દરિયે જઈશું તો કામ નહીં થાય.' મેં કહ્યું. વિષ્નો કૂવાના થાળા પાસે રમવા લાગ્યો. થાળા પર આજે ત્રણ-ચાર ડોલ અને દોરડાં દેખાયાં. આટલી સામગ્રીનું શું કામ પડ્યું હશે તે વિચારવું માંડી વાળીને હું કચેરીમાં નકશા દોરવા બેઠો.

દશ-સાડાદશના સુમારે ઘણાબધા માણસો વાતો કરતા હોય તેવો અવાજ આવ્યો. હું ઊભો થઈને બહાર ગયો. દરવાજા પાસે હસવાના, મોટેમોટેથી બોલવાના અવાજો સાંભળીને હું દરવાજે ગયો. સ્ત્રીઓ, યુવાનો, બાળકો રંગ-બેરંગી કપડાં પહેરીને મેદાનમાં ભેગાં થયાં છે. ભરતીના પવનથી બધાંનાં વસ્ત્રો વાળ હવામાં લહેરાય છે. બે-ચાર ગાડાં છૂટે છે. મુક્ત સ્વરે, લહેકાથી બોલતી પ્રજાના કલબલાટે આખું વાતાવરણ જાગતું કરી દીધું છે.

સ્ત્રીઓનું એક ટોળું દરવાજામાં પ્રવેશ્યું. અહીં ક્યાંય કોઈની પરવાનગી લેવાની જરૂર જણાતી ન હોય તેમ તેઓ અંદર આવ્યાં. મને ગમ્યું નહીં; પરંતુ મૌન સેવી રહ્યો. મને જાનકી અને વાલબાઈ સાંભર્યાં.

'બા, ભાભુમાને આંય લયાવો,' એક કિશોરીએ બહાર છૂટી રહેલા ગાડા તરફ મુખ કરીને બૂમ પાડી, 'આંય સુવાણ્ય રે'સે.'

મેં ગાડા તરફ જોયું તો એક ખૂબ જ વૃદ્ધ સ્ત્રીને એક આધેડ દંપતી તેડીને ગાડામાંથી ઉતારતાં હતાં. તેઓ બંગલાના દરવાજે આવ્યાં. અચાનક મેં કહ્યું, 'આ તરફ લાવો ક્વાર્ટર પર.' પહેલી જ વાર કોઈ ગ્રામ્યજનને મેં મારા ક્વાર્ટરમાં પ્રવેશ આપ્યો. તે વૃદ્ધાને મારી જ આરામખુરશીમાં બેસારી.

'ક્યાં આવ્યાં ?' ડોશીમાએ પૂછ્યું.

'ભાભુ, દરિયો આવી ગ્યો.' યુગલમાંની સ્ત્રીએ વૃદ્ધાના કાન પાસે મુખ લઈ જતાં કહ્યું.

પુરુષે મારી સામે જોયું. 'મારાં ભાભુ છે.' પછી મને સમજાયું નથી તેમ લાગતાં સ્પષ્ટતા કરી, 'મારા મોટા બાપાના ઘેરથી, મોટાં કાકી.'

'ભલે, તમે કશી ચિંતા ન કરશો,' મેં કહ્યું, 'પણ આટલી ઉંમરે ગાડામાં અહીં સુધી લાવ્યાં છો તે ક્યાંક માંદાં ન પડે.'

'અમીં તો નો'તાં લાવતાં; પણ તૈણ દા'ડાથી વેન લઈને બેઠાં છ કે અમાસને દા'ડે દરિયો ના'વો છ.' સ્ત્રીએ કહ્યું.

હું અવાચક થઈ ગયો. પૂરું દેખાતું નથી, સંભળાતું નથી તે ઉંમરે આ સ્ત્રી ગાડામાં સફર કરીને સમુદ્રસ્નાન માટે આવી છે. ધર્મપ્રેરિત બંધનો અને અંધશ્રદ્ધા આ અશક્ત સ્ત્રીને, અનેક કષ્ટો ભોગવવાં પડવા છતાં, અહીં સુધી ખેંચી લાવ્યાં છે. મારું મન વિચારે ચડી ગયું. આ ડોશીમા દરિયા સુધી ચાલી શી રીતે શકવાનાં ?

'ભાભુ, તમીં આંય ર્યો,' તેની પુત્રવધૂ સમી સ્ત્રીએ કહ્યું, 'તમારા દીકરા દરિયેથી ડોલ લઈ આવે એટલે તમને નવડાવી દઉં.'

તે વૃદ્ધાએ ડોકું ધુણાવ્યું અને ધીમેથી પણ મક્કમતાથી બોલી: 'દરિયો ડોલમાં નો સામે, બાઈ, ને ડોલમાં તો ઘેર ક્યાં નો'તો લવાતો તે તને ગાડું જોવડાવ્યું ! હાલ્ય, કર્ય ટેકો, ધીરેધીરે વયાં જાહું.'

હું દિગ્મૂઢ થઈ ગયો. આ વૃદ્ધ સ્ત્રી ભલે ધાર્મિક તહેવારે અહીં આવી છે; પરંતુ તેને અહીં સુધી ખેંચી લાવનાર માત્ર ધર્મ નથી; તે તો આવી છે તહેવારના બહાને પોતાના દરિયાને મળવા – એ દરિયો, જેણે તેના બાળપણને શંખલા-છીપલાંની ભેટ ધરીને શણગાર્યું છે, તેની યુવાનીને મૃદુ તરંગોથી ભીંજવી છે અને સમગ્ર જીવનના કડવા-મીઠા અનુભવોનો સાક્ષી રહ્યો છે. તેનો આ દરિયો તે વળી એક ડોલમાં શી રીતે સમાઈ શકે, ભલા !

આટલી મોટી વાત એક નાનકડા વાક્ય દ્વારા સમજાવી શકવાની કળા આ પ્રદેશજનોને પ્રાકૃતિક અનુભૂતિઓ દ્વારા જ સાંપડી છે. આ રીતે બોલવા જેટલી ચાતુરી આ લોકોમાં નથી, નથી પાંડિત્યનું પ્રદર્શન. શબ્દોને ગોઠવી-મઠારીને ધારી અસર ઉપજાવે તેવું બોલવાનું ભાષાસામર્થ્ય પણ આ નથી. આ તો છે માત્ર અનુભવેલું, માણેલું, નિર્ભેળ સત્ય.

'દરિયો ડોલમાં ન સમાય' તેવું કે 'એક પક્ષી ઊડે ને જગત જીવતું થઈ જાય' તેવું કોઈક મારા સમાજ વચ્ચે બોલે તો તાળીઓ પડે; પરંતુ તે કથનનો અર્થ વિવેચનના સ્તર સુધી વિસ્તારવો પડે. એ જ વાત જ્યારે આ વૃદ્ધા કે નૂરભાઈ બોલે છે ત્યારે અને તે જ ક્ષણે આખીયે વાત તેના સમગ્ર સ્વરૂપે, તમામ સંભવિતાર્થો સહિત, સ્પષ્ટ થઈને સામે આવી જાય છે. એનું કારણ

તેમની સહજ પ્રાકૃતિક અનુભૂતિના બળ સિવાય બીજું કંઈ તો શું હોઈ શકે!

'સરવણ, અહીં આવ.' મેં પગીને બોલાવ્યો, 'ટેકો કર, ખુરશી જ ઉપાડીને બાને દરિયે લઈ જઈએ.'

'પણ તમે શું કરવા આટલી...' પેલો પુરુષ કંઈક કહેવા ગયો.

'તમે કશું જ બોલશો નહીં.' મેં તેને બોલવા ન દીધો. સરવણ બે મજબૂત વાંસ લાવ્યો. ખુરશીના હાથા સાથે બાંધ્યા અને મેં, પેલા પુરુષે, ગાડાખેડુએ અને સરવણે વૃદ્ધાની પાલખી ઊંચકી.

'એલા! બાને ઉપાડ્યાં!!!' ટોળામાંની એક યુવતી સહાસ્ય બોલી અને બધી જ સ્ત્રીઓ દોડી. ધૂળપંખીનું ટોળું ઊડે ને ભરભરાટ થાય તેવો તેમના ઘેરદાર કપડાં પગમાં અથડાવાથી થતો ફડફડાટ સમુદ્રના રવને પણ ઢાંકી ગયો. વિષ્નો આનંદથી કૂદવા લાગ્યો.

'એલિયું, હાલો!' ઘણીબધી યુવતીઓ એકસાથે બોલી. યુવાનો અને બીજા માણસો પણ આ દૃશ્ય જોઈ ઉત્સાહથી વાતો કરતા દરિયે ચાલ્યા. જીવનના આરે ઊભેલી, અશક્ત, વૃદ્ધ સ્ત્રી કશું જ કર્યા વગર, માત્ર પોતાની હાજરીથી જ યુવાનોમાં આનંદ અને ઉત્સાહની ભરતી પ્રેરી શકે છે તે જોઈને હું પણ આનંદમાં આવી ગયો, જાણે તે બધાંમાંનો એક બની ગયો. અમે ડોશીમાને ખુરશીસહિત દરિયામાં બેસાર્યાં. દીકરો-વહુ ખુરશી પકડીને ઊભાં. ડોશી જાણે ગાંડી-ઘેલી થઈ ગઈ. ખુરશી પર મોજું ચડે કે હાથ લંબાવીલંબાવીને આવકારે.

તે અમાસે મેં ગત આખા વર્ષમાં માણ્યો ન હતો એટલો દરિયો માણ્યો. મન ભરીને સમુદ્રસ્નાન કર્યું. કેટલાક યુવાનો સાથે દરિયામાં દૂરદૂર સુધી જઈને તર્યો, ડૂબકી મારવાની શરતો લગાવી અને લાકડાના પાટિયાને છાતીએ વળગાડીને ઊછળતાં મોજાં પર સરકતાં કિનારે આવવાની સાહસિક રમતો રમ્યો. યુવતીઓ પણ નાહી. ટોળાબંધ કલબલાટ, હાસ્ય, છણકા, મીઠા ઝઘડા અને ધક્કામુક્કી-બધાંમાંથી થાક્યાં ત્યારે એક વાગવા આવ્યો હતો. બધાં ભીનાં શરીરે પાછાં હવેલી પર આવ્યાં. ક્વાર્ટરના છાંયડે, પરસાળમાં, પગથિયે – જ્યાં જગ્યા મળી ત્યાં બેઠાં. ભોજનના ડબરા ખૂલ્યા. પછી ખૂલ્યા સ્ત્રીઓના કંઠ. પાતળી, ઊંચી કાઠીની, કમરે છેડો વીંટીને ટોળે વળેલી સ્ત્રીઓ જાણે બ્રહ્માંડ ચકરડે ચડાવતી હોય તેવાં જોમ અને સ્ફૂર્તિથી ગરબા ગાવા લાગી. પરસેવે રેબઝેબ થઈ જવા છતાં ગાવાનું કે ફરવાનું જોમ ઓછું નહોતું થતું.

આજે મારા માટે કોઈ નવતર દિવસ હોય તેવું મને લાગ્યું. એકદમ સ્વાભાવિક રીતે હું આ લોકો સાથે ભળી કેમ શક્યો? તે મારામાં રહેલો સભ્ય જીવ સમજી નથી શકતો. વિષ્નોને મેં મારા પડખામાં બેસાર્યો. તેને ગરબા

જોવામાં મજા પડતી હતી. બે કલાક બધી ધમાલ ચાલી, પછી કૂવા પર ટોળું વળ્યું. બે-ચાર યુવાનો ડોલ સીંચવા મંડ્યા અને થાળા પર બેસીને એક પછી એક બધાં શરીર પરથી દરિયાની ખારાશ ઉતારવા મંડ્યાં. પેલી વૃદ્ધા પણ નાહી. મેં પણ થાળા પર પલાંઠી લગાવીને ચાર-પાંચ ડોલ પાણી માથા પર નખાવ્યું.

'આ કોને ઘેર આવ્યાં'તાં ?' પેલાં ડોશીમાએ જતાંજતાં તેના ભત્રીજાને પૂછ્યું.

'આ, આંયા જ રેય છે.' તેની વહુએ, તે મને ન ઓળખતી હોવા છતાં મારી ઓળખ આપવાની કોશિશ કરી.

વૃદ્ધાએ મારી સામે જોઈને પોતાની કેડમાંથી નાની પોટલી છોડી. પછી તેમાંથી એક રૂપિયાનો સિક્કો કાઢી મારી સામે ધર્યો, 'બેટા, તેં મુને જાતરા કરાવી.'

'ભાભુ, આંયાં કાવડિયાં નો દેવાય, ઈ સાહેબ છે.' પેલો શરમિંદો થઈ ગયો.

'ઈ ગમે ઈ હોય, મારેથી તો મોટો નથ્ય ને ? ને આજ પરબને દા'ડે કાંય ખરાબ નો લાગે.'

'માડી, જાત્રા તો આ દીકરાએ કરાવી છે, મેં નહીં.' મેં કહ્યું.

'ઈ બધું એકનું એક.' તેણે કહ્યું. અને મેં એક ગરીબ, અશક્ત, અજાણી વૃદ્ધા પાસેથી રૂપિયો લીધો. સાચવીને ખિસ્સામાં મૂક્યો.

તેની વાત સાચી હતી. તે મારા કરતાં ઘણી... ઘણી... મોટી છે.

૧૧

એ જનસમૂહના મેળાપ પછી મારું મન આનંદિત રહેવા લાગ્યું. હવે માર્ગમાં જે કોઈ માણસ મળે તેને હાથ ઊંચો કરીને હું 'રામરામ' કહેતો અને પૂછતો, 'કાં! કેમ છો?' અને દરેક વખતે એક જ જવાબ મળતો, 'એ, રામ! હાકલા છે, બાપ!'

આ ભીષણ દારિદ્ર્યના પ્રદેશમાં, દાણા-પાણીની અછતના દેશમાં, કાળી મજૂરી પછી પણ, પૂરતા વળતર વગરની ધરા પર 'હાકલા' કેવી રીતે હોઈ શકે? તે હું ક્યારેય નથી સમજતો, પણ એ જવાબ સાંભળતાં જ પુલકિત થઈ જવાય છે અને હું કબીરાને તબડાવી મૂકું છું.

લગભગ એકાદ અઠવાડિયું વીત્યું હશે. એક બપોરે કાળા, ઘૂંઘરાળા વાળવાળો, સુદૃઢ બાંધાનો એક પુરુષ મારી કચેરી પર આવ્યો. તેના આગળના વાળમાં એક લટ સફેદ થવા માંડી છે.

'બાવાજીએ મોકલ્યો છ.' તેણે આવતાંવેંત કહ્યું, 'તારે શ્યાલ જાવાનું છે?'

હું કંઈ જવાબ આપું ત્યાર પહેલાં અવલ કચેરીમાં આવી. તેણે આ માણસને આવતો જોયો હશે.

'શું વાત છે?' તેણે આવતાંવેંત અમને બંનેને પૂછ્યું.

'શ્યાલ જાવાનું છે.' મારે કંઈ કહેવાનું થાય તે પહેલાં પેલાએ જવાબ આપ્યો, 'બેટનો ખારવો છું.'

'એમને જવું હશે તે વરાહસ્વરૂપથી જશે.' અવલે કહ્યું, 'દરિયો ખૂલવા દો, પછી વાત.'

અમે જેને વારારૂપ કહીએ છીએ તે સ્થળનું ખરું નામ વરાહસ્વરૂપ છે તેની મને આજે છેક ખબર પડી.

'પણ બાવાજીએ કીધું છ, મછવો હવેલિયે લગાડવાનો છ.'

'અહીં કોઈ દિવસ મછવો લાગ્યો છે?' અવલ જીદ પર આવી ગઈ હોય તેમ તેનો સ્વર ઊંચો થયો. હું હજી ચૂપ હતો. મેં મારા કાગળો સંકેલીને એક તરફ મૂક્યા.

'આઘે દરિયામાં લગાડીને હોડીએ ઊતરસું.' ખારવાએ કહ્યું.

'હોડીએથી મછવામાં ચડવાનું તમને ખારવાવને આવડે, અમને નો આવડે.' અવલે સ્પષ્ટ કહ્યું.

અવલ ભાગ્યે જ આટલી લાંબી વાત કરે. તરત નિર્ણય આપી દેવાની અને દૃઢતાથી બોલવાની તેની રીત હું જાણું છું. ખારવો જો અવલને જાણતો હોત તો તે આટલી દલીલ કરવા રોકાવાને બદલે ચાલ્યો ગયો હોત; પરંતુ તે પણ શ્રદ્ધાવાન લાગ્યો. તેણે નિશ્ચયપૂર્વક કહ્યું, 'તો ઠેઠ લગી હોડીએ ઉતારું.'

હવે અવલની આંખો વિસ્તરી. આશ્ચર્ય પામતી હોય તેમ તે બોલી, 'ઠેઠ બેટ લગી હોડીમાં!'

'હોવે.'

'તું બેટ માથે રેય છ?'

'હોવે.'

'બેલીનો વર તો નહીં?' અવલે ઝીણી નજરે જોતાં પૂછ્યું.

'હોવે. ક્રિષ્નો – ક્રિષ્નો ટંડેલ.'

અવલે ક્રિષ્નાનું નિરીક્ષણ કર્યું, પળ-બે-પળ વિચાર કર્યો અને પછી શાંતિપૂર્વક કહ્યું, 'સારું, લઈ જજે સંભાળીને. પણ મોટી હોડી લાવજે.'

પરિસ્થિતિના આવા સમૂળા પરિવર્તનથી મને નવાઈ લાગી – આ ખારવો બેલીનો વર છે એટલું જાણવામાત્રથી અવલ મને જવા દેવા કેમ તૈયાર થઈ ગઈ! મારી સલામતીની ખાતરી તેને બેલીના નામે થઈ કે બેલીના વરના નામે? જે હોય તે; પરંતુ આજે હું એક કઠિન પરિસ્થિતિમાં મુકાતો રહી ગયો છું, કારણ કે અવલે જો હોડીમાં સફર કરવાની ના પાડી હોત તો હું તેની ઉપરવટ જઈને આ ખારવાને હોડી લગાવવાનું કહેવાનો હતો.

ક્રિષ્ના ગયો. બીજા દિવસે સવારે હોડી લાગી જશે તેવું કહેતો ગયો.

અવલ મારો સામાન બાંધવા બેઠી. થોડુંઘણું બાંધ્યા પછી ઘરે ગઈ અને એકાદ કલાકમાં બીજા બે-ત્રણ ડબરા મારા સામાનમાં ઉમેરવા પાછી આવી પહોંચી.

'આટલો બધો સરંજામ મારે લઈ જવાનો છે?'

'બેટ માથે ખાવાનું કંઈ મળવાનું નથી.' તેણે મારા સામે જોયા વગર જવાબ આપ્યો.

'પણ એકલા માણસને કેટલુંક જોઈએ?'

અવલ એક ઝટકા સાથે બેઠીબેઠી જ મારી તરફ ફરી. તેણે હાથમાંનો ડબરો નીચે મૂક્યો. 'એકલા જ છો તમે આ દુનિયામાં? તમે આવું ત્રીજી વખત બોલ્યા છો – તે શું જોઈને?' કહી તે પાછી સામાન પૅક કરવા વળી. હજી

તેનો ગુસ્સો ઊતર્યો ન હતો. 'પાછા મને પૂછતા હતા કે અનાજ વાડીએ શા માટે ઉતરાવ્યું?' કહીને તેણે મારા સામે મુખ ફેરવ્યું અને ઉમેર્યું, 'પોતાની જરૂર પૂરતું કરી લેનારના હાથમાં હું આટલું ધાન સોંપું તો કેમ કરીને?'

તે દિવસની વાતનો જવાબ અવલ આટલે દહાડે અને આ રીતે વાળશે તેવું મેં નહોતું ધાર્યું. જોકે, 'મારા પૂરતું હું કરી લઈશ' એવું મેં કહેલું; પરંતુ એનું અર્થઘટન અવલે કર્યું તેવું મેં નહોતું કર્યું.

'પણ એનો અર્થ...' હું આગળ બોલું ત્યાર પહેલાં મારી અંદરથી મને કોઈએ રોક્યો. મારા એ કથનનો અર્થ અવલે કર્યો તેવો ન થતો હોય તો બીજો કયો થાય? તેનો ઉત્તર મારા મનને મળ્યો નહીં. ઊંડેઊંડે મેં કબૂલી લીધું કે અવલ માત્ર આક્ષેપ નથી કરતી, તે ચુકાદો આપે છે. હું જે કંઈ બોલ્યો હતો તે મેં પૂરાં સાનભાન સાથે, શુદ્ધ બુદ્ધિથી કરેલું વિધાન જ હતું. તેનો અર્થ એ જ થાય જે આ ક્ષણે અવલે કરી બતાવ્યો.

આજે અચાનક મને લાગ્યું કે અવલ મારી મિત્ર નથી. તે દુશ્મન નહીં થાય; પરંતુ મિત્ર તો નથી જ. અને છતાં આ અમિત્રને તે પોતાની પૂરી ક્ષમતાથી સાચવવાની, તેના સુખ માટેના ઉપાયો કરતા રહેવાની. અમે નથી સાથે રહેવાનાં, ન તો અલગ. હું જ્યાં સુધી અહીં રહીશ ત્યાં સુધી આ ઊંડો પણ અળગો વહેવાર ચાલતો રહેવાનો છે.

રાત્રે મોડે સુધી મને ઊંઘ ન આવી. અને જાગવાનું પણ વહેલું બન્યું. પગી કોઈક સાથે રકઝક કરે છે તેવું લાગતાં મેં ઘડિયાળ જોઈ. સવારના સાડાત્રણ થયા હતા. અત્યારે પગી કોની સાથે માથું કૂટે છે તે જોવા હું બહાર આવ્યો – તો ક્રિષ્ના! યોગીઓ મધ્યરાત્રી પછીના સમયને બીજા દિવસની સવાર ગણે તે હું સમજી શકું છું, પણ 'સવારે આવીશ' કહીને ગયેલો ક્રિષ્ના ટંડેલ ત્રણ-સાડાત્રણ વાગતાંમાં ટપકી પડશે એવું મેં નહોતું ધાર્યું.

દશમ કે અગિયારશ હશે આજે. ઢળવા જતા ચંદ્રના પ્રકાશમાં અમે બાવળિયા પાસેની કેડી પર થઈ કાંઠે આવ્યા. મહેલવાળા ખડક સાથે રેતાળ પટ સંધાય છે. ત્યાં પાણી થોડું ઊંડાણવાળું છે. ક્રિષ્ના છેક ત્યાં સુધી હોડી ખેંચી લાવ્યો છે.

'બેટથી ક્યારે નીકળેલો?' મેં પૂછ્યું.

'કાલ્ય તો બાવા કણે સૂઈ ર્યો'તો.' ટંડેલે કહ્યું, 'બાવાયે જ જગાડ્યો. ભરતી ઊતરે ઈ પેલાં પોગવું પડે; નીકર હોડી લાગે કાલ બપોરે.'

તેની હોડી ચલાવવાની કુશળતા તેણે આવાં મોજાંના સમયે પણ ખડકો વચ્ચે, રાત્રે, હોડી લઈ આવીને સાબિત કરી આપી છે.

અમે હોડીમાં ગોઠવાયા. સરવણે ખડક પર ઊભા રહીને સામાન લંબાવ્યો. ક્રિષ્નાએ વાંસથી હોડી ઠેલી. એક પછી એક ખડકો પર વાંસ ગોઠવીને તે હોડીને ખડકથી દૂર રાખતો હતો. મોજું આવે ને હોડી ખડકો તરફ ધકેલાય ત્યારે મારા દેહમાંથી ધ્રુજારી પસાર થઈ જતી. ક્રિષ્ના અતિશય બળપૂર્વક વાંસને ખડક પર દબાવી રાખતો. ધીમેધીમે તે હોડીને ખડકો વચ્ચેથી બહાર કાઢી લાવ્યો. હવે અમે ખુલ્લા સમુદ્ર પર આવી ગયા હતા. હોડી તરંગો પર નાચતી આગળ વધી. સરવણ ટેકરી ચડીને કાંટમાં અદૃશ્ય થઈ ગયો હતો. હવે ઢળતી ચાંદની, હોડી અને સમુદ્ર વચ્ચે ક્રિષ્નો અને હું એકલા જ હતા.

જગસમસ્ત શાંત, નિઃસ્તબ્ધ થઈને સૂતું હોય તેવા સમયે રજતપટ-શા ચમકતા જળરાશિ પર એક નાનકડી હોડીમાં બેસીને ત્રીસ-ચાળીસ ફૂટ ઊંચા, કાળા, કરાલ ખડકો પાસેથી પસાર થવાનો અનુભવ અવર્ણનીય છે.

એક તરફ ચાંદનીમાં ચળકચળક થતો તરંગરાશિ, પશ્ચિમાકાશે જતો ચંદ્ર, બીજી તરફ ઊંચી કાળી ભાઠોડાની હાર – પ્રકૃતિની આ મહાન રચનાઓ વચ્ચે સરકતી, સફેદ સઢ ફરકાવતી હોડી. ગંધર્વો અને કિન્નરોને માટે સર્જાયું હોય તેવું આ રમ્ય, નિતાંત સૌંદર્યમય જગત અત્યારે તેની ચરમ સુંદરતાથી વિલસ્યું છે. પ્રકૃતિ આ નીરવ રાત્રિએ પોતાનાં તમામ રહસ્યો ખુલ્લાં કરી દે છે. જેને હું હંમેશાં નિર્જન, ઉજ્જડ, પછાત અને સત્ત્વહીન ગણતો આવ્યો છું તે પ્રદેશનું આવું અતુલ સૌંદર્ય જેણે માણ્યું નથી તેને માત્ર લખીને કે કહીને હું પૂરેપૂરું વર્ણવી શકવાનો નથી.

'ફાવે છે ને તને?' ક્રિષ્નાના પ્રશ્ને મારો ધ્યાનભંગ કર્યો.

'બહુ મજા પડે છે.' મેં કહ્યું.

'આંય વયો આવ મારી પાસે.' તેણે મને પાછળ બોલાવ્યો. હું મોરાના પાટિયા પરથી ઊભો થયો. દોરડું, થાંભલો, હોડીની કિનારીનો ટેકો લેતો છેક પાછળના ભાગે સુકાન પાસે પહોંચ્યો. સઢ હજી ફૂલ્યો નથી. ક્રિષ્નાએ સઢનો મુખ્ય વાંસ ઊંચકીને સ્તંભની બીજી તરફ ફેરવ્યો કે સઢ ફુગ્ગાની જેમ ફૂલ્યો. હોડીએ ગતિ પકડી. જેમજેમ આગળ વધતા ગયા તેમ તેમ કિનારાનું ફલક ખૂલતું ગયું. આખા કિનારા પર પથરાયેલાં અનેક અર્ધવૃત્તો એકસાથે દેખાયા. રજતવર્ણા આકાશ તળે કાળા ખડકો પર ઊભેલી હવેલી, પાસે જ છાયાચિત્ર સમી અવલની નાળિયેરી અને દક્ષિણ સીમા પર રુકમી-પાણાનું સળંગ ભાઠોડું.

મને સબૂર યાદ આવ્યો. મન થોડું કડવાશથી ભરાઈ આવ્યું. તે હજી મને મળવા નથી આવ્યો. આની પાછળ કદાચ અવલનો જ હાથ હોય. તેણે તે સાંજે મને કહેલું વાક્ય આજે પણ ખૂંચ્યું; પરંતુ સમુદ્રમાં રહીને ધરતી નીરખવાનો

આનંદ મારી ખિન્નતાને દૂર ઘસડી ગયો.

દરિયા પર રહીને જમીનને જોવાનો અને ભૂમિ પર રહીને સમુદ્રને નીરખવાનો – બન્ને પ્રસંગોને પોતપોતાનું આગવું માધુર્ય હોય છે. તેમાં પણ શુદ્ધ, શ્વેત ચંદ્રપ્રકાશ તળે, પાછલી રાતની નીરવ શાંતિમાં આ દર્શન અગમ્ય અનુભવ કરાવે છે. ઢળતા ચંદ્રની ચાંદની પણ મધ્યાકાશે ચમકતા પૂર્ણચંદ્રની તોલે આવે તેવી ઉજ્જ્વળ છે. માનવવસવાટવાળા કોઈ પણ સ્થળે મેં આટલો ચંદ્રપ્રકાશ કદી નથી જોયો. સમુદ્ર પર છવાયેલ રજરહિત આકાશની પાર પથરાતી આ ધવલ બિછાત સમુદ્રને ચળકતો કરી મૂકે છે.

'દરિયે ખરી મજા તો રાતની સફરમાં!' ક્રિષ્નાએ કહ્યું, 'હોડામાં જાંયે તે વેળા રાતે જે મજા આવે ઈ દિવસે નો આવે.'

'આપણે હોડામાં તો છીએ.'

'હોડામાં એટલે નાવમાં નહીં.' ક્રિષ્નાએ હસીને કહ્યું, 'હોડામાં એટલે માછીમારીયે ગ્યા હોઈએ તે વેળાએ.'

ક્રિષ્ના ખારવો હતો, પણ તેની ભાષા જરા-જરા સંસ્કારી લાગી. જોકે તે દરેકને 'તું'કારે બોલાવવાની ટેવવાળો તો છે જ. કદાચ આ પ્રદેશમાં એવો જ રિવાજ હશે.

'આ પેલાં દરિયે ગ્યો છ ક્યારેય ?' ક્રિષ્નાએ પૂછ્યું.

'એકાદ વખત. પણ એ તો લોંચમાં, આવી સઢવાળી નાવમાં નહીં.'

'નાવ ગણો કે લોંચ, જોખમ તો બધે સરખું. બધાંને બે જણ હંકારે - એક ઉપરવાળો ને બીજો દરિયો.'

'અને ત્રીજો ખારવો.' મેં ઉમેરો કર્યો.

'દરિયાની મરજી ઉપરવટ હોડી હંકારી દે ઈ ખારવો જલમવો બાકી છે.' ક્રિષ્નાએ કહ્યું અને પગ લંબાવીને બેઠો. 'ખાસ્વો સુકાન ઝાલી રાખે, કાં સઢ સાચવે. મશીનવાળી હોડી હોય તો કાં'ક થોડુંક વધુકું જોર મારી લેય, બાકી બીજું કાંય નો કરી શકે.' માત્ર સુકાન પકડી રાખવા સિવાય ક્રિષ્ના પણ કંઈ કરતો નથી. સઢ વધુ ફૂલે ને હોડી ઝૂકે ત્યારે દોરી થોડી ઢીલી કરે છે.

'હોડી ચલાવવાનું શીખવા જેવું ખરું.' મેં દરિયા પર દૃષ્ટિ દોડાવતાં મજાક કરી.

'હંકારવી છ ? મજો આવસે.'

ક્રિષ્નાના આ પ્રશ્ને મને ચમકાવી દીધો. જોકે મને ખબર હતી કે મને હોડી ચલાવવા દેવી એટલે અત્યારે જે દાંડો તેણે પકડ્યો છે તે થોડી વાર મારા હાથમાં મૂકવો, તેથી વધુ કંઈ નહીં. મને મારા મામા યાદ આવ્યા. પોતે

પતંગ હવામાં સ્થિર કરીને મને ક્ષણ-બે-ક્ષણ દોર પકડવા આપતા. મને થતું કે જાણે હું જ પતંગ ઉડાડું છું, તે છતાં આ 'રમત' પણ માણવા જેવી ખરી. 'હંકારી જોઉં. કોશિશ તો કરું!' મેં ઉત્તર આપ્યો.

'લે, તર્યે કર્ય મજા.' ક્રિષ્નાએ સુકાન મારા હાથમાં પકડાવ્યું. નવીન રમકડું હાથમાં લેતાં બાળકની જેમ રોમાંચ અનુભવતાં મેં સુકાન પકડ્યું.

'જેણી પા વાળવી હોય એની ઓલી પા સુકાન ફેરવિયે કે હોડી મોરો ફેરવે.' ક્રિષ્ના મને શીખવવા માંડ્યો. મેં તેના કહ્યા પ્રમાણે કર્યું તો હોડીએ દિશા બદલી; પરંતુ સઢ પડી ગયો.

'હવે ખેંચ દોરી.' તેણે કહ્યું, 'સુકાન પગેથી ઝાલી રાખ.'

મેં પગથી સુકાનને ટેકો આપ્યો જેથી તે દિશા ન બદલે અને સઢની દોરી ખેંચીને બાંધી. સઢ થોડો ખેંચાયો.

'આવડ્યું આ તો!' મેં કહ્યું અને હોડીને મૂળ દિશામાં પાછી ફેરવી.

'આવડી ગ્યું ?' ક્રિષ્ના હસ્યો અને બોલ્યો. તેના હાસ્યમાં ઉપાલંભ ન હતો.

'જરા-તરા આવડ્યું.' મેં પણ નિખાલસતાથી કહ્યું. અચાનક ક્રિષ્ના મને મિત્ર જેવો લાગવા માંડ્યો.

'બસ, તો હાંક્યે રાખ.' ક્રિષ્ના કિનાર પર બેઠો હતો ત્યાંથી પીઠભર ઊછળીને દરિયામાં જઈ પડ્યો. તેના ધક્કાથી હોડી જરી ઝોકાઈને સીધી થઈ ગઈ. સઢનો ફુગ્ગો બેસી જઈને પાછો ફૂલી ગયો.

'ક્રિષ્ના! ક્રિષ્ના!' મેં ગળું ફાડીને ચીસ પાડી. ભયથી મારાં ગાત્રો ગળી ગયાં. ક્રિષ્ના ક્યાં છે તે જોવા પાછળ ફરવાની હિંમત પણ મારાથી ન થઈ શકી. મારી નજર હોડીના મોરા પર અને મારા હાથ સુકાનની દાંડી પર ચીપકી રહ્યા.

સમુદ્રનાં મોજાં હોડી પર અથડાવાથી થતો અવાજ બે પળ પહેલાં મને મીઠો મધુર લાગતો હતો. અચાનક તે જ અવાજ મને મૃત્યુના સંદેશ સમો ભયાવહ ભાસ્યો. હું એ પણ ભૂલી ગયો કે ક્રિષ્ના ટંડેલ નામનો કોઈ માનવી આ જગત પર છે. મારું એકમાત્ર ધ્યેય હોડીને સ્થિર અને સુકાનને સીધું રાખવામાં પૂરું થઈ જતું હતું. મારી જાત સિવાય કોઈ પણ ચીજનો વિચાર મારા મનમાં ન આવી શક્યો. લાકડા જેવો જડ બનીને હું સુકાનના લાકડાને વળગી રહ્યો.

સઢ જરા પણ ફફડે તે સાથે જ મારું કાળજું ફફડી ઊઠતું. ચંદ્રના ભેંકાર પ્રકાશમાં ચળકતી ભૂતાવળ જેવાં મોજાં, ઊંચી-નીચી થતી હોડી અને હું...

અચાનક પવનનો સુસવાટો આવ્યો અને સઢ તંગ થયો. હોડી એક તરફ નમી ગઈ. હું હેબતાઈ ગયો, પણ કોઈ આત્મપ્રેરણાથી મેં સઢની દોરી ઢીલી કરી. ગોઠણભર પડીને મેં સુકાન મારા પગ વચ્ચે દબાવ્યું, અને સઢને સંભાળવામાં

પડ્યો. આમ ને આમ કેટલો સમય પસાર થયો હશે તેનું ભાન ન રહ્યું; પરંતુ ધીરેધીરે મારો ભય ઓસરવા માંડ્યો.

સહુથી પ્રથમ મને ક્રિષ્ના યાદ આવ્યો. તે ખરેખર ગબડી પડ્યો હતો કે જાણીજોઈને કૂદી ગયો હતો ? મને ચિંતા અને ક્રોધ બન્ને લાગણી એકસાથે થઈ આવી. 'ક્રિષ્ના !' મેં હવે પાછળ જોઈને બૂમ પાડી. પણ કોઈ જવાબ ન આવ્યો.

ધીરેધીરે હું ઊભો થયો. સુકાન પર પગ મૂક્યો. સઢનું દોરડું નીચે લાકડાની બાંધણી પર બે આંટા લઈને હાથમાં પકડી રાખ્યું અને ચારે તરફ નજર કરી. આ ચળકતાં મોજાં, પાછળ ક્રિષ્ના તરતો હોય તોપણ દેખાય નહીં, એટલાં તો ઊંચાં ઊછળે છે. હવે શું કરવું તે વિચારમાં થોડી ક્ષણો વીતી.

અંતે સાહસ કરીને મેં સુકાન પગ વડે એક તરફ ફેરવ્યું. ક્રિષ્ના ક્યાં પડ્યો હશે તેનો આશરો બાંધવાનું શક્ય ન હતું. હોડીને મોટા વર્તુળમાં ફેરવવાની મારી નેમ હતી. સુકાન ફરતાં જ હોડીએ દિશા બદલી. મેં સુકાનને ત્રાંસું દબાવી રાખીને હોડી દીર્ઘ-વૃત્તમાં ચાલવા દીધી. દિશા બદલાતાં સઢ બેસી ગયો. અને ધજાની જેમ ફફડવા લાગ્યો. હવે મારાથી તેને સંભાળી શકાય તેમ ન હતું. મેં હતું તેટલું જોર કરીને બૂમ પાડી, 'ક્રિષ્ના ! ક્રિષ્ના હો...'

'હાલવા દે, બરોબર હાલે છે.' ક્રિષ્નાએ સાવ નજીકથી ઉત્તર આપ્યો.

ઓહ ! આ રહ્યો ક્રિષ્ના! મોરાનું કડું પકડીને હોડીના પડખામાં જ પાણી પર સૂતો છે. હોડી સાથે જ તે પણ મોજાં પર હિલોળા લેતો હસે છે.

'અરે, પણ...' મારો અવાજ ફાટી ગયો. પણ તરત હું સ્વસ્થ થઈ ગયો. ક્રિષ્નાએ કહ્યું, 'સમાલજે!' અને તે કઠોડો પકડીને હોડી પર આવી ગયો. હું પડતો-પડતો રહી ગયો.

'કાં ? કેવુંક યું ?' ક્રિષ્નાએ મારા હાથમાંથી હોડી સંભાળતાં પૂછ્યું.

'શું કેવું રહ્યું ? આવું તે ગાંડપણ કરાતું હોય ?'

'લે, દરિયે આદમી પડી જાય એમાં ગાંડપણ ક્યાં આવ્યું ?' તે મને બનાવતો હોય તેમ હસતોહસતો વાત કરતો હતો.

'ઘડીભર તો મને પણ એમ જ થયું કે તું ખરેખર પડી જ ગયો છે. તારી ચિંતામાં હું વધુ ગભરાઈ ગયો..'

ક્રિષ્ના એકદમ ગંભીર બની ગયો. તેણે મારા સામે જોયું, પછી એકદમ ઠંડા સ્વરે કહ્યું, 'દરિયા માથે બેસીને સાવ ખોટું નો બોલિયે.'

'કેમ ?'

'કેમ, ચિંતા હતી તો તું વાંહે ને વાંહે પાણીમાં કેમ નો પડ્યો ? આ પાટિયા હેઠે રાંઢવું પડ્યું છ. કેમ નો નાખ્યું ? હું હાથે કરે પડ્યો ઈ તને ક્યાં

ખબર હતી ?'

ક્રિષ્નાના આ પ્રશ્નનો ઉત્તર મારી પાસે ન હતો. હું કંઈ બોલું એ પહેલાં તેણે ફરી કહ્યું, 'અમાસને દરિયેય તને તરતાં આવડે છ ઈ ખબર છે મને.'

હોડી બરાબર ચાલવા માંડી એટલે ક્રિષ્ના નવરો પડ્યો. આવીને મારી પાસે બેઠો. તેની વાતથી મને થોડું લાગી આવ્યું છે તે તેને સમજાયું હોય તેવું લાગ્યું.

'તને ગાળ નથ દીધી, નકરી વાત કરી છ. દરિયે એકલું રે'વું અઘરું પડે. ને તોય તેં તો કમાલ બતાવી. આ તો હું દરિયાનું નીમ સમજાવું છ. ખારવો હોય તો વાંહે પડ્યો જ હોય. ઈ પોતાનું નો જુવે. દરિયાનો એને માથે એવો હુકમ.' કહી તેણે દરિયામાં હાથ ઝબોળીને સઢ પર પાણી છાંટ્યું.

તે પ્રભાતે એક ટંડેલ, છતાં સાવ ખારવો ન લાગે તેવો વિચિત્ર ધૂની માણસ અને બીજો સુદૂર મહાનગરનો અજાણ્યો નિવાસી મિત્રો બન્યા.

સમુદ્ર પરનું આકાશ ખૂલતું જતું હતું. ચંદ્ર થોડી વાર પહેલાં જ અસ્ત થઈ ગયો હતો. પરોઢની ઠંડી હવા આછી, ખારી સુગંધ લઈને વહી આવી.

'આ જોઈ લે. બીજી વાર જોવા નંઈ મળે.' ક્રિષ્નાએ મને પૂર્વાકાશે બતાવ્યું. આખું આકાશ રક્તિમ આભાથી ઝળહળતું હતું. દરિયાનું પાણી તે પ્રકાશને ઝીલતું હતું. આ સૌંદર્ય પૂરું માણી લઉં ત્યાર પહેલાં વિપુલ જળરાશિને પેલે પારથી સૂર્યની ઉજ્જ્વળ કિનાર દેખાઈ અને જોતજોતાંમાં સૂર્ય બહાર નીકળી આવ્યો.

૧૨

દૂરથી એક દેખાતો શ્યાલબેટ ખરેખર તો ત્રણ ટુકડામાં વહેંચાયેલો છે. મુખ્ય ટાપુની પૂર્વમાં નાની ખાડી, પછી બીજો નાનો ટાપુ છે. તેના પર દીવાદાંડી, ક્વાર્ટર્સ અને લીલા રંગનાં દરગાહનાં બે મકાનો છે. ત્રીજો ટુકડો પેલા બન્ને ટાપુની ઉત્તરે એકાદ કિલોમીટર દૂર ખડક-રૂપે દેખાય છે. પેલા બન્ને ટાપુ કરતાં આ ત્રીજો ટાપુ થોડો ઊંચો છે. બેટની પાસે ન હોત તો તેને હું માત્ર ખડક કહેત એટલો નાનો. એકદમ સીધા ઊભા ખડકનું મથાળું સપાટ છે. લંબચોરસ શિલા કોઈએ સંભાળપૂર્વક ગોઠવી હોય તેમ દરિયાની થપાટો ઝીલતી ઊભી છે. પચાસેક ફૂટ પહોળો અને એથી બમણો લાંબો ખડક ભૂતકાળમાં કદાચ મુખ્ય ટાપુનો જ ભાગ હશે.

‘આ સામે પડ્યો ઈ બેટ. ઓલ્યા નાના બેટ માથે પીરની દરગાહ છે. વાંહે દીવાદાંડી.’ જે દેખાતું હતું તેનો પરિચય કરાવતાં ક્રિષ્નાએ કહ્યું, ‘ખાડી ખાલી હોય તંયે દરગાયે હાલીને જવાય; નીકર હોડી ઊતરવી પડે.’

‘પેલા નાના ટાપુ પર જવાય છે ?’

ક્રિષ્નો પળ-બે-પળ કંઈ બોલ્યો નહીં. પછી સઢ સંકેલવા ઊભો થતાં બોલ્યો. ‘ઈ ટાપુ નથ, ભેસલો છે. ન્યાં હોડી નો લાગે.’

‘ભેસલો એટલે શું ?’ મેં પૂછ્યું.

‘ભેસલાપીર કે’વાય.’ ક્રિષ્ના બોલી રહે ત્યાં સુધીમાં તો હોડી ટાપુના કિનારે રેતીમાં છીતી ગઈ.

અહીં રેતી એકદમ ઝીણી છે. તેને ધૂળ ન કહેવાય એટલું જ, બાકી ધૂળ જેવી જ ઝીણી રેતના ઢગલા પર અમે ઊતર્યા. પગ કાંડા સુધી રેતીમાં ખૂંચી ગયા.

‘રેતી બહુ છે અહીં તો.’ મેં પરાણે ચાલવાનો પ્રયત્ન કર્યો.

‘આ રેતી નો કેવાય, પણો કેવાય આને. આ બેટ માથે રેતી ક્યાંય નો જડે.’ ક્રિષ્નાએ કહ્યું અને ખડકો પર રમતા બે-ચાર કિશોરોને સાદ કરીને બોલાવ્યા. ‘સમાણ કાઢી લ્યો નાવડામાંથી. દાંડીયે પોગાડજો.’

પણાનો પટ પચાસસાઠ ડગલાં પહોળો હતો; પણ એ પાર કરતાં દમ

નીકળી ગયો હોય તેવું લાગ્યું. ખડકાળ કિનારો આવ્યો ત્યાં હું બેઠો. પેલા કિશોરો સામાન લેવા હોડી તરફ જતા હતા તેમણે ક્રિષ્નાને પૂછ્યું, 'તું કે'તો હો તો હોડી જ દરગાયે લગાડીને સમાણ મૂકી દંઈ.' નાનકડા છોકરાએ ટાપુના ટંડેલને 'તું' કહીને બોલાવ્યો એ મેં નોંધ્યું.

ખડકો ચડીને અમે બેટની ભૂમિ પર પગ મૂક્યો. લાલાશપડતી માટી અને પથરાળ જમીન પર ડગ માંડતા અમે પૂર્વના નાના ટાપુ તરફ ચાલ્યા. ખાડી ત્યારે ખાલી થઈ ગઈ હતી. અમે મોડા પડ્યા હતા. સમયસર આવ્યા હોત તો હોડી આ ખાડીમાં છેક દીવાદાંડીની લગોલગ લાગત. અત્યારે હોડી દરગાહથી દૂર દરિયામાં ઊભી છે. પેલા કિશોરો કેડ સમાણા પાણીમાં ચાલીને મારો સામાન કિનારે લાવી મૂકે છે.

અમે દીવાદાંડી પર પહોંચ્યા તો ચાર-પાંચ યુવાનો ઓટલા પર બેઠેલા જોયા. મને આવતો જોતાં તેઓ ઊભા થઈને મારી તરફ આવ્યા.

'હું નિખિલ.' એક યુવાને પોતાનો પરિચય આપ્યો. ઘણા સમયે મેં જાણે કોઈક પરિચિત-સમું નામ સાંભળ્યું પરિચિત પહેરવેશ જોયો, પરિચિત વર્તન જોયું. મારું મન આનંદિત થઈ ઊઠ્યું. મેં ઉમળકાથી નિખિલનો હાથ હાથમાં લીધો. ક્રિષ્ના મને ત્યાં જ મૂકીને નીચે દરગાહ તરફ ગયો.

'હું એસ્ટેટ બંગલે રહું છું.' મેં મારી ઓળખ આપી.

'અમે મોટા બંદરેથી આવ્યા. આ સૌમિલ ત્યાં પૉર્ટ ઑફિસર છે.' નિખિલે બીજા યુવાનનો પરિચય કરાવ્યો, 'અને આ બન્ને મારા મહેમાનો છે. બોટ આ તરફ આવતી હતી એટલે બેટ પર ફરવા આવ્યા.' મેં બાકીના યુવાનો સાથે હાથ મેળવ્યા અને સૌમિલને કહ્યું, 'આટલી નાની ઉંમરે પૉર્ટ સંભાળવા જેવી સિદ્ધિ બદલ અભિનંદન!'

અમે આગળ કંઈ વાત કરીએ ત્યાર પહેલાં દીવાદાંડીના ક્વાર્ટરમાંથી એક વધુ યુવાન બહાર આવ્યો. 'હેલો, ડૉક્ટર.' તેણે નિખિલને કહ્યું, 'હું તૈયાર છું. નીકળીએ હવે.' પછી તે મારી તરફ ફર્યો, 'આ ક્વાર્ટર મારું જ છે અને હું એકલો છું. તમે ઇચ્છો તેટલું રહી શકશો. ચોકીદાર બધું કરે છે એટલે કોઈ વાતની ચિંતા નથી.'

'તમે મને કહો છો?' મેં શંકા વ્યક્ત કરી.

'તમને જ તો. તમારી વ્યવસ્થા કરવાનો સંદેશો બે દિવસ પહેલાં ભરવાડ આપી ગયો છે. બંગાળીબાબાના મહેમાન તે તમે જ ને?'

'હા, હું જ.'

'આ બધું તમારું જ માનજો. હું તમારી સાથે રોકાત, પણ મારે મોટા

બંદરે જવાનું છે, સાહેબ સાથે.' તેણે સૌમિલ તરફ સંજ્ઞા કરતાં કહ્યું, 'અમે બેટના માણસો માટે મેડિકલ કેમ્પ અને બીજી થોડી-પ્રવૃત્તિ વિચારીએ છીએ. એક ફિલ્મ-શૉ ગોઠવ્યો છે. થોડું શિક્ષણ જેવું પણ કંઈક કરીશું.'

'સારી પ્રવૃત્તિ કરો છો.' મેં કહ્યું.

'આ તો હજી પ્રયોગ છે. બધાંને ગમશે તો વારેવારે આવું કંઈક કરીશું. આ ડૉક્ટર ભારે ઉત્સાહી છે.

હું બેટ પરથી, ચોકીદારને મોકલું છું. દયારામ નામ છે. તે બધું જ કરશે.'

વાત પૂરી થતાં તેઓ બધા ગયા. ક્રિષ્ના નીચે દરગાહ પર ગયો હતો તે પાછો આવ્યો, 'દરગાયે રે'વું હોય તોય વાંધો નથ ને આંય દયારામ હાર્યે રે'વું હોય તોય વાંધો નથ. હું બેટ માથે જાઉં, સાંજુકનો આવીસ.' કહી ક્રિષ્ના પણ ગયો. પેલા કિશોરો મારો સામાન લાવ્યા અને ક્વાર્ટરના પગથિયે સામાન મૂકીને ચાલતા થયા.

ક્રિષ્ના મને એકલો છોડીને જતો રહ્યો તે કરતાં તે મને સાથે લઈ ગયો હોત તો વધુ ગમત. હું આસપાસ થોડું ફર્યો. દીવાદાંડી પાછળના સમુદ્રતટ પર ઊતર્યો. ભરતી પૂર્ણ રીતે ઊતરી ગઈ હતી. ખાબોચિયાંમાં ભરાઈ રહેલા નાના-નાના સમુદ્રજીવો જોતાં મેં ફર્યા કર્યું. એકાદ કલાકે ઉપર આવ્યો ત્યાં ઊંચો પડછંદ ભરાવદાર શરીરવાળો માણસ ક્વાર્ટરને સાંકળ વાસતો હતો.

'દયારામ ?' મેં પ્રશ્નાર્થ સ્વરે તેને બોલાવ્યો.

'બોલો, સા'બ!' કહેતો તે મારી પાસે આવીને ઊભો, 'ખાવામાં સું બનાવવું છ ?'

'કંઈ નહીં. બને તો ચા બનાવી આપો.'

'આંય બધું બને. મોટામોટા સાયેબું આંય જ રેય છ. બધું રાખવું પડે.' તે ચા બનાવવા ક્વાર્ટરમાં ગયો. હું બહાર રેતીમાં પગ લંબાવીને દરિયા તરફ જોતો બેસી રહ્યો.

ચા પીને મેં લંબાવ્યું. ઉજાગરો, મુસાફરીનો થાક અને નીરવ શાંતિએ મને નિદ્રામાં ખેંચી લીધો. જાગ્યો ત્યારે ચાર વાગવા આવ્યા હતા. દરગાહ પર જઈને ફકીરને મળવાની ઇચ્છા થઈ. પગથિયાં ઊતરીને નીચેની કેડી પર થોડું ચાલીએ એટલે દરગાહે પહોંચાય. દરગાહ પરનાં તમામ મકાનો સાવ ખુલ્લાં હતાં. ફકીરનું પોતાનું મકાન પણ સાવ ખુલ્લું. પણ દરગાહ પર કોઈ હતું નહીં. આસપાસ ક્યાંક ગયો હશે માની હું થોડી વાર બેઠો. ત્યાં ક્રિષ્નાની હોડી કિનારે દેખાઈ.

'બેટ માથે જાવું છે ?' ક્રિષ્નાએ પૂછ્યું અને તે દરગાહને પગે લાગ્યો.

'આ ફકીરબાપુને મળી લઈએ એટલે જઈએ.'

'ઈ તો બેટ માથે ગ્યો છે. રાત્યે આવસે.'

આવું સાવ ખુલ્લું-ફટાક ઘર મૂકીને જનારો માણસ મને સમજાયો નહીં, 'આ બધું ઉઘાડું મૂકીને ?'

'તે વાંધો સું છ ? આંય કોઈ નો અડે.'

મને યાદ આવ્યું કે ક્વાર્ટરને પણ તાળું નથી, માત્ર સાંકળ વસાય છે. મને થોડી નવાઈ લાગી.

'ચાલો.' હું ક્રિષ્ના સાથે નીકળી પડ્યો.

આખા ટાપુને ફરીને અમે એકાદ કલાકે ડક્કા પર પહોંચી ગયા. માણસોની અવર-જવર અહીં ઘણી છે. ડક્કાથી દૂર સુધી માછીમારોનાં ઘાસનાં ઝૂંપડાં અને બહાર સુકાતી માછલીઓની વાસથી બેટનું આખું દશ્ય – આખું વાતાવરણ જુદા જ પ્રકારનું લાગતું હતું. ડક્કા પર પાકા મકાનમાં બંદરકચેરી અને એક તરફ વાયરલેસ ઑફિસ.

'તું અહીં રહે છે ?' મેં ક્રિષ્નાને પૂછ્યું.

'ના, અંદર, બેટ માથે રંઈ છૈં.' તેણે મને વાયરલેસ ઑફિસથી આગળ દોર્યો. અહીં નાનકડી ગલી આસપાસ નાનાં પાકાં મકાનો અને ગલીને છેડે પોસ્ટઑફિસ. ઓહ! છેલ્લે પોસ્ટઑફિસ જોયાને પણ કેટલો સમય થઈ ગયો! મને મારી દશા પર સહેજ હસવું આવ્યું. મેં ક્રિષ્નાનો હાથ પકડ્યો, 'ચાલ, અહીં વધુ રોકાઈશ તો હું પણ ખારવો થઈ જઈશ.'

ઢોળાવ ચડીને અમે મથાળે આવ્યા. અહીંથી ટાપુનું ગામ જમણી તરફ રહી જાય છે. ડાબી તરફ ખેતરો, વાડીઓ, પણ વૃક્ષ વગરનો વિસ્તાર.

'ખારવો થઈને તું બેટ માથે કેમ રહે છે ?' મેં અધૂરી વાતનો તંતુ સાંકળતાં પૂછ્યું, 'તું ક્યાં ખેડુ છે ?'

મારા લાંબા વસવાટે હું આ પ્રજાની એક ખાસિયત જાણી શક્યો છું. આમાંના જે માનવીઓ દરિયા પર નભે છે તેઓ ભૂમિ સાથે સંબંધ નથી રાખતા. જેઓ ભૂમિ પર જીવે છે તેઓ દરિયાથી દૂર રહે છે. એક પ્રદેશમાં, એકસાથે જ જીવવા છતાં એકબીજાના ક્ષેત્રમાં કોઈ વસવાટ નથી કરતું. લગભગ જળચર-સ્થળચર જેટલી આ જીવનશૈલી સૈકાઓથી ચાલી આવતી હશે.

ક્રિષ્ના જેવો ઉભયચર જીવ ભાગ્યે જ પાકતો હશે.

'ખારવો ગણો તો ખારવો, ખેડુ ગણો તો ખેડુ, બધી કિસ્મતની વાત છે.' કહીને તે હસ્યો.

'તો-તો તારું ઘર જોવું પડશે.' મેં મનની ઇચ્છા વ્યક્ત કરી.

'લેઈ જઈશ ને! તુંને ઘર નો બતાવું તો કેને બતાવું ?' ક્રિષ્નાએ રસ્તા પર પડેલાં કાંટાનું ઝાંખરું એક તરફ કરતાં કહ્યું, 'પાછો બંગલે વયો જા ઈ પેલાં ઘેર લઈ જાઈસ.'

બેટની વચ્ચોવચ પસાર થતાં અમે દરિયાના બીજા કિનારા પર ઊતરી આવ્યા. શંખલાં, છીપલાં, રંગ-બેરંગી પથ્થરોનો અઢળક ખજાનો. ક્રિષ્ના બાળક જેવી ઉત્સુકતાથી બધું ઉઠાવી લાવતો અને મને બતાવતો ચાલ્યો. ખાડામાં પુરાઈ રહેલા કરચલા, તારામાછલી અને જળઘોડા તેણે મને બતાવ્યા. અશ્વ જેવું મુખ અને માછલી જેવો દેહ ધરાવતા નાના જળઘોડા જોઈને ચેસની રમતના ઘોડાનું પ્યાદું યાદ આવે. ચાલતાંચાલતાં અમે દીવાદાંડીની સામેના કિનારા પર આવ્યા. સવારે અહીંથી જ ખાડી ઊતરીને અમે આવેલા. અત્યારે પણ ખાડી ખાલી છે. બપોરે ભરતી આવીને ઓટ વળી ગઈ.

'ખાડી ઊતરી જાયેં.' અંદાજ કાઢતાં ક્રિષ્નાએ કહ્યું.

'પણ તારે ઘરે જવાનું ?'

'કાલ વે'લો લેવા આવીસ. અટાણે જાસું તો પાછા રાત પડી જાસે.'

'ભલે, તો તું તારે જા. હું દીવાદાંડી પાસે પહોંચી જઈશ.'

'આયાં ખાડી ભરાવા મંડી. હું મૂકી જાઉં તને.'

અમે ઉતાવળે ખાડી પસાર કરી. સામે કિનારે પહોંચી તરત એ જ ઝડપે ક્રિષ્ના પાછો વળી ગયો. સંધ્યા નમવા આવી હતી. દાંડીનો દીવો ચમકવા માંડ્યો. હું ક્વાર્ટર પર ગયો. દયારામ ઓટલા પર બેઠો હતો તે ઊભો થઈ ક્વાર્ટરમાં ગયો.

૧૩

આજ સવારથી ક્રિષ્નાની રાહ જોતો બેઠો છું. દયારામને મેં કહી દીધું છે કે હું જમવાનો નથી; અમે ક્રિષ્નાના ઘરે અને ત્યાંથી દરિયે ફરવા જવાના છીએ; પરંતુ અત્યારે દશ વાગવા આવ્યા તોયે ક્રિષ્નાનો પત્તો નથી.

'હવે, સાયેબ, ક્યો તો ચૂલો ચાલુ કરું. નિકર ખાડી ઊતરી જાવ. ખાડી ભરાઈ જાસે તો સાંજ લગણ આંય પડ્યા રેવાનું થાસે.' દયારામે કહ્યું.

'સારું.' મેં મારો બગલથેલો ખભે નાખ્યો, 'હું જઉં છું. કદાચ ક્રિષ્ના આવે તો હું ડક્કા તરફ હોઈશ તેમ કહેજે.'

દરિયાકિનારે ચાલીને પણ ડક્કે પહોંચાય છે, પણ બેટની વાડીઓ વચ્ચે થઈને જવાનું મને વધુ સારું લાગ્યું. ખડકો ચડીને હું ઉપર આવ્યો અને નાની-નાની લીલી વાડીઓ વચ્ચેથી ચાલતો ડક્કા તરફ આગળ વધ્યો.

વાડી એટલે નાનું કૂવાવાળું ખેતર. મોટાં વૃક્ષો ક્યાંક-ક્યાંક દેખાય છે. બાકી ઘાસ જેવું કંઈક ઊગ્યું હોય એવી લીલોતરીનું ચોસલું એટલે વાડી. કૂવો ન હોય, લીલોતરી ન હોય તે ખેતર – એવી કંઈક સમજણ અહીંના લોકોમાં પ્રવર્તતી મેં જાણી છે. વાડીમાં ગારમાટીના કે બેલાંના ચણતરવાળી ઝૂંપડી અવશ્ય હોવાની. બહારના ભાગે કોઈ બેઠું હોય, કાં છોકરાંઓ રમતાં હોય. કોઈક-કોઈક સ્થળે માણસો કામ કરતાં હોય. વાવેલું ધાન ઘાસ જેટલું ઊંચું છે. ઓળખતો નથી કે આ શું છે.

એક સ્થળે એક ડોસો ખાટલામાં બેઠોબેઠો હુક્કો ગગડાવે છે. હું તેના ઝાંપે ઊભો રહ્યો, 'દાદા, આ શું વાવ્યું છે?' મેં પૂછ્યું.

'તિકમ. પણ આંય માલીપા આવો ને! અળગા રેઈને સું પૂછવું?' તેણે ઊભા થઈને બીજો ખાટલો લાવી ઢાળ્યો.

'તિકમ?' મેં અંદર જતાં આશ્ચર્યથી પૂછ્યું. અનાજનું આવું નામ મેં ક્યાંય સાંભળ્યું નથી.

'તમારું નામ નંઈ, આતા, આ સું વાવ્યું છ ઈ પૂછે છ.' કહેતી એક કાળી, નમણી યુવતી ઝૂંપડી પાછળથી આ તરફ આવતાં બોલી, 'ભાભો ઓછું સાંભળે છ.'

'ઓ...હો...હો' કરતો ડોસો હસી પડ્યો, 'બંટી વાવી છ. બંટી કે'વાય આને. ને ઓલા વાંહ્યલા પડામાં બાવટો નાખ્યો છ. અમારે આંયાં આવું જ ઊગે. બીજાં ધાન નો ઊગે.'

આ વનસ્પતિને જોતાં જ સમજાઈ જાય છે કે જે કંઈ પણ હોય, એ કનિષ્ઠ પ્રકારનું છે. આવું અનાજ અને ભાંભરું પાણી, સખત મહેનત, ભીષણ દારિદ્ર્ય. સદાકાળ અભાવની વચ્ચે જીવતી આખી એક પ્રજા. ના-ના, પ્રજા માત્ર જીવતી નથી, જીવંત પ્રજા છે. જેને મળો તે કહે છે, 'હાકલા છે બાપા.'

ક્યાંથી આવે છે આ ખુમારીભર્યો ઉત્તર ? ક્યાંથી શીખવા મળ્યું છે આવું દીનતારહિત જીવવાનું ? મારા અત્યાર સુધીના આ વનવાસે મને સમજાવ્યું છે કે પ્રકૃતિ જીવન ટકાવે તો છે જ, પણ તેના સતત સંસર્ગે રહેનારને તો તે જીવન જીવતાં પણ શિખવાડે છે.

ત્રિકમ મારા સામે ઝીણવટથી જોઈ રહ્યો હતો, 'બેટ માથે પેલવારકા આવ્યા ?'

'હા.' મેં પેલી યુવતી તરફ દૃષ્ટિ કરતાં જવાબ આપ્યો.

'છોડી છે છોકરાની. દેવકી.' ત્રિકમે પોતાની પૌત્રીની ઓળખ આપી. 'આણે આવી છ.'

મેં ઘર-ખેતરમાં નજર કરી. મારા મનનો પ્રશ્ન સમજતો હોય તેમ ત્રિકમ બોલ્યો, 'છોડીનાં મા-બાપ ગ્યાં છ નાના બંદ્રે.' પછી પૂછ્યું, 'તમે ન્યાંથી જ આવ્યા લાગો છ. કે પછી મોટા બંદ્રેથી ? પણ મોટા બંદરવાળાઉં તો કાલ વયા ગ્યા.'

'ના.' મેં નકારસૂચક સંજ્ઞા કરી.

'ઈવડા ઈ હાદાભટની હવેલિયેથી આવ્યા છ.' પૌત્રીએ દાદાને કહ્યું. પછી મારા તરફ જોતાં પૂછ્યું, 'ટંડેલ લેવા ગ્યો'તો ઈ જ ને ?'

મેં માથું નમાવીને હા પાડી. દાદો કંઈ સાંભળી શક્યો હોય તેવું ન લાગ્યું.

'ક્યાંથી ?' ત્રિકમે ફરી પૂછ્યું.

'એસ્ટેટ બંગલેથી.' મેં મોટા અવાજે કહ્યું. તે બંગલો અહીં હાદાભટ્ટની હવેલી તરીકે શા માટે ઓળખાતો હશે ? અચાનક મને આશા બંધાઈ કે જે પ્રશ્નો આજ સુધી અનુત્તર છે એ, અવલ, બંગલો, હાદોભટ્ટ – બધાંનું રહસ્ય કદાચ આ ટાપુ પર મળશે.

હું કંઈ પૂછું ત્યાર પહેલાં ત્રિકમે આગળ પૂછ્યું:

'હવેલિયેથી ? તંયે તો વારારૂપથી મછવામાં.'

'ના, વરાહસ્વરૂપથી નહીં, બંગલેથી જ હોડીમાં આવ્યો.' મેં મોટેથી સમજાવ્યું.

ત્રિકમની આંખો પહોળી થઈ ગઈ. 'ન્યાંથી હોડીમાં કોણ લાવ્યું ?' તેના આશ્ચર્યને સીમા ન હતી.

'ક્રિષ્ના - ક્રિષ્ના ટંડેલ સાથે.'

ત્રિકમ ઘડીભર મારા સામે જોઈ રહ્યો, પછી પોતાની પૌત્રી સામે જોતાં કહ્યું, 'આને ટંડેલ લયાવ્યો, સાંભળ્યું, છોડી ?' પછી સ્વગત બોલતો હોય તેમ બબડ્યો, 'ઈ જ હોય, ઈના વિના આવી ગાંડાઈ કોઈ નો કરે.' તેણે હુક્કાનો દમ ખેંચ્યો અને મારા તરફ જોતાં આગળ બોલ્યો, 'પણ દરિયો ઈને માગ મૂકે. ઈ ભેંસલે રાત અમથો રૈ આવ્યો છ !'

અહીં તો રહસ્યોનો તાગ મેળવવાને બદલે નવાં રહસ્યો જન્મતાં દેખાય છે. મારી જિજ્ઞાસા ચરમસીમાએ પહોંચી ગઈ.

'કેમ ? ભેંસલા પર રાત્રે ન રહેવાય ?'

'રાત્યે ?' દેવકી વચ્ચે બોલી, 'અરે દા'ડેય કોઈ જઈ તો જુવે! ઈ કાંઈ જેવાંતેવાં સત છે ? દરિયો ઈના થાનકે આદમીને રે'વાય દેય ?' દેવકી સામા પ્રશ્નો કરવા મંડી, જેના જવાબ મારી પાસે ન હતા.

'થાનક ? ત્યાં મંદિર છે ?' ભેંસલા પર કંઈ જોયાનું મને યાદ ન હતું.

'ન્યાં મંદિર કોણ બાંધે ?' દેવકી જવાબ આપવાને બદલે સામા પ્રશ્નો જ પૂછતી રહે છે, 'ન્યાં જવાય એમ નો હોય પછી મંદિર બાંધે કોણ ?'

'ભાભા,' મેં ત્રિકમને પૂછ્યું. 'આ ભેંસલા માથે કોનું સ્થાનક છે ?'

'દરિયાપીરનું. ઈ જીગ્યા જ દરિયાપીરની. આપણે મનેખને જેમ ઘરબાર હોય ઈમ દરિયાનું ઘર ઠેઠ પતાળમાં હોય. પણ કો'ક વાર દરિયો બારો ફરવા નીકળે. ફરતોફરતો થાકે તંયે પોરો ખાવા આવી જીગ્યાએ જાય. ઊભા દરિયે આવી જીગ્યાઉં હોય ઈને ભેંસલા કે'વાય. વલોવાઈ-વલોવાઈને દરિયાપીર થાકે તે ઘડીયે જે ભેંસલો પાંહે હોય ન્યાં ઊંઘવા પોગી જાય. ઈ વેળા જો આદમી ન્યાં હોય તો દરિયાપીરનું રૂપ ભાળે. પછી તો થૈ ર્યું.' લાંબી વાત કરવાથી ત્રિકમ થોડો હાંફી ગયો હોય તેવું લાગ્યું. તેણે હુક્કો એક તરફ મૂક્યો અને પાણી પીધું.

'શું થઈ રહે ?' ડોસાએ વાત અધૂરી મૂકી તે મને ન ગમ્યું. આવી કપોળકલ્પિત વાતમાં પણ મને કેમ રસ પડ્યો તે ન સમજવા છતાં મેં પૂછ્યું.

'હવે સું થાય ઈ તો જેણે ભાળ્યું હોય ઈ જાણે. આ તો દરિયાપીર કે'વાય. એના થાનકે આદમીને ભાળે ને દરસન આપે તંયે ખીજમાંય હોય ને રીજેય ખરો. જેને રીજે ઈને છોડી દે ને ઈ જીવે ન્યાં લગણ દરિયો એને માગ મૂકે. નો રીજે ઈનું ધનોતપનોત કાઢી નાખે.'

કેટલી અંધશ્રદ્ધામાં જીવે છે આ માનવીઓ! આ પરીકથાઓના કેવા

પ્રદેશમાં આવી ચડ્યો છું હું! ત્રિકમને ધુતકારી કાઢવાની ઇચ્છા અમલમાં મૂકું તે જ પળે મને યાદ આવે છે મારી દાદીમા. તે તો મારા જ સમાજની હતી. એ જમાનામાં અવસ્થાએ પહોંચેલ માણસ ભણ્યું હોય તેટલું ભણેલી પણ હતી, છતાં તેની વારતાનો દરિયો માનવદેહ ધરતો, મનુષ્યો સાથે વાતો કરતો. મારી દાદી પરની મમતાએ મને ત્રિકમનો તિરસ્કાર કરતો રોક્યો; પરંતુ તેની અંધશ્રદ્ધા દૂર કરવાનો પ્રયત્ન તો મેં કર્યો જ, 'દરિયો થોડો આપણા જેવો માણસ છે?'

'તે નથી?' ત્રિકમનો બચાવ કરતી હોય તેમ દેવકી પૂછી બેઠી, 'ઈ વિના આટલાં જનાવરને જિવાડે છ? માણાં નો હોય તો દેવ તો ખરો કે નંઈ?'

દેવકીની વાત કરવાની શૈલી તેની આગવી છે. તેનો પિતામહ પોતાની પૌત્રીને દલીલો કરતી જોઈને ખુશ થતો હતો. તેણે દેવકીની વાતમાં પોતાનો સૂર પુરાવ્યો, 'રામને લંકાયે જાવું'તું ઈ ટાણે હરુભરુ પરગટ કોણ થ્યું'તું? ને આ તમારા ભાઈબંધને રાત્યે ભેંસલા માથે મોઢામોઢ થૈ ગ્યો ઈનું સું?'

ત્રિકમનો ઇશારો ક્રિષ્ના તરફ હતો. ક્રિષ્ના જેવો માણસ આવા ગપગોળા ચલાવવામાં સામેલ હોય તેની મને નવાઈ લાગી. હવે આ આખીયે વાત ક્રિષ્ના પાસે જ કઢાવવી પડશે. તે દિવસે તો તેણે 'ભેંસલો સીધો ઊંચો ખડક છે તેથી ત્યાં હોડી લાગતી નથી.' – એટલું જ માત્ર કહેલું.

'ક્રિષ્ના ક્યાં રહે છે?'

'આ આંયથી તીજી વાડે. કરમદાંના ધુંહા વાંહે ઈનું ઘર.' ત્રિકમે કહ્યું. હું ઊભો થયો.

વાડીમાં ભૂખરાં બેલાંથી બાંધેલું નળિયાં-છાયેલું નાનકડું મકાન બંધ હતું. મેં સામી બાજુના ખેતરમાં તપાસ કરી તો કહે, 'ડક્કે ગ્યાં છ બેય જણ. કયુંનાં ગ્યાં છ. બેલી તો લોટ દળાવા વારારૂપ જાવાની હતી. અટાણ લગણ તો આવવી જોવે.'

હું ડક્કા તરફ જવાનો વિચાર કરું ત્યાં સામેથી માથા પર લોટનો ડબ્બો અને કેડ પર વાંસનો ટોપલો ટેકવીને આવતી ખારવા સ્ત્રી દેખાઈ. લાલ જાડું વસ્ત્ર ગોઠણથી નીચેના પગ ખુલ્લા રહે તે રીતે વીંટાળ્યું છે. માથું અને પીઠ ઢંકાય તેટલી નાની લીલા રંગની ઓઢણી અને પીઠ ખુલ્લી રહે તે રીતે પહેરેલો કમખો. કમખામાં રેશમી ભરત.

બેલી તરીકે હું તેને ઓળખું તે પહેલાં તો તે મને ઓળખી ગઈ.

'હું દરગાયે જ આવતી'તી.' તેણે ટોપલો માથા પરના ડબા ઉપર મૂકી ઝાંપલી ખોલી. હું તેની પાછળ વાડીમાં દાખલ થયો.

ટોપલો, ડબો અને ઈંઢોણી ઓટલા પર મૂકી તે ઘરની સાંકળ ખોલવા

વળી. 'આ ડબો ઘેર મૂકું ઈ જ વાર હતી.' એક અજબ છટાથી તે ઘરમાં ગઈ. હું બહાર ઢાળિયાની પાળી પર બેઠો.

બેલીએ બહાર આવીને મને પિત્તળના ચમકતા કળશામાં પાણી આપ્યું. આધેડ વયની આ સ્ત્રી તેના સમયમાં દૂરદૂર સુધી જાણીતી હોય તો તે નવાઈની વાત નથી. તેના એક એક હલન-ચલનમાં આગવી છટા છે.

તે થાંભલીને ટેકો દઈને જમીન પર બેઠી.

'ક્રિષ્ના ક્યાં છે?' મેં પૂછ્યું.

'ઈ તો ગ્યો દરિયે.' બેલીએ સાવ નિરાંતજીવે કહ્યું, 'ભળકડે વાયલેસ આવ્યો'તો. ક્યાંક થાપડો છૂટી ગ્યો છ.'

ક્રિષ્ના આ રીતે મને છોડીને ચાલ્યો ગયો છે તે જાણીને મને ક્રોધ ચડ્યો. એમાંયે થાપડો છૂટવો એટલે શું તેની તો મને જરા પણ સમજ ન પડી. હું કંઈ કહું તે પહેલાં બેલી માથા પરનું ઓઢણું સરખું કરતી બોલી, 'મને કે'તો ગ્યો છ કે દરગાયે ખબર્ય કરજે, તે હું આવતી જ 'તી.'

'ખરો છે ટંડેલ!' મેં જરા ગુસ્સામાં કહ્યું, 'મને તો કંઈ સમજાતું નથી કે શું કરવું!' બેલી હાજર ન હોત તો મેં ક્રિષ્નાને થોડી વધારે ચોપડાવી હોત.

બેલી મારા સામે જોઈને હસી પડી. તે ઊભી થઈ અને પાળીના સામે છેડે બેસતાં બોલી, 'તે તું સું લેવા અથરો થા છ? ટંડેલ કાંય દ્દાર હાર્યે લઈને નથ ગ્યો. જા, તું વાયલેસમાં જ'યાવ ન્યાં મનરભાય બેઠો હસે. ઈને પૂછી લેજે. ન્યાં લગી હું રોટલો ટીપી લઉં.'

હું ડક્કા પરની વાયરલેસ કચેરીએ ગયો. અંદર ટેબલ પર મૂકેલા વાયરલેસ સેટ પર નમીને ઑપરેટર કંઈક મથામણ કરતો હતો. જમણી તરફ બારી પાસે બાંકડા પર, લાલ-લીલા ચોકડાવાળાં શર્ટ અને વિચિત્ર રંગની લુંગીઓ પહેરીને બે-ચાર માછીમારો બેઠા હતા. એકાદ જણાએ માથા પર ઘેરા લીલા રંગનો રૂમાલ પણ વીંટ્યો છે. એક નાનો ચડ્ડીધારી બાળક સોડાની ખાલી બાટલીઓ એકઠી કરતો હતો.

હું અંદર ગયો કે ઑપરેટરે ઊંચે જોયું, 'આવો.' તેણે એક ખુરશી તરફ ઇશારો કર્યો અને પેલા છોકરાને કહ્યું, 'સોડા લેતો આવજે.'

'તમને પિવરાવી શકાય તેવું આ એક જ પીણું અહીં મળશે. ચા તો અહીં દૂધ વગરની પિવાય છે.' કહેતાં તેણે હાથમાંનાં સાધનો ટેબલ પર મૂક્યાં અને ખુરશીમાં બેઠો. ખલાસીઓ ઊભા થયા. 'લે, તંયે, મનરભાય, કાંઈ ખબર આવે તો કે'વરાવજે.' કહીને ગયા.

'ક્રિષ્ના તમને વરાહસ્વરૂપ ઉતારવાની વ્યવસ્થા કરીને ગયો છે.' ઑપરેટરે

મને કહ્યું, 'તમે બંગલેથી આવ્યા છો તે જ ને?'

'હા.'

'હું મનહર સાવળિયા. અહીં વાયરલેસ ઑપરેટર છું.'

'ક્રિષ્ના ક્યાં ગયો છે?'

'સવારે મોટા પોર્ટ પરથી વાયરલેસ હતો. ત્યાં એક બાર્જ ટગબોટથી છૂટું પડી ગયું છે. બે-ત્રણ ખલાસી બાર્જ પર છે.'

'હં.' મને સમજ પડવા માંડી હતી.

'બાર્જ, અહીં લોકો થાપડો કહે છે તે, સપાટ કન્ટેનર હોય.' મનહરે મને વિગતે સમજાવવા ટેબલની સપાટી પર હાથ ફેરવીને બાર્જના બેઠા ઘાટનો ખ્યાલ આપ્યો, 'આપમેળે ચાલે નહીં. માત્ર સુકાન હોય, એન્જિન ન હોય. ટગબોટ સાથે બાંધીને તેને સ્ટીમર પાસે લઈ જવાય. સ્ટીમર પર માલ ચડાવવા કે સ્ટીમરનો માલ પૉર્ટ પર લાવવા ફેરી સર્વિસ આ બાર્જ કરે.'

'તે છૂટી ગયો?' મેં વચ્ચે પૂછ્યું. કદાચ અમસ્તું જ.

'મોટા પૉર્ટ પર સ્ટીમર લાગતી નથી. બંદર પુરાઈ ગયું છે. સ્ટીમર દરિયે દશેક માઇલ દૂર ઊભી રહે છે. ત્રણ બાર્જ બાંધીને ટગબોટ જતી હતી તેમાં છેલ્લું બાર્જ છૂટી ગયું.'

'નવાઈ કહેવાય. બાર્જ છૂટી જાય અને કોઈને ખબર પણ ન પડે?'

'બેઠા ઘાટનું સાધન દરિયે ઝટ દેખાય નહીં. મોટાં મોજાં હોય ને એમાંય આ તો રાતનો છેલ્લો ફેરો કરતા'તા.'

'હવે? મળશે?'

'મળશે. બધાં નાનાં-મોટાં પૉર્ટને ખબર કરી છે. એક રાતમાં જઈજઈને કેટલે જાય? પણ કંઈ કહેવાય નહીં. પાણી તો ક્યાંનું ક્યાં જાય તે કેમ ખબર પડે? કદાચ આ તરફ નીકળી ગયું હોય તો! એટલે તપાસમાં ખારવા મોકલ્યા છે.'

'ક્રિષ્ના ક્યારે પાછો આવશે?' મારું મન ડંખ્યું. થાપડાના ખલાસીઓ કરતાં મને મારી ચિંતા વિશેષ થાય છે!

'એ તો કેમ કહેવાય! ભાળ મળી જાય તો સાંજે પાછો આવે. ન મળે તો ત્રણ-ચાર દિવસ તો ખરા જ. ખારવો હિંમત ન હારે.' મનહરે કહ્યું અને હસ્યો.

'પણ બાર્જ બીજા બંદરે મળી ગયું હોય તો?'

'તરત જ ખબર પડે. જે-જે મછવા તપાસમાં ગયા છે એ બધા સાથે વાયરલેસ લઈ ગયા છે.'

'સારું, હું જઉં.' કહેતાં હું ઊભો થયો. મનહર પણ ઊભો થઈ કચેરીના

દરવાજા સુધી મારી સાથે આવ્યો. છૂટા પડતાં તેણે કહ્યું, 'તમતમારે જવું હોય ત્યારે કહેજો, મછવો વરાહસ્વરૂપ ઉતારી જશે. ત્યાંથી માણસ મોકલીને કબીરો મગાવી લેજો. કોઈને પણ કહેશો તો જઈને લઈ આવશે.'

'ઓહ !' મને થોડું આશ્ચર્ય થયું. 'કબીરાની ખ્યાતિ બેટ સુધી પહોંચી ગઈ છે ને શું ?' મેં હસતાંહસતાં કહ્યું.

'અહીં વસ્તી ઓછી. જનાવર ઓછાં. કોઈને ત્યાં નવી ગાય આવે તોય ખબર પડે. ખેરા-પટવાના ભરવાડો એટલે અમારાં છાપાં ગણાય. ને ભરવાડ જનાવરની વાત પહેલી કરે.'

'ભલે, હું જઉં. આજનો દિવસ તો રોકાઈશ. ક્રિષ્ના આવી જાય તો મળીને જઈશ, નહીંતર પછી વિચારશું.'

'વાયરલેસ છે. વાત કરવી છે ક્રિષ્ના સાથે ?'

'ના.'

હું પાછો ફર્યો.

૧૪

બેલી લીમડા તળે બેસીને કાંસાની થાળી સાફ કરતી હતી. હું ઝાંપામાં પ્રવેશ્યો. બેલીએ માટીવાળા હાથની હથેળીના પાછળના ભાગથી મુખ પર આવી જતા વાળ પાછળ ખેસવ્યા અને મુખ નમાવીને ઓઢણી આગળ ખેંચી. 'આવી ગ્યો? કાંય ખબર પડી, વીરા?'

'ખબર તો પડી, પણ કંઈ સમાચાર નથી આવ્યા.'

'આવશે એની રીતે. હાલ, રોંઢો કરી લે.' તેણે સાફ કરેલી થાળી ઓટલા પર મૂકી.

'તું?' મેં બેલી સામે જોયું.

'તે હું થોડી ભૂખી રે'વાની છ? તેણે લાકડાની પાટલી ઉપર પોતાનો રોટલો મૂક્યો. 'બેટનાં રિંગણાં મલકમાં વખણાય. આંય ધાન નો ઊગે, પણ રિંગણાં તો ખાધાં હોય તો યાદ રહી જાય એવાં થાય.' કહીને તે જમવા બેઠી.

'બેલી, તારો વર ભારે પરાક્રમી છે.' ભેંસલાવાળી વાત જાણવાની ઇચ્છા મારા મનમાંથી ખસતી ન હતી.

'કાં? તને ડૂબકી મરાવી'તી?' બેલીએ લુચ્ચું હસતાં પૂછ્યું.

'ના, પણ છેક ભેંસલે જઈ આવ્યો એટલે કહું છું.'

અચાનક બેલીની તમામ ગતિ થંભી ગઈ. રોટલાનો ટુકડો હાથમાં જ પકડી રાખીને તેણે ચમકીને મારા સામે જોયું, 'તને ક્યાંથી ખબર્ય? ટંડેલ કાંઈ કેતો'તો?'

'ના, બેટ પરથી વાત સાંભળી; પણ ખરેખર શું બનેલું તે ખબર નથી.' મેં જમીને ઊભા થતાં કહ્યું, 'પણ જાણવું તો છે જ કે શું થયું હતું.'

બેલીનો શ્વાસ હેઠો બેઠો. તે મરકમરક હસી.

'શું થયું હતું, તને ખબર છે?' મેં ફરી પૂછ્યું.

બેલી કંઈ બોલી નહીં. પોતાનું જમવાનું પૂરું કરીને તેણે બધું પાછું વ્યવસ્થિત મૂક્યું. પછી લીમડા તળે ખાટલો ખેંચીને પોતે સામે જમીન પર બેઠી. મને કહ્યું, 'બેસ, ને આડા પડવું હોય તો પડ.'

'સૂવું નથી, પણ પેલી ભેંસલાની વાત જાણવી છે.'

બેલી સ્મૃતિઓમાં ખોવાયેલી હોય તેમ ધીમેથી બોલી, 'વીસ-બાવીસ જેવાં વરહ થ્યાં. અમારાં લગન થ્યાં ઈના ચોથા વરહે મને તાવ આવતો'તો. ઊતરે જ નંઈ. ગલઢેરાંવ કેય, કાં'ક વળગાડ છે.'

'વળગાડ ન હોય, બેલી, ડૉક્ટર પાસે દવા કરાવવી પડે.'

'તે ટંડેલ એમ જ કીધા કરે. ઈ પાછો સાત ચોપડી ભણેલો.'

'પછી ?'

'ઈ ના પાડે કે ભૂવાને નો બોલાવું, ભલે બાઈ મરી જાય; પણ દાક્તર પાંહે જ લેઈ જાંવ. હવે તું જ કે, મને કેવું લાગે ઈ સાંભળીને ?'

બેલી, તેને કેવું લાગ્યું હશે તેનો જવાબ મારી પાસેથી નથી મળવાનો તે જાણતી હોય તેમ મારા બોલવાની રાહ જોયા વગર આગળ બોલી, 'મને થ્યું કે ઈના મનમાં હું નથ. ઈ સારુ જ ઈ ભૂવાને નથ બોલાવતો.'

'અરે ! એવું તે કંઈ હોય ?'

'નો હોય ઈય ખબર હતી, પણ ઈ થાય. તું અસ્રી થા તો જ તને સમજાય.' સ્ત્રીની વેદના સમજવા સ્ત્રી થવું પડે તે વાત હું સારી રીતે સમજી જઉં તેવી અદાથી બેલીએ કહ્યું.

'પછી ?'

'પછી તો હું રોઈ. કીધું, ભૂવાને નો બોલાવ તો કાંઈ નંઈ, પણ મારું મન રેય એટલી એક બાધા રાખ. ને ઈવડો ઈ કેય, "લે, રાખી બાધા દરિયાપીરની. તું નરવી થઈ જા તો દરિયાપીરને નાળિયેર ચડાવીસ." માટીમાં આંગળાં ફેરવતાં વાત આગળ ચલાવી, 'ને હું થઈ ગઈ હરતીફરતી.'

'બાધા ફળી ખરી !' મેં હસીને કહ્યું.

'મુરત કઢાવીને દરિયે જાંયે ઈ જ વાર હતી. ને આગલી રાત્યે ખેરાથી મારી સૈયર આવી. ઈ મને કેયઃ "આદમીનો ભરુસો નંઈ. ખાલીખાલી આપણાંને સમજાવી દેવા બાધાયું રાખે. સાચા મનથી નો રાખે તો આપણાંને સું ખબર પડે ?'

તે રાત્રે બેલી પર શી વીતી હશે તે હું આ ક્ષણે પણ સમજી શકું છું. રીસ, પ્રેમ, શંકા, પ્રેમનું પ્રમાણ મેળવવાની અદમ્ય ઇચ્છા - કેટલીયે મનોવિભાવના આ અભણ ખારવણને ઘેરી વળી હશે. 'ક્રિષ્ના એવું ન કરે એટલી તો તને પણ ખબર હોય ને ?'

'પણ હું તો થઈ ભુરાંટી.' બોલીને બેલી નીચું જોઈ ગઈ, 'કીધું, ટંડેલ, સાચેસાચ તેં આ બેલી સારુ બાધા લીધી હોય તો જા ભેંસલે, ન્યાં નાળિયેર ચડાવ. આંયાં કાંઠા માથે ફેંકી દીધે દરિયાપીરને નંઈ પૂગે.'

'ભારે કરી તેં તો!'

'અમારે બાયુંને તો બોલવું જ છે ને?' કહેતાં બેલીનું મુખ રતૂમડું થઈ ગયું. તેના હોઠ મલકી ગયા. એક સ્ત્રી તરીકેની તેની આગવી સત્તા અને જગતને વશીભૂત કરવાના સામર્થ્ય પરની તેમની શ્રદ્ધા તેના મલકાટમાં સ્પષ્ટપણે દેખાઈ.

'ને ટંડેલ તો ઈ ને ઈ ઘડિયે ઊભો થઈ ગ્યો. કેય, અટાણે ને અટાણે ભેંસલે નો પોગું તો ટંડેલની જાતનો નંઈ! ને ઈ તો ભાગ્યો.'

'અરે!' મારાથી ઉદ્ગાર થઈ ગયો.

'ઓલીપા મારો સાસરો ગયેલો હોડામાં. મારો બાપ ઘરે નંઈ. હું દોડી તિકમકાકાને ઘરે, આંય પાંહે જ રેય છ.'

'ત્રિકમને હું મળ્યો છું.' મેં કહ્યું.

'તે એણે ને મારી બાયે વાંહે દોટ મૂકી; પણ ટંડેલ રોકાય? વયો ગ્યો. અમે દરગાયે પૂગ્યાં ને હોડકાનો દીવો જોયા કર્યો.'

બેલીએ ઊંડો શ્વાસ લઈને વાત આગળ ચલાવી, 'મને તો ઈ ટાણે એવું થઈ ગ્યું કે ટંડેલને કાંઈ નડતર થાય તો હું દરિયે પડીને જીવ આપીસ.' બેલીની વાત સાંભળતાં મારા પણ ધબકારા વધી ગયા.

બેલીના મુખ પર વિષાદ છવાયો, 'અડધી રાત્યે ભેંસલા માથે દીવો દેખાણો તંયે ટાઢક થઈ. બધાં પાછાં ડક્કે ગયાં. આખી રાત બેહી રૂયાં, પણ ટંડેલ પાછો નો આવ્યો. બીજે દિ' ખારવાવ આખો દરિયો ધમરોળીયાવ્યા, પણ નો ટંડેલ મળે, નો ઈની હોડીનો પત્તો!'

થોડી વાર ચૂપ રહીને બેલીએ મારા સામે જોયું, 'ઠેઠ તૈણ દા'ડા કેડે વાંઘ્યલા ભાઠોડામાંથી જડ્યો. આખો લોયલવાણ. કોઈને ઓળખે નંઈ. કાંય બોલે નંઈ. ઈ તો ફકીરબાપુ દરગાયે લઈ ગ્યો. પંદર દા'ડા દરગાયે એકલો રાખ્યો ટંડેલને. બેટનો કોઈ જણ દરગાયે નો જાય એવી જાપતી બેહાડી. ને મહિના કેડે પાછો બેટ માથે મૂકી ગ્યો. આ તે દા'ડાથી મેં કાંઠે રેવાનું છોડી દીધું. ટંડેલનેય સોગન લેવડાવ્યા કે લાંબી ખેપે નંઈ જાય, ખેતી કરસે.'

બેલી ઊભી થઈ, ઘરમાં ગઈ અને પાણીનો ઘડો લાવીને લીમડા તળે મૂક્યો, પછી પાછી માટીમાં પગ લંબાવીને બેઠી.

'પણ ક્રિષ્નાએ ભેંસલા પર શું જોયેલું?'

'ઈ તો ઈનું મન જાણે.' બેલીએ શાંત સ્વરે કહ્યું, 'ને એવું પૂછેય કોણ? ને ઈ કેય કોને?'

'કેમ? તું ન પૂછે? તું એની પત્ની છે.'

'હું પૂછું?' બેલી ગુસ્સે થઈ. બેઠી હતી ત્યાંથી ઊભી થઈને ઓટલા પર બેસતાં તેણે જરા તિરસ્કારથી મારા તરફ જોયું: 'ખારવો-માતર નો પૂછે. અરે! બેટ માથેનું નાનું છોકરુંય નો પૂછે. દરિયેથી મરતો જણ પાછો જડે ઈને કોઈ દિ' ઈ વાત યાદ નો કરાવે. અને તું મને - ઈની ઘરવાળીને કેય છે કે હું કેમ નો પૂછું?'

મેં કંઈ ઉત્તર ન આપ્યો. બેલી ઓટલેથી ઊઠી અને ઘરમાં જતાં મારી પાસે રોકાઈ. ધીમેથી તેણે વિનંતીભર્યા સ્વરે કહ્યું:

'તું વાતની વાતમાંય ટંડેલને આ વાતે કાંઈ નો પૂછતો. તને તું માનતો હો ઈના સોગન છે, પૂછે તો!'

'નહીં પૂછું.' મેં તેની શંકા નિર્મૂળ થાય એવી દૃઢતાથી કહ્યું. પણ તે જ પળે મેં મનમાં ગાંઠ વાળી કે હું જાતે ભેંસલા પર જવાનો પ્રયત્ન જરૂર કરવાનો. સમુદ્ર વચ્ચે ઊભેલા સીધા ખડક પાસે હોડી લાગતી જ ન હોય તો ટંડેલનો દીવો મથાળે દેખાયો શી રીતે? જરૂર કોઈ માર્ગ, ભલે જોખમી, ત્યાં જાય છે. તે શોધવાનો પ્રયત્ન હું જરૂર કરીશ.

'બેલી, હું ક્વાર્ટર જાઉં. ક્રિષ્ના આવે કે તરત ખબર કરજે.' કહીને હું ઊઠ્યો. અચાનક બેલી પાસે જઈને મેં તેના મસ્તક પર હાથ રાખ્યો, 'ચિંતા ન કરતી. ક્રિષ્નાને હું કંઈ નહીં પૂછું.'

૧૫

મારા ચિત્તજગત પર પોતાની અમીટ છાપ છોડી જનારાં સૌંદર્યોમાં આ શ્યાલબેટનું પ્રાકૃતિક રૂપ આગવું સ્થાન પામવાનું છે. દીવાદાંડીના ઝરૂખેથી આખો બેટ નીરખ્યો ન હોત તો ઉજ્જડ ખારાપાટ પાસે, સમુદ્રજળથી ઘેરાયેલા આ નાનકડા ટાપુને હું પૂરેપૂરો ઓળખી ન શકત.

સામેની દિશાએ, ચળકતા સાગરપટ પાછળ વરાહસ્વરૂપની વનરાજિ, ત્યાંથી ઉત્તર તરફ ચાલી જતી ખડકોની હાર, આગળ જતાં પૂર્વ તરફ વળાંક લઈ બેટને અર્ધવર્તુળમાં ઘેરે છે. ખડકો પૂરા થાય એટલે લીલા બાવળોની હાર આવે. જોકે અહીંથી તે સ્પષ્ટ દેખાતી નથી. તેના પછી તરંગોને પેલે પાર એસ્ટેટ બંગલાની ઝાંખી-પાંખી ક્ષિતિજરેખા. વચ્ચે ઊભેલો ભેંસલાનો વિશાળ ખડક. બાકી બધે જ અફાટ લહેરાતો ઉદધિ.

દયારામ દીવાદાંડી સાફ કરે છે. હું તેની સાથે દીવાદાંડીની રચના જોવા ન આવ્યો હોત તો મને ક્યારેય ખબર ન પડત કે અઢાર માઇલ સુધી દેખાતો આ દીવાદાંડીનો ઝબકારો તેના વિશિષ્ટ પ્રકારના કાચને આભારી છે. કાચની પછવાડે પ્રકાશ મૂકવામાં આવ્યો છે તે તો કેરોસીનથી ચાલતી પેટ્રોમેક્સનું મેન્ટલ માત્ર છે. માત્ર થોડાક ફૂટના વિસ્તારમાં પથરાઈ રહે એટલા પ્રકાશને કેન્દ્રિત કરીને ચળકતા પટ્ટા-રૂપે દૂર સુધી લઈ જનાર વિશાળ કાચ પર દર મિનિટે ત્રણ પ્રદક્ષિણા કરે તેવી યંત્રરચના ચાવીવાળી ઘડિયાળમાં હોય તેવાં દાંતાવાળાં ચક્રો પર વજન લટકાવીને કરાઈ છે. અને આમ એક મિનિટમાં, કોઈ પણ એક દિશામાં, અઢાર માઇલ દૂરથી પણ આ દીવાદાંડીનો ઝબકારો ત્રણ વખત જોઈ શકાય.

દરરોજ વજન પાછું ઉપરં લાવવું પડે. કેરોસીન, હવા ટાંકીમાં ભરવાં પડે. કાચને સાફ ચળકતો રાખવો પડે. આ બધું દયારામ સમયસર કર્યા જ કરે છે. હું ઊભો છું બહાર ઝરૂખામાં, આવતી કાલે આ બેટ છોડી જવાના વિચારમાં.

આથમતા સૂર્યનો પ્રકાશ દરિયાને ચમકાવે છે. કિનારે આવીને ભાંગતાં મોજાં આ નાનકડા ટાપુને સફેદ ફૂલોની માળા વચ્ચે ઘેરતાં હોય તેવો આભાસ આપે છે. કાળા ખડકો, પીળો પણો, ટાપુ પરની ઝાંખી માટી, વાડીઓમાં બાવટા-બંટીની લીલી ચાદર, વચ્ચેવચ્ચે રાતાં-કાળાં છાપરાંઓ, વચ્ચે ચાલ્યો જતો ગાડાચીલો. આ

એક જ સ્થળે પ્રકૃતિએ રંગોની સજાવટ કેટલી વિવિધતાસભર કરી છે! બેલીનું ઘર અહીંથી દેખાય છે. ઢાળિયાના છાપરા તળે પાળી પર બેઠીબેઠી કદાચ તે ક્રિષ્નાની રાહ જોતી હશે, કાં 'મનરભાય' પાસે સમાચાર મેળવવા ગઈ હશે.

ક્રિષ્નાની રાહ જોઉં? મને બેટ પર રોકાઈ જવાનું મન થયું.

'લ્યો, હાલો, હવે વખત થયો.' દયારામ કામ પૂરું કરીને કાચની કૅબિનમાંથી બહાર આવ્યો.

'મજા આવે છે અહીં.'

'તો મજા તો આવે જ ને? દરિયા માથે નેવું ફૂટે ઊભા રઈને આ પટ જોવાનું કોને નો ગમે?'

'તને ગમે છે? રોજરોજ એકનું એક કામ, એકની એક જગ્યા. કંટાળો નથી આવતો?'

'દરિયાથી કંટાળે એવું માણસ મેં ભાળ્યું નથી.' દયારામે મારા આશ્ચર્ય વચ્ચે જવાબ આપ્યો.

'તારું ઘર દેખાય અહીંથી?'

'એ દેખાય.' તેણે ગામ તરફ હાથ લાંબો કરતાં કહ્યું, 'આ કોરના છેડે. ઓલા ખાંડણિયા પાંહે.'

'ખાંડણિયો!'

'જુવો ને, આ સા...મે...' તેણે આંગળી ચીંધી, 'ઓલું પાકું મકાન દેખાય એની બાજુમાં. ઈ શગાળશા શેઠની હવેલી. ખાંડણિયો ન્યાં જ છે. તમે હજી જોયો નથી?'

'ના.'

'તંયે બેટ માથે સું આવ્યા?' આંય બધા જાત્રાળુ પેલાવેલા ન્યાં ખાંડણિયો જોવા જ જાય.

'ત્યાં યાત્રાધામ છે?'

'નહીં ત્યારે?' તેણે રૅલિંગનો ટેકો લેતાં કહ્યું, 'ચેલૈયાની વાત તો તમને ખબર છે ને?'

'હા, બહુ યાદ નથી. નાનપણમાં વાર્તા સાંભળેલી.'

'બસ તો, ઈ ચેલૈયાનું માથું એની માયે જેમાં ખાંડ્યું'તું ઈ ખાંડણિયો ન્યાં છે, શગાળશા શેઠની હવેલીમાં. હવે તો ન્યાં ધરમશાળા છે.'

થોડી વાર હું તે મકાનને જોઈ રહ્યો. 'ચાલો ઊતરીએ.' કહીને કૅબિનમાં પ્રવેશ્યો. હજી સૂર્યાસ્ત નથી થયો; પરંતુ નિયમ પ્રમાણે દીવો સાંજના સાડાછથી

સળગવો ચાલુ થઈ જવો જોઈએ. દયારામે મેન્ટલ સળગાવ્યો, પછી અમે દાદર ઊતરી ગયા.

'ચાલ, ખાંડણિયો જોઈ આવીએ.'

'અટાણે ? મોડું નઈં થાય ?'

'થશે. તું તારે ઘેર રોકાઈ જજે. હું પાછો આવી જઈશ.' મેં કહ્યું, 'બાર વાગતાં સુધી ખાડી તો ખાલી જ રહેવાની છે.'

અમે ચાલ્યા.

'દયારામ, તારે ઘેર કોણકોણ છે ?' મેં ખાડીના ખડકો ચડીને કેડી પર આવતાં પૂછ્યું.

'મા જીવે છે. સોમાં ચાર બાકી રૂયાં છ. બાકી અમે બે જણ. છોકરો છે. દુકાન કરી છે. છોડી બે છે. બેયને પરણાવી દીધી.'

'શાની દુકાન છે ?'

'આંય દુકાન એટલે ન્યાં બધું મળે. શાક-બકાલું, સોડા, દાણા-પાણી, કાપડ – જે ચીજ જોવે ઈ બધી મળે. ઘરમાં જ દુકાન રાખી છ. કોદાળી-પાવડાના હાથાય મળે.'

વાતો કરતાંકરતાં અમે ચાલ્યા.

શગાળશા શેઠની હવેલી - ધર્મશાળા દયારામે સાથે ફરીને મને બતાવી. સંધ્યાના ઉજાસમાં મેં ઉત્સુકતાથી બધું જોયું. ચોકમાં વચ્ચે જ પથ્થરનો કોરેલો મોટો ખાંડણિયો હતો. બેટ પર આવડું મોટું પાકું બાંધકામ કદાચ આ એક જ હશે.

દયારામ મને તેના ઘેર પણ લઈ ગયો. તેના પુત્રની દુકાન એટલે ઘરની દીવાલમાં નાનકડી બારી જેવું દ્વાર. બે-ત્રણ ઘોડા પર દાળ, ચોખા, તેલના ડબા, જૂની પતરાની ડાબલીઓ, થોડા કાપડના તાકા અને બે-ચાર ઓઢણીઓ. આ દુકાનમાં બધું મળે, પણ શેર-બશેરથી વધારે ન મળે. થોડું વધારે ખરીદીએ કે દુકાન ખાલી થઈ જાય. દયારામે ખાટલો ઢાળીને ચા મગાવી. ચા પીધા પછી હું પાછો ફર્યો.

'મૂકી જાઉં ?'

'ના, હું ચાલ્યો જઈશ.'

'સંભાળીને જાજો.' દયારામે મને ટૉર્ચ આપી, 'આ ભેગી રાખો. ખાડીએ બરાબર દેખાય, નો દેખાય.'

ગામની નાનકડી ગલીઓ પૂરી થઈ કે તરત ખુલ્લાં ખેતરો વચ્ચેનો ચીલો આવ્યો. હું ગામ બહાર નીકળ્યો કે ડક્કા તરફના માર્ગેથી આવતી બેલી સામે મળી.

'ક્યાં ગઈ હતી ?'

'લે, હજી તું આંય છે ?' તે ઊભી રહી, 'હું તો ગઈ'તી મનરભાય પાંહે, ખબર જાણવા.'

'હું દયારામ સાથે ધરમશાળાએ ગયો હતો. કંઈ ખબર આવ્યા ?'

'ના.' બેલીએ ચિંતાભર્યા સ્વરે કહ્યું, 'થાપડા માથે પાણીય નો હોય. માલ ભર્યો હોય ઈમાં કાં'ક ખવાય એવું હોય તો ઠીક, નીકર ખાવાનુંય નો જડે.' બેલીએ ક્રિષ્નાની ચિંતા કરવાને બદલે થાપડાના ખલાસીની ચિંતા કરી.

મને પણ થાપડા પરના ખલાસીઓ સાંભર્યા. મેં તેમને જોયા નથી, ઓળખતો નથી, છતાં તે માનવીઓ અત્યારે વીસ-પચીસ કલાકથી, અફાટ સમુદ્ર વચ્ચે, આશા-નિરાશામાં કેવી હાલતમાં હશે તે કલ્પનાથી હું ધ્રૂજી ઊઠ્યો.

મેં બેલી સામે જોયું. તારોડિયાના ઝાંખા પ્રકાશમાં પણ તેના નમણા ચહેરા પરની ચિંતાની રેખાઓ ઓળખી શકાઈ. તે ધીમેથી બોલી, 'દરિયો થાપડાને રાખશે તો નંઈ, ભરતીમાં કાંઠે લગાડી દેસે, પણ ન્યાં લગી ખાધા-પીધા વગર !'

'બેલી, થાપડો ડૂબે તો નહીં ને ?'

'તોફાન હોય તો બૂડે, નીકર નો બૂડે. પણ ભેખડે ભટકાય તો તૂટી જાય. ઈને હંકારવાનું કોઈ સાધન નંઈ ને!'

'તો પછી પેલા ખલાસીઓ ? તેમને કંઈ થયું તો નહીં હોય ને ?'

'ઈ તો જમીન ભાળે કે તરીને નીકળી જાય, પણ કાંઠો ઢૂંકડો હોય તો.' બેલીનો સ્વર બદલાયો, 'દરિયે ગયેલું માણાં પાછું નો આવે ન્યાં લગણ વાટ જોવાય. ઈ બૂડી ગ્યું ઈનો સબૂત નો મળે ન્યાં લગણ વાટ જોવી પડે, પછી ભલે જલમારો વીતી જાય.'

વાતાવરણમાં ઉદાસી છવાઈ ગઈ. સમુદ્ર પર શુક્રની ટીલડી ઝગમગી ઊઠી. મેં બેલીને બીજી વાતમાં ખેંચવા કહ્યું, 'જો, બેલી, પેલો શુક્રનો ગ્રહ. કેવો સરસ ચમકે છે !'

'કયો ? આ ફાનુસ ?'

શુક્રનાં મેં એકથી વધુ નામો સાંભળ્યાં છે, પણ આ 'ફાનુસ' શબ્દ આજે બેલીના મુખે જ સાંભળ્યો.

'એને ફાનુસ કહો છો ?' મેં ખાતરી કરવા પૂછ્યું.

'તે નથ દેખાતો ફાનુસ જેવો ?' બેલીએ કહ્યું અને બીજી દિશામાં હાથ કરીને કહે, 'જો, ઓલા મછવાના ફાનુસ!'

દરિયા પર થોડી ઊંચાઈએ દીવા દેખાયા. બેલીએ આગળ કહ્યું, 'આ

લગીર ઊંચો છે, પણ હમણે હેઠો આવસે તંયે ઈ ફાનુસ જેવો જ લાગે. વાટ જોતું હોય ઈ છેતરાઈ જાય.' બેલીએ મારી સામે જોયું, 'ઈનું બીજું નામ છોકરાં-ઢીબણિયો. મા આખો દિ' કામ વેંઢારીને થાકી હોય. ઘરમાં ખાવાનું ઠેકાણું નો હોય. ઘરવાળો ગ્યો હોય હોડામાં. ઈમાં આ તારોડિયું ઊગે ને રમતાં છોકરાં આવે ઘેર. ઈયે થાક્યાં હોય. ઊભાં ને ઊભાં ખાવા માગે, પછી મા સું કરે ? પોતેય રોતી જાય ને ઢીબે છોકરાંવને.'

પ્રકૃતિના સૌંદર્યની કલગી સમી આ શુક્રકણિકાએ મને હંમેશાં મોહ પમાડ્યો છે. તેનું પ્રકાશિત દર્શન મને કેટકેટલી કલ્પનાઓ વચ્ચે દોરી ગયું છે. આજે બેલીની આ વાત સાંભળ્યા પછી શુક્રનું દર્શન સૌંદર્યમંડિત ઉદાસીનતાભર્યું બની ગયું. હવેથી જ્યારે પણ આ સુંદર ગ્રહને હું જોઈશ ત્યારે સમુદ્રમાં ગયેલા મછવાના પાછા ફરવાની રાહ જોતી, ફાનુસ જોવા તલસતી અને પછી હારીથાકીને પોતાનાં જ સંતાનોને અ-માનુષી વ્યથા આપતી સ્ત્રીની અપાર મનોવેદનાનું દર્શન પણ મને થવાનું.

બેલીનું ખેતર આવ્યું. 'બેલી, કાલ હું જતો રહીશ.' મેં જુદા પડતાં પહેલાં જરા રોકાઈને કહ્યું.

'રોકાવું નથ ? ટંડેલને આવવા દે. ઈ પાછો મૂકી જાસે.'

'હવે મોડું થશે. ક્રિષ્ના આવે તો ભરવાડ સાથે સંદેશો મોકલે. હું ફરી ક્યારેક આવીશ.'

'અંધારે ખાડી ઊતરાસે ?' બેલી ઝાંપે અટકી, 'કે ભેગી આવું ?'

'ના, સાથે ટૉર્ચ છે.' મેં હાથબત્તી બતાવતાં કહ્યું, 'અને હવે તો રસ્તો જાણીતો થઈ ગયો છે,' કહી હું આગળ વધ્યો. અંધકારે પોતાનું સામ્રાજ્ય સ્થાપી દીધું છે, છતાં તારાઓના અજવાળે થોડે સુધી તો સ્પષ્ટ જોઈ શકાય છે. થોડી-થોડી વારે આકાશ ચીરીને પસાર થતો દીવાદાંડીનો તેજસ્વી પ્રકાશપટ રાતના સૌંદર્યને મુખરિત કરે છે. સમુદ્ર પરથી વહી આવતો મંદમંદ પવન, દૂરથી સંભળાતો ઓટનાં મોજાંનો મધુર હાલરડા જેવો મંદ સ્વર અને પગને સ્પર્શતી આ બેટની કાંકરાવાળી સૂમસામ ભૂમિ – સૌંદર્ય માત્ર જોઈને જ માણી શકાય છે તેવી મારી માન્યતા ઓગળી ગઈ છે. આ રમ્ય રાત્રિએ મારી સમગ્ર ચેતનાને પોતાના સૌંદર્યનો અનુભવ કરાવ્યો છે. આ અદ્‌ભુત જગત વચ્ચેથી પસાર થતો હું ક્યારે ખાડી પાસે આવ્યો, ક્યારે ખાડીમાં ઊતર્યો અને ક્યારે મારા ક્વાર્ટર પર પહોંચી ગયો તેનો ખ્યાલ પણ ન રહ્યો. મેં આખા માર્ગે એક વખત પણ ટૉર્ચ સળગાવી ન હતી.

૧૬

ડક્કા પર બેઠોબેઠો ગઈ રાત્રિએ અનુભવેલું શ્યાલબેટનું અપ્રતિમ સૌંદર્ય વાગોળું છું. મછવો દશ વાગ્યે લાગશે. હજી બે કલાક છે. માછલાંની વાસથી દૂર રહેવા અને ચા પીવાના ઇરાદે નાનકડા ગામ તરફ જઉં છું. દયારામની દુકાને પહોંચી જવાય તો ચા પણ મળશે.

'આવો, સાહેબ, બાપુ તો ગ્યા દાંડિયે.' તેના પુત્રે કહ્યું.

'મળ્યો મને તારો બાપુ. હું હવે જઉં છું. મછવા લાગવાને હજી વાર છે એટલે આ તરફ આવ્યો.'

'બેસો,' કહેતાં તેણે પતરાની ખુરશી ખોલીને દુકાનના બારણે જ રસ્તા પર મૂકી. 'હું ચાનું કઈ આવું.'

દુકાનમાં પડેલી રંગીન ચૂંદડીઓ જોતાં અચાનક મને બેલી માટે કંઈક ખરીદવા ઇચ્છા થઈ. જીવનમાં પ્રથમ વખત કોઈ સ્ત્રી માટે કંઈક ખરીદવા બેઠો છું. દુકાનદાર પાસે બે-ત્રણ ચૂંદડી જ છે, પસંદગીને ઝાઝો અવકાશ નથી, છતાં કેટલીયે વખત એકની એક ચૂંદડી હાથમાં લઈ પાછી મૂકી. અંતે દુકાનદારે જ પસંદગી કરી આપવી પડી. 'લ્યો, ચા પીવો તમતમારે. હું આ લાલ ભાતવાળી ચૂંદડી બાંધી દઉં.'

કદાચ મેં પણ એ જ કપડું પસંદ કરવા ધાર્યું હતું તેવા સંતોષ સાથે હું ઊભો થયો. છાપાના કાગળમાં વીંટેલી ઓઢણી લઈને હું બેલીના ઘર તરફ ચાલ્યો. આજે પણ બેલીનું ઘર બંધ છે. થોડી પળ રાહ જોઈને પછી પડોશના ખેતરે ગયો. એક છોકરો માટીમાં લીટા દોરીને એકલોએકલો રમતો હતો.

'બેલી ક્યાં ગઈ છે ?'

'ખબર નંઈ, કામે ગઈ હસે.'

'મારું એક કામ કરીશ ? બેલી આવે તો આ તેને આપજે. દીવાદાંડિયે રહેતો તે ભાઈ આપી ગયો છે તેમ કહેવાનું.' મેં પડીકું તેના તરફ લંબાવતાં કહ્યું.

'તે મને સું લેવા આપ છ ?' તેને નવાઈ લાગી, 'બેલીની સાંકળે ભરવી દે ને!' પછી તે નિર્દોષ હસ્યો, 'આંય કોઈ લઈ નો લે. મૂક તું તારે.'

બેલીના બારણાની સાંકળ પાછળ પડીકું ભરાવીને હું ડક્કા તરફ ગયો.

મછવો લાગી ગયો હતો. મેં ઉતાવળે મારો સામાન ચડાવ્યો. માછીમારો, ભરવાડો અને મજૂરીકામે જતા લોકોનાં ચોક્કસ પ્રકારની વાસવાળાં શરીરો વચ્ચે ગોઠવાયો.

બેટ ધીમેધીમે દૂર સરતો ગયો. વરાહસ્વરૂપ તરફ ન જતાં મછવો તેનાથી એકાદ કિલોમીટર ઉત્તરે એક નાના મહાદેવના મંદિરે લાંગર્યો. અહીંથી ચાલીને વરાહસ્વરૂપ જવાનું હોય છે તે મને ભરવાડે સમજાવ્યું. 'ન્યાં કણે પણો બઉ છે. મછવો લાગે નંઈ. આંયા જ લાગે છ.'

ટોળા સાથે ચાલતો હું વરાહસ્વરૂપ પહોંચ્યો. બે-ત્રણ જણે વગર કહ્યે મારો સામાન ઉપાડી લીધો. ઘણા સમયથી જે સ્થળનો ઉલ્લેખ સાંભળતો આવ્યો છું તે ખરેખર વહાલું લાગે તેવું સ્થળ છે. ખારાપાટના છેડે, ખડકાળ સમુદ્રતટ પર બદામ, વડ, નાળિયેરીઓ અને આસપાસ જુવારના વાવેતરે લીલીછમ વાડીઓ વચ્ચે ઘેરાયેલું પુરાતન મંદિર.

ઈશ્વર, અવતાર, પુરાતત્ત્વ કે સ્થાપત્ય – આ બધાય વિષયો મને ગહન અને મુશ્કેલ લાગ્યા છે. આજ સુધી હું આમાંના કોઈથી ખાસ આકર્ષાયો નથી, પણ આજે આ મંદિર જોતાં લાગે છે કે કોઈ પણ સ્થળને જ્યારે કાળ સાથે સાંકળીને જોઈએ ત્યારે તેનું આકર્ષણ જાદુની જેમ ચિત્ત પર છવાઈ જાય છે.

પથ્થરના પાકા કોટથી ઘેરાયેલું મંદિર કિલ્લાની વચ્ચોવચ વિશાળ ચોકમાં ઊભું છે. કોટને ઊંચો, કમાનવાળો દરવાજો છે. દરવાજા પર માઢમેડી. કોટની દીવાલમાં જ પથ્થરોની સીડી છે. તે ચડીને કોટની રાંગ પર અને માઢમેડીમાં જવાય છે. બહાર ઊગેલા વડની ડાળો કિલ્લાને વળોટીને ચોકમાં ઝૂકેલી છે.

મંદિર કોણે બંધાવ્યું અને કેટલાં વર્ષ જૂનું છે તે વિશે પૂજારી સહિત દરેક ગ્રામવાસી અજાણ છે. પોતાના દંતૂશળ પર પૃથ્વીને ટેકવી સમુદ્રમાંથી બહાર આવતા વરાહ-અવતારની કાળા પથ્થરની સુંદર મૂર્તિવાળું, આવું વરાહમંદિર આ દેશમાં અન્યત્ર ક્યાંય હશે કે નહીં તેની મને ખબર નથી, પણ અહીં મેં એ પ્રશ્ન પૂછ્યો તો મેં મૂર્ખાઈ કરી હોય તેમ લાગ્યું. જવાબ મળ્યો:

'પ્રથમીને વારારૂપે દરિયેથી બારી કાઢી ઈ જીગ્યા જ આ. પછે મંદિર તો આંયા જ હોય ને, બીજે સું લેવા હોય?'

ખેર! માન્યતાઓ અને વિશ્વાસના પ્રદેશનો હવે હું પણ એક નિવાસી છું. મત્સ્ય, કચ્છપ, વરાહ – જેમજેમ પૃથ્વી પર જીવન પાંગરતું ગયું તેમ તેમ જીવનના દરેક સ્વરૂપને ઈશ્વરનું રૂપ આપનારની ઈશ્વર વિશેની કલ્પના, જીવન વિશેની કલ્પના કરતાં જુદી નહીં હોય તેવું મને લાગે છે.

બપોર પછી નાનકડા ગામમાં ફરીને મંદિરની વય વિશે કંઈ વધુ જાણવા મળે તો જાણવાની ઇચ્છા હતી. એકાદ જણને હવેલીએ મોકલી, કબીરાને મગાવી

લેવાનું પણ ગોઠવવું છે. પણ બપોર થતાં સુધીમાં અનરાધાર વરસાદ તૂટી પડ્યો.

પૂજારીએ મને મેડી સાફ કરી આપી. કિલ્લાની બારીએથી દૂર સુધી ભેખડો પર વરસતો વરસાદ જોઈ રહેવાની મજા પડી. અસંખ્ય મોરલાઓના ગહેકાટથી વાતાવરણ રમ્ય બની ગયું. કેટલાય સમય પછી આ ખુલ્લા ગળે ટહુકો દેતાં પંખીનો અવાજ સાંભળવા મળ્યો. કેટલાક તો આ મેડી બહારના વિશાળ વડ પરથી જ બોલે છે. વરસાદ આખી રાત ચાલુ રહ્યો. સવારે ગામમાંથી બેએક જણ શણના કોથળા ઓઢીને અમસ્તા જ આવીને મને મળી ગયા.

'કાંય કામ હોય તો સાદ કરજો.' કહેતા ગયા. પૂજારીએ પોતાની સાથે જ મારા ભોજનની વ્યવસ્થા કરી આપી. કોઈને સાદ કરવા જેવું કામ પડે તે પહેલાં તો સાંજે વરસાદ થંભી ગયો.

હવે કબીરો અહીં મગાવું તો આવતી કાલે પણ રોકાવું પડે. કોઈ ચાલતો બંગલે જાય અને પાછો આવે તો દોઢેક દિવસ તો થઈ જાય. ગઈ કાલનો વરસાદ મને નડી ગયો. હવે આવતી કાલે સવારે સામાન ઉપડાવીને ચાલી જ નાખવું છે. સાંજ પહેલાં તો બંગલે પહોંચી જવાશે. મેં સામાન પૅક કર્યો અને સવાર પડવાની રાહ જોતાં લંબાવ્યું.

સવારે ઊઠીને જોઉં છું તો કબીરો મેડીના દાદર પાસે ઊભોઊભો જુવારના સાંઠા બટકાવે છે. મને જોતાં જ તેણે હણહણાટ કર્યો અને ચામડી થરકાવી.

સામે મંદિરના ઓટલે બેસીને નૂરભાઈ ચા પીએ છે.

'અરે, નૂરભાઈ! તું ક્યાંથી!'

'કાલ આ પાણી વરસ્યું તો ગ્યો થો બંગલે. ન્યાં ખબર પડી કે તમે બેટથી છૂટ્યા છો ને વારારૂપ પોગ્યા છો, તે હું આંય આવી ગ્યો. તમને તેડવાનું ને ફરવાનું ભેગું થાસે.'

'ક્યારે આવ્યો ?'

'આ ગણો ને, અડધી રાત જેવું થ્યું હસે. આંય મંદિરને ઓટલે સૂઈ ગ્યો' તો. આપણે તો આલ્લા આસરે જ હાલે છ.'

મંદિરના ઓટલા પર અલ્લા આશરે સૂઈ રહેનાર મુસલમાન પઠાણને હું જોઈ રહ્યો. 'એલા, પણ આવામાં રાતે નીકળાય ?' મને આ પ્રદેશનો લહેકો કરવામાં મજા આવતી.

'કબીરાને તો ખાલી હાલવું'તું ને મારો ઘોડો તો રાતની ચોકિયુંમાં રખડેલ, તે તબડાવી મૂકી.'

'ખરો, ભાઈ તું તો!' મેં કહ્યું, 'જા, ગામમાં કંઈક ગરમ મળે તો ખાઈએ. લેતો આવ. ત્યાં હું તૈયાર થઈ જઉં, પછી નીકળીએ.'

'ગરમમાં આ ગાંઠિયા ને ડુંગળી.' તેણે થેલી ઓટલા પર મૂકતાં કહ્યું, 'ધરમનો બાધ નો હોય તો ના'વાનું પછી કરજો, પેલાં ખાઈ લ્યો.'

નાહ્યા વગર ચા-નાસ્તાનો મને વાંધો ન આવ્યો. નાસ્તો કરીને હું કોટની પાછલી ડોકાબારીમાંથી ગળકીને દરિયે ઊતર્યો. અહીં દરિયાકિનારો ખડકાળ છે. દરિયામાં પડીને નવાય તેવું નથી. એક ખડક પર પલાંઠી વાળીને હું બેઠો. દરિયો આવતાં-જતાં મને ભીંજવતો રહ્યો. થોડી વારે નૂરભાઈ પણ ત્યાં આવ્યો.

'મોર જોયા ?'

'જોયા નથી, સાંભળ્યા ખરા. બે દિવસ વરસાદમાં જોવા ક્યાંથી નીકળાય ?'

'ઊભા થાવ, બતાવું.' નૂરભાઈએ કહ્યું અને હું ભીના શરીરે તેની પાછળ ગયો. અમે એક ઊંચા ખડક પર ચડ્યા. પાછળ ભાંગેલા કિનારાનાં કોતરોમાં જોયું તો મોરનાં ટોળેટોળાં! આટલા બધા મોર એકસામટા મેં ક્યારેય જોયા નથી. કદી ફરી જોઈશ કે નહીં તે ખબર નથી. ભરતીમાં ભેખડને અડીને પાછો વળેલો દરિયો જેમને કોતરોમાં છોડી ગયો હશે તે નાનામોટા સમુદ્રજીવોનો ચારો આ મોરલાનું ટોળું ચરે છે. મોર સમુદ્રજીવોને ખાય તે પણ મેં આજે જોયું. ભૂખરી ભેખડોમાં પોતાની રંગછટા વિખેરતા, લાંબાં પીંછાંવાળા આટલા બધા મોર! હું સ્તબ્ધ થઈને જોઈ રહ્યો.

'આને કે'વાય અલ્લાની કુદરત!' નૂરભાઈએ કહ્યું, 'હવે બે-તણ દિ'માં આ પંખીડાં જમીન માથે વયાં જાસે. વરસાદ થ્યો એટલે એને ખાવા જેવુંય ઊગસે.'

મોર જેવા રૂપાળા પંખીડાને જીવન ટકાવી રાખવા સમુદ્રની ભેખડોમાં ભટકવું પડે એટલી હદે ઉજ્જડ થતો જતો આ ખારોપાટ. કદાચ તે હવે પોતાની જીવનશક્તિ ખોઈ બેઠો છે. બાકી હશે તો તે રસાયણોનાં કારખાનાંઓ પૂરું કરશે. પછી આ વડ, બદામડી અને રહીસહી નાળિયેરી પણ રહેશે કે નહીં તે જોવા હું રોકાવાનો નથી. હું વિનાશની ભૂમિકા રચીને જતો રહીશ – આ ધરતીના રહ્યાસહ્યા જીવોને, તેમનું બાકીનું જીવન ટકે ત્યાં સુધી જિવાડવાની જવાબદારી, દરિયાને સોંપીને.

'આ દુનિયા માથે આદમીનો કેર કાંય ઓછો છે ? ઈનું હાલે તો માનાં ધાવણ સૂકવી નાખે.' નૂરભાઈ બોલ્યો.

મારી ખારી, ભીની પીઠ પર જાણે ચાબખો પડ્યો હોય તેવી વેદનાથી મેં મોં ફેરવી લીધું.

'કર્મણ્યેવાધિકારસ્તે'ના ઉપદેશની ભૂમિમાં ઊછરેલો હું ભાંગેલાં પગલે મારું કામ આગળ ધપાવવા બંગલા તરફ જવાની તૈયારી કરવા પાછો વળ્યો. એક પથ્થર ગબડ્યો. તેના અવાજથી ચમકીને એક મોર ટહુક્યો અને પછી અનેક

ટહુકાના પડછંદા કોતરોમાં ફરી વળ્યા.

મંદિરની વાડીમાં મેં મીઠા પાણીએ સ્નાન કર્યું, ભીનાં કપડાં સૂકવ્યાં અને અશ્વ પલાણ્યો,

'માથે રઈને હાલિયેં.' નૂરભાઈએ કહ્યું. પક્ષીઓ જોવા મળે અને બાવળ પાસેની કેડી મળે તો નૂરભાઈ દરિયાકિનારે નહીં ચાલવાનો એ મને ખબર છે.

'આ બે દિ' પાણી પડ્યું એટલે હવે પંખીડાંને ચારો મળી રે'શે!' નૂરભાઈએ કહ્યું, 'જુઓ ઓલું લીલું પંખી.'

ચકલીથી સહેજ મોટું, ઘાટા લીલા રંગે ચમકતું પક્ષી મેં જોયું, 'એની પૂંછડીમાંથી તાર નીકળે છ, જોયું?'

'હા.'

'પતરંગો છે - "બી ઇટર." ' નૂરભાઈએ તેનાં નામ કહ્યાં.

હું ચમક્યો. નૂરભાઈ સામે જોઈને કંઈ બોલવા જઉં તે પહેલાં તેણે કહ્યું, 'જુઓ, જુઓ! એ...એ...એ... આહા!' પતરંગો ઊડ્યો. તેણે ઊડતાં-ઊડતાં જ એક જીવડું પકડ્યું અને ગુલાંટ મારતો પાછો બાવળ પર જઈને બેઠો. તે આખી પ્રક્રિયાને નૂરભાઈ આંખ, હાથ અને અવાજથી અનુસર્યો. મને પણ મજા પડી ગઈ.

'તમે તો, નૂરભાઈ, ભારે જાણકાર! આ વિદેશી નામ પણ શીખ્યા છો ને!' મેં કહ્યું.

'વાંચીવાંચીને જાણિયે. બાકી નામ જાણવાથી સું? ઈને દેખવામાં જ મજા પડે છ.'

'તોય જાણીએ એટલે વધુ મજા પડે. ચોપડીઓ ક્યાંથી લાવો છો આ વેરાનમાં?'

નૂરભાઈએ પોતાની સફેદ ભમરો પર હાથ ફેરવ્યો. 'બચપનમાં, રજવાડાનું રાજ હતું. ઈ ટાણે રાજનો અમલદાર આંય તમે ર્‌યો છ ઈ ક્વાર્ટરમાં રે'તો'તો. મારો બાપ ઈ ટાણે રાજની ચોકીદારીમાં, એટલે હું બંગલે જાતો. ઈ અમલદાર, પાઠકસાહેબ. ઈના ઘરની અસ્રીને પંખીનો બઉ શોખ. મોરલાને હાથમાં ચણ ખવડાવે.'

'તમને પણ એણે શોખ લગાડ્યો, કેમ?' પક્ષી જેવી નજાકતભરી રચના પ્રત્યે આ પઠાણને લગાવ કેમ થઈ ગયો હશે તેનો ઉકેલ મને હવે મળ્યો.

'ઈ ટાણે આંય ઝાડવાં ખરાં. ઈ બેય જણાં ફરવા નીકળે ને મારો બાપ મને લાકડી લઈને હારે મોકલે. ઈ ટાણે કંયેક દીપડાની રાડ્ય થાતી. જંગલ તો ઠેઠ પટવા લગી હતું. તે ઈ બેય હાલ્યાં જાય ને જોતાં જાય. મનેય બતાવે. કિતાબુંય લયાવે. હું ભણ્યો ઈ પાઠકસાહેબ પાંહે. નીકર નિહાળ કોણે ભાળી છ!'

એક મુસલમાન ચોકીદારના છોકરાને પ્રેમથી ભણાવીને આવા સરસ વિષય પ્રત્યે વાળનારાં એ અજાણ્યાં દંપતી પ્રત્યે મને માન થયું. જાણ્યે-અજાણ્યે મારી સરખામણી મેં તે અમલદાર સાથે કરી જોઈ. મને લાગ્યું કે એ જ ક્વાર્ટરમાં રહેવા માટે મારી પૂરી યોગ્યતા નથી.

'હવેલી તો રજવાડાની નથી. મેં જૂનાં દફતરો જોયાં છે.' મને અચાનક યાદ આવ્યું કે નૂરભાઈએ હવેલી રજવાડાની કહી.

'આ પ્રદેશ તો બ્રિટિશ સરકારનો ગણાતો, કોઈ સ્ટેટનો નહીં.' મેં કહ્યું. આવા નિર્જન સ્થળે હવેલી કેમ બની, કોણ તેમાં રહેતું, તે જાણવાની મારી ઇચ્છા બળવત્તર બની.

'મારા અબ્બાજાનના ટેમમાં આંય જંગલું હતાં. મારો બાપ કે'તો કે ઠેઠ પટવાથી લેઈને ડુંગરની ટેકરિયું લગી બધે ખુદાતાલાનું રાજ હતું. ડુંગરની ઓલીપા નવાબી રાજ ને પૂરબમાં રજવાડાની હદ. આ આટલો મલક કોનો ? તો કેય ખુદાનો. બેય રાજવાળાં આવે ને લૂંટાય ઈ લૂંટે. ગામ તો પટવા વિના બીજું નંઈ. મેસૂલ તો સું લેય ? લાકડું લઈ જાય. દીપડા મારી જાય. કંયેક તકરારું થાય, પણ બઉ લાંબું નો હાલે. બેય રાજ સમજે કે કોના બાપનું છે ? લૂંટાય ઈ લૂંટવું.' નૂરભાઈએ વિસ્તારથી જવાબ આપ્યો.

'તો પછી આ હવેલી કોણે બાંધી ?'

મારો પ્રશ્ન અનુત્તર રહ્યો. નૂરભાઈએ ઘોડો ઊભો રાખ્યો. બાવળની કાંટ પાસે જઈ થોડી જગ્યા સાફ કરી. 'આવો છાંયડે, રોટલો ખાઈ લઈએ. પછી હાલિયેં.' તેણે કહ્યું.

૧૭

'હવેલી બાંધી તો રજવાડાવાળાએ, નવાબી રાજે નંઈ.' જમી લીધા પછી ચલમ ફૂંકતાં નૂરભાઈએ અધૂરી વાતનું અનુસંધાન કર્યું.

'એટલે અહીં રાજનો હક થયો ગણાય ને ?'

'કેવી રીતે ? પરિંદું માળો બાંધે ને આખું ઝાડ એનું થોડું થઈ જાય ?' કહી તે હસ્યો. 'હેઠે પોલાણમાં નાગ રે'તા હોય ઈય ઝાડના માલિક. વખત આવ્યે પંખીડાંને મારીય ખાય. આ હવેલીનું એવું થ્યું.'

'કેમ ? કોઈનું ખૂન ?'

'ખૂન તો નંઈ, પણ લડાઈ થઈ જાત. દહ-બાર ભોડાં પડીય જાત. પણ પટવાનો હાદો ભટ્ટ. ઈ વૈદ્યને લીધે ધીંગાણું થાતાં રઈ ગ્યું.'

'બેટમાં પણ બંગલો હાદા ભટ્ટની હવેલી કહેવાય છે.' મને નૂરભાઈની વાતમાં રસ પડ્યો. 'તમે જોયેલા હાદા ભટ્ટને ?'

'નાનો હતો તંયે જોયાનું યાદ છે. પછી તો મારી નોકરી જંગલખાતામાં થઈ. ને પાછો આવ્યો તંયે આંય બધું ઉજડ થૈ ગ્યું'તું.'

'અહીં જંગલમાં, ખારાપાટમાં વળી હવેલી શું બાંધી હશે ?'

'હક કરવા. ને ઉનાળે હવા ખાવા અવાય.' નૂરભાઈએ વાત આગળ ચલાવી, 'રાજનું કુટુંબ ઉનાળે આંય રે'વા આવ્યું ને નવાબને ખબર પડી. ઈણે મોકલ્યો વઝીરનેઃ જાવ, મસલતું કરો, ટંટોફિસાદ કરો, પણ હવેલીનો નિવેડો લાવો.' નૂરભાઈએ ચલમ ખંખેરી. સાફ કરી અને ખિસ્સામાં મૂકી.

અમે ઊભા થયા અને ઘોડા પલાણ્યા. પછી નૂરાએ વાત આગળ ચલાવી, 'વઝીરની વઝીરાણી ફરવાની ભારે શૌકીન. ખાવિંદ જાય ન્યાં હાર્યે જાય. પેટમાં સાતઆઠ મઈનાનો જીવ, તોય કે' મારે દરિયો જોવો છ. કોઈ દિ' ભાળ્યો નથ.' નૂરભાઈએ મારી સામે જોયું, પૂછ્યું, 'અસ્રીહઠને કોઈ પૂગે ?'

પટવાની દિશામાં હાથ લંબાવતાં નૂરભાઈ આગળ કહે, 'મારા વાલિદ કે'તા, આ પટવાની સીમમાં પાલખિયું ઊતરી. ડેરા-તંબૂ નાખ્યા. મશાલુંના અજવાળે રાત્યું જાગતી કરી મૂકી. વઝીર ગ્યો રાજ હાર્યે ગુફ્તગૂ કરવા, પણ કાંય નો વળ્યું, ઉપરથી ડારો દીધો રાજે કે કાલ લગણમાં ડેરા ઉઠાવી લ્યો!'

'પછી ?'

'હવે ધિંગાણાની તૈયારી કરવી કે સું કરવું, ઈમાં વઝીર મૂંઝાણો. વઝીરાણીને કેય કે દરિયો જોવો હોય તો તમે પાલખિયે ચડીને જોયાવો, પછી પાછાં પોગી જાવ નવાબી હદમાં.'

જાણે પરીકથા સાંભળતો બાળક હોઉં એટલા રસથી મારા નિવાસસ્થાનની કથા હું સાંભળી રહ્યો.

'ખુદાનું કરવું તે બાઈ દરિયે જાય ને સામેથી હાદો ભટ્ટ ભીને લૂગડે દરિયો ના'ઈને હાલ્યો આવે. ઈવડો ઈ પાલખી પાંહેથી નીકળ્યો. બંધ પાલખીમાં બાઈને ખાંસી આવી. હાદો ભટ્ટ ઈ ને ઈ જગ્યાએ ઊભો થૈ ગ્યો; 'કેય: પાલખી રોકો!'

'કેમ ?'

'આ તમે પૂછ્યું ઈ જ પાલખીના ચોકિયાતે પૂછ્યું, 'કેમ, ભાઈ ? અંદર કોણ છે ઈ ખબર છે?' નૂરભાઈએ જાણે પોતે જ પાલખીનો રખેવાળ હોય તેવા કડક અવાજે વાત કરી.

'ભટ્ટ માળો ઇલમી આદમી. કેય, "ઈ ખબર નથ, પણ અંદર જે હોય એને બપોર લગીમાં બાળક જલમવાનું છે."' નૂરભાઈએ મારા સામે જોયું, 'લ્યો કરો વાત! બંધ પાલખી. એમાં ઓરતની ખાંસી સાંભળીને આ માણાં આવું કઈને ઊભો થૈ ગ્યો!'

પાલખીવાળાએ ડારો કર્યો, "વઝીરનાં ઘરવાળાં છે; બોલતાં વિચાર કરજે." એવુંય કીધું, પણ ભટ્ટે વાત પકડી રાખી કે, 'હાલ ને હાલ બાઈને હવેલીએ લઈ લ્યો. વાત પૂગી વઝીર પાંહે. ઈય આવ્યો.'

'પછી ખરેખર બાળક જન્મ્યું ?'

'અરે સાંભળો તો ખરા!' એક જમાનામાં પોતે સાંભળેલી વાત આજે મને સંભળાવવાનો આનંદ માણતો નૂરો બોલ્યો, 'વઝીર કેય, "અબી તો સાત મહિને હુવેલે હૈ, સેહત ભી અચ્છી ખાસી હૈ; તેરી બાત મૈં માન કૈસૈ લૂં ? ઔર લે જાઉં તો ભી કહાં – હવેલી મેં ? અપને દુશ્મન કે ઘર મેં ?"'

હાદો ભટ્ટ કેય, "ભાઈ, તું વજીર છો. તારે માથે સુલતાન છે ને ? વેર તો સુલતાનને છે ને ઈનોય સુલતાન ઉપર બેઠો છ. ઈને મનમાં રાખ ને બાઈ સોંપી દે મને. હું લઈને જાઉં એટલે તારે ચિંતા નંઈ. હું તો વૈદ્ય છું. વૈદ્યને કોઈ ભાઈબંધ નંઈ ને કોઈ વેરી નંઈ." નૂરભાઈએ વાત જમાવી.

'પછી ?'

'પછી તો ગ્યા હવેલિયે. ન્યાં રાજનું કુટુંબ આખું હાજર, પછી સું ખામી હોય ? સાંજે દીકરી જલમી. રાજની માએ વજીરાણીને તૈણ મઈના પડદે રાખી. રજવાડું શંકરદાદાને માને, તોય રાજમાએ મુસલમાનના તમામ કાનૂન વજીરાણીને પળાવ્યા. બારેથી મોલવી બોલવીને કુરાનની આયાતું પઢાવી. પેટની દીકરીને રાખે

એમ આ બાઈને રાખી. વાત ગઈ નવાબ પાંહે. નવાબ ખુદ આવ્યો. રાજાનેય મળ્યો. કેય, ''આ ઇલાકો ને હવેલી બધું ભૂલી જાઉં; ઓલો ઇલમી આદમી - હાદો ભટ્ટ મારા રાજમાં મોકલો.'

'વૈદ્ય તો માલામાલ થઈ ગયો હશે?' મેં વચ્ચે કહ્યું.

'થઈ જાત, પણ ઈવડો ઈ ના કઈને ઊભો. એણે કીધું, ''રાજની સેવામાં રે'વું હોત તો મારો દેશ સું કરવા છોડત?'''

'તે હાદો ભટ્ટ પરદેશી હતો?'

'મૂળે રાજસ્થાન – મારવાડ ભણીનો. ન્યાં રાજા હાર્યે બાખડ્યો. પછી ઈ ને ઈનો ભાય બેય નીકળી ગ્યા – કોઈનું રાજ નો હોય ન્યાં રે'શું કે'તા, તે આંય પટવે આવીને ઠર્યા.'

'ખરા માણસો!' મેં વિચાર્યું: આવો પ્રખર જ્ઞાની વૈદ્ય પોતાનું જીવન આવા ઉજ્જડ નિર્જન પ્રદેશમાં વ્યર્થ બરબાદ કરે તેના કરતાં કોઈ મોટા રાજ્યમાં જઈ કીર્તિ, નાણાં અને શિષ્યો મેળવવામાં ખોટું શું છે?

'કાં વિચારે ચડી ગ્યો?' નૂરભાઈએ પૂછ્યું. પછી જાણે મારી વિચારધારા સમજ્યો હોય તેમ બોલ્યો, 'અલ્લાનો આદમી હતો હાદો ભટ્ટ. ઈ રાજને નો ગાંઠે; પણ આ નવાબની ને રજવાડાની દોસ્તી થઈ તે એને લીધે. નવાબે ને રાજાયે બેય મલકનો હક જાતો કર્યો ને હવેલી આપી હાદા ભટ્ટને તાંબાના પતરે. પાંહે બે ખેતરવા જમીન આપી ને પટવામાં કૂવાવાળી વાડી આપી. પણ હાદો હવેલીમાં રે'વાય નો ગ્યો.'

'કેમ? હવેલીમાં રહે તો વાંધો શું પડે?'

'ઈ લાંબી વાત છે.'

'તે આપણો રસ્તોયે ક્યાં ટૂંકો છે? વાત તો પૂરી કરવી પડે.'

'હાદો અઘરો માણાં. આપણી સમજબારો આદમી. ને ઈના કરતાંય ઈને ઘેર ઉમાગોરાણી તૈણ પગથિયાં ચડીને ઊભી રેય એવી.'

'ગોળગોળ વાત ન કરશો. મને સમજાશે નહીં.' મેં કહ્યું.

'હાદો રાજસ્થાનથી આવ્યો તે વેળા ઈના કાકાના છોકરા કેશા ભટ્ટને હારે લાવ્યો'તો. કાકાએ મરતી વેળા કેશાની ભાળવણી ઉમાગોરાણીને સોંપી'તી. ઈવડો ઈ કેશા મૂંગોમંતર. કાંય બોલેચાલે નૈં. ભગતી કર્યા કરે. બે ટાણાં ગોરાણી પાંહે બેસીને ખાઈ લે, બસ. પણ પછી ઝઘડો થ્યો.'

'કેમ?' મારાથી બોલ્યા વગર ન રહેવાયું. મિલકત અચાનક મળે અને પિતરાઈ ભાઈઓમાં ભેદ ન પડે તેવું હું વિચારી ન શક્યો.

'ઈ બધાં દેવાંશી જીવ. આપણી નજર નો આંબે એવાં. ઈને તકરારું નો થાય. લ્યો ને, કેશાની વઉની જ વાત કરો. નાનપણથી કેશાનું નક્કી કરેલું, તોય

લગનટાણે ઉમાગોરાણી જાતે બાઈ પાંહે ગયાં; કેય ''મા, તને પેલાંથી કઈ મૂકું, મારો દેર ભગત છે. સંસારમાં એનો જીવ નથ. તારે ના પાડવી હોય તો ના પાડ. હું માથે રઈને તને બીજે પરણાવી દઈસ. જરાય ભો રાખ્યા વગર બોલ.''

'સાચી વાત છે. એમ જ હોય ને!' મેં વાતને ટેકો આપ્યો.

'પણ કેશાનાં ઘરવાળાંએ નો માન્યું. બાઈ બોલી: ''ભાભી, તમારો હાથ જેને માથે હોય, એણે બીજી વાત વિચારવાની નો હોય. મારા તકદીરમાં હશે ઈ થાશે. મારે ફેર નથ પાડવો.'' આમ એનું લગન થ્યું.'

'પણ એમાં હવેલીમાં ન રહેવા જેવું શું છે?'

'ઈ જ વાત કરું છ હવે. આવી જિગરવાળી ગોરાણી. જે દિ' ભટ્ટને જાગીર મળી ઈ જ રાત્યે ગોરાણીએ વેણ નાખ્યું. પોતાના ખાવિંદને કેય, ''ભટ્ટજી, તમે તો મિલકતવાળા થ્યા ને મારો કેશો રઈ ગયો બાવો. ઈનું ને ઈની વઉંનું મારે સું કરવું? ઈ બેય તમારે નંઈ, મારે ભરોસે તમારી હાર્યે નીકળી આવ્યાં છ.'' '

'અરે વાહ!' મારાથી ઉદ્‌ગાર નીકળી ગયો.

'બસ, થૈ ર્યું.' નૂરભાઈ બોલ્યો, 'ભાર્યે મોટા મનનો આદમી ને ઈથી બમણી જોગમાયા! ગામની સામે હાદા ભટ્ટે પાણી મૂક્યું, ''હું કે મારો વંશ ઈ હવેલીમાં પગ નંઈ મૂકિયે. હવેલી આજથી કેશા ભટ્ટની!'' '

'પછી?'

'ગામવાળા જોઈ ર્યા. પણ ગોરાણી કેય, ''હવેલીથી પેટ ભરાશે કેશાનું? એની જિવાઈનું સું કરશો?'' તો હાદો કે લે, ''પટવાનું ખેતર ને કૂવો આપ્યો કેશાને. મારો વંશ-માતર ઈ વાડિયે હળ નંઈ હાંકે.'' '

વાતમાં ને વાતમાં ઘણો પંથ કપાઈ ગયો. હવેલી નજીક આવી ગઈ. નૂરભાઈએ આકાશ તરફ જોતાં કહ્યું, 'બધા અલ્લાતાલાના ખેલ છે. બાકી આદમી નવાબ હોય કે રાજા, દુનિયા માથે રે'ય એટલા દિ', પછી સું?'

અચાનક મને વિચાર આવ્યો કે અવલને હાદા ભટ્ટ સાથે કંઈક સંબંધ જરૂર હોવો જોઈએ. કોણ હશે અવલ? હાદા ભટ્ટના પેલા ભાઈની પુત્રી કે બીજી કોઈ? અને જો એમ હોય તો નૂરભાઈની વાતમાં તે કેમ ન આવી?

હું કંઈ વધુ પૂછું તે પહેલાં બાવળની કાંટ તરફથી વિષ્નોને આવતો જોઈને અમે અશ્વો થોભાવ્યા.

'નૂરાચાચા, મને કેમ નો લઈ ગ્યા? વરસાદ પછી ફરવા જવાનું તો તમે કહેલું.' કહેતો તે પાસે આવ્યો.

'હવે લઈ જઈ બેટે. હવે લઈ જવાનો તને.' નૂરાએ તેને પોતાના ઘોડા પર ચડાવ્યો અને હું હવેલી તરફ ચાલ્યો ગયો. 'અલ્લાબેલી!' જતાંજતાં મેં હાથ ઊંચો કર્યો.

૧૮

અહીં આવ્યા પછી મેં પરાશરને ચાર-પાંચ પત્રો લખ્યા છે. દરેક પત્રના જવાબમાં તેણે અહીં આવવાની ઇચ્છા વ્યક્ત કરી, ગમે ત્યારે આવી ચડવાનું વચન આપ્યું છે, પણ આજનો મારો પત્ર વાંચ્યા બાદ તે આવ્યા વગર નહીં રહે. મેં શ્યાલબેટ, ભેંસલો, હાદાભટ્ટ અને અવલની વાત પૂરી વિગતે લખી છે. આટલું લાંબું લખાણ કદાચ મેં પ્રથમ વખત લખ્યું.

મારા મનનો ભાર હળવો થાય તે માટે આ કામ અધૂરું મૂકી પાછા ફરી જવાની મારી ઇચ્છાની પણ જાણ કરી છે. મારો રિપૉર્ટ તૈયાર કરવા જ્યારે-જ્યારે લખવા બેસું છું ત્યારે થતી વેદના મેં વર્ણવી છે:

'જે ક્ષણે લખવા બેસું છું, તે પળે મને અંદરથી કોઈ રોકે છે. આ અચલ છતાં વેગવંત ખડકાળ કિનારો, લહેરાતાં ખારાં પાણી, નાનકડા વીરડામાં તબકતાં નિર્મળ જળ અને એવાં જ નિર્મળ નયનોવાળાં ભોળાં માનવી – આ બધાં એકસામટાં આવીને મારા મન પર કબજો જમાવી દે છે.

આ જનહીન ખારાપાટ પર રાત્રિનું ખીચોખીચ તારેમઢ્યું આકાશ પોતાનો ઝળહળતો ખજાનો ખુલ્લો મૂકે છે ત્યારે અહીં અનુપમ સૃષ્ટિનું સર્જન થાય છે. સમુદ્ર, જેમાં હું બાળકની જેમ રમ્યો છું, જેનાં મોજાંઓ પર લહેરાયો છું. આ બધું મને એમ લખવા પ્રેરે છે કે વૃક્ષોનું ન હોવું, ખેડી શકાય તેવી ભૂમિનું ન હોવું અને પાંખી માનવવસ્તીનું હોવું એટલા-માત્રથી કોઈ સ્થળ ઝેરી રસાયણો બનાવવા માટે યોગ્ય નથી બની જતું. પરાશર, વીણા, આ તમને લખું છું તે હું દઢપણે માનું છું. અને મારું કામ મારી માન્યતા – ઇચ્છા વિરુદ્ધનું રહ્યું છે. તમે મને માર્ગદર્શન આપો. અને હું પેલા, મેં અગાઉના પત્રમાં જેના વિશે લખ્યું છે તે બંગાળીને પણ પૂછીશ.'

પત્ર મોકલી પછી મેં બાવાજીને મળવાનું વિચાર્યું. બીજા અઠવાડિયે મને સમય મળ્યો. અને હું નીકળ્યો. ચોમાસા પહેલાંનો વરસાદ પડી ગયે અઠવાડિયું થયું હતું. હવે દશ-પંદર દિવસમાં ખરું ચોમાસું શરૂ થશે. જેઠ મહિનાની પૂનમ કદાચ આજે જ હશે. આખા રસ્તે મારા મનમાં વિગત સમયના અનુભવોની વાતો આવ્યા કરી. જે કામ કરવાના ઉત્સાહથી ભરપૂર હૃદય લઈને હું અહીં આવ્યો હતો, આ પ્રદેશને ધમધમતો કરી દેવાનો ઉમંગ લઈને આવ્યો હતો તે

ઉત્સાહ, તે ઉમંગ જ્યારે ખરેખર તેવું કરવાનો સમય આવ્યો ત્યારે દરિયાની ઓટમાં ઓસરીને ક્યાંનો ક્યાં જતો કેમ રહે છે?

મારે શું કરવું? મારી અનુભૂતિ માત્ર લાગણીવેડા છે? કેમ મને આવું થાય છે? અને આવી અનિર્ણયાત્મક સ્થિતિમાંથી બહાર કેમ આવવું? મારે બાવાજીને આ પૂછવું છે.

બપોરે હું મઢીએ જવા નીકળ્યો. દરિયો મસ્ત બનીને ઝૂલતો હતો. કબીરો ભીની વેળુ પર ખરીઓ દબાવતો દોડ્યે જતો હતો.

મઢીએ પહોંચ્યો ત્યારે બાવાજી ગમાણ સાફ કરતા હતા. ગાયો સવારે ચરવા મોકલી દીધી હોય તે છેક સાંજે પાછી આવશે.

'આવ, દોસ્ત, બેટ માથે જા કર કે આયા?' મને જોતાં બાવાજીએ કહ્યું. 'તું ઉપર જા. થોડી દેરમેં મૈં આતા હૂં.'

હું મઢીએ જઈને બેઠો. થોડી વારે બાવાજી આવ્યા: 'બોલ, કૈસા રહા?'

'બેટ પર મજા આવી.' મેં બેટના અનુભવો ટૂકમાં વર્ણવ્યા. ભેંસલા અને સમુદ્રના સંબંધ વિશે ત્રિકમની માન્યતાની વાત કરી.

'હોતા હૈ, ઐસા ભી હોતા હૈ.' એટલું માત્ર કહીને બંગાળી ચૂપ રહ્યો. મેં વરાહસ્વરૂપમાં જોયેલા મોરની વાત કરી અને પછી મારી મનઃસ્થિતિ વર્ણવી.

'બસ! ઇતની સી બાત પે રોતા હૈ?'

'હું રડતો નથી, મારા મનની મૂંઝવણનો ઉકેલ શોધું છું.'

'તો ફિર લિખ દે રપટ.' તેણે રેતીમાંથી થોડા કાંકરા હાથમાં લીધા અને મારી સામે ધર્યા. 'તેરી યા મેરી કીમત ઇસસે જ્યાદા નહીં હૈ. અપને આપકો ઇતના ઊંચા મત સમજ. જો કામ કરના હૈ, સો કરના હૈ.'

થોડી પળો તે મારી સામે જોઈ રહ્યો, પછી કાંકરા દૂર ફગાવી દીધા અને કહ્યું, 'ચલ થોડા ઘૂમે.'

અમે બન્ને થોડું સાથે ચાલ્યા, પછી દરિયાકિનારે એક ભેખડ પર બેઠા.

'તૂ સોચતા હૈ કે તેરે રપટ લિખને સે યહાં વિનાશ હોગા. ઇસ જગા કા રૂપ બદલ દેગા તૂ? ઔર જો કુછ ભી હોગા ઇસકા જીમ્મા તેરે સર પે રહેગા?'

'કંઈક એવું જ.' હું અચકાયો.

'ભૂલ જા, બચ્ચુ, ભૂલ જા!' બાવાએ મારા ખભે હાથ મૂક્યો અને મસ્તક ધુણાવતાં કહ્યું, 'ઇતના ગલત ક્યોં સોચતા હૈ? તૂ ઇસે કુછ નહીં કરેગા તો ભી યે સબ બદલનેવાલા હૈ.' પછી મારી આંખોમાં જોતાં ઉમેર્યું, 'તૂ ખુદ ભી

બદલા નહીં હૈ ? બોલ, જૈસા આયા થા, આજ વૈસા હી રહા હૈ ?'

'બદલા તો હૂં.' મેં કહ્યું. વીતેલા સમયે મને ક્યાંથી ક્યાં લાવી મૂક્યો છે તેનો વિચાર કરતાં મેં બાવાજી સામે જોઈને ઉત્તર આપ્યો.

બાવાજીએ હાથનો લહેકો કર્યો અને ખોબો બનાવ્યો. 'ઇસકે અંદર પાની રહેગા તો કિતની દેર તક ?'

'ન રહે.' બાવાજી શું કહેવા માગે છે તે સમજવાનો પ્રયત્ન કરતાં મેં કહ્યું.

'બસ, યે તેરે કારખાનેં બનેંગે તો રહેંગે કિતને સાલ ? સૌ ? દો સૌ ? ઔર અનંત કાલ કે સામને યે સૌ-દોસૌ સાલ કી કીમત ક્યા હોગી ?'

'પણ ત્યાં સુધીમાં કેટલુંયે નુકસાન થઈ જશે.'

'પરિવર્તન હોતા હૈ. અચ્છા હૈ યા બુરા યે તો અપનાઅપના નજરિયા હૈ.' કહેતા બાવાજી ઊઠ્યા અને પાછળ હું પણ ઊઠ્યો. અમે રેતીમાં જઈને બેઠા.

'સુન, એક દિન યે ધરતી નહીં થી, ફિર ભી પ્રકૃતિ થી. ફિર ધરતી આગ કા ગોલા થી, ફિર પાની આયા, ફિર પેડ-પૌંધે આયે, મિટ ગયે, ફિરસે બને. પ્રકૃતિ સદા-સર્વદા મુક્ત હૈ. કોઈ ઇસે બાંધ નહીં પાતા ઔર ન ઇસે બિગાડ સકતા હૈ. બસ ઇતના સમજ લે, ફિર લિખ દે તેરી ઇચ્છા મેં આવે સો. જો તેરા કામ હૈ વો તો તુઝે કરના હી હૈ.' કહેતાં તેમણે મને ઊભો કર્યો.

લગભગ સાંજ પડવા આવી ત્યાં સુધી અમે કિનારા પર ચાલ્યા. ખેરાનાં ઝૂંપડાં દેખાયાં ત્યાં સુધી અવનવી વાતો કરતા ફર્યા. બાવાજીની જલદી ન સમજાય તેવી રીતે વાત રજૂ કરવાની ટેવોથી મારે સ્પષ્ટતા માગવી પડતી, પણ તેમની વાત પર વિચાર કરતાં મને સાંત્વના મળતી હોય તેવું લાગતું.

પાછા મઢીએ પહોંચ્યા ત્યારે સામેની દિશામાંથી પંદર-વીસ યુવાનો, બે-ત્રણ યુવતીઓ અને એક કિશોર મઢી તરફ આવતાં દેખાયાં. અવલ તેઓ બધાંની સાથે હતી.

'સ્વામીજી, જાત્રાળુ લાવી છું.' અવલ મઢીના ચોગાનની રેતી પર આવતાં બોલી અને પછી પેલા ટોળાં તરફ જોતાં કહ્યું, 'આ આપણો મુકામ. હવે અહીં જ રાત રોકાવાનું છે.'

બંગાળી અને હું બન્ને જણા પ્રવાસીઓને તાકી રહ્યા – થાકેલા ચહેરાઓ, મેલાં પૅન્ટ-શર્ટ, જિન્સ, વીખરાયેલા વાળ, આંખ પર તડકો ન પડે તેવી ટોપીઓ, પીઠ પર ભેરવાય તેવા થેલા અને હૉકી-લાકડીઓ. 'કોઈ પદયાત્રીઓ હશે.' મેં વિચાર્યું.

'દરિયે જાત્રા લીધી છે. બંગલે આવ્યાં'તાં, ત્યાંથી અહીં લઈ આવી. અહીં રાત રોકાશે.' અવલે બાવાજીને ઉદ્દેશીને કહ્યું.

'યે તુને અચ્છા કિયા લાઈ તો. અબ તૂ હી ઇનકી ફિકર ભી કરેગી. મૈં તો બાવા હૂં. બાવે કો ક્યા? ભજન ગાના ઔર બેઠના.'

'એ બધું થઈ જશે.' અવલે કહ્યું, 'બધું સાથે લાવી છું.' અવલના નિર્ણયો હંમેશાં તેના આગવા હોય છે. બંગલાની બધી જ સગવડ છોડીને આ થાકેલાં યુવાન-યુવતીઓને તે અહીં મઢૂલીએ શા માટે લઈ આવી? વળી અનાજનાં પોટલાં અને તપેલાં તાણી લાવવાં પડ્યાં તે વધારામાં.

'બધાંને ત્યાં જ રોક્યાં હોત તો? ત્યાં બધી જ સગવડ થઈ રહેત.' મેં કહ્યું.

'અહીં જે મળશે તે બંગલે ન મળત.' અવલે તેની આદત મુજબ જવાબ આપ્યો અને પથ્થરો ગોઠવીને ચૂલો બનાવ્યો. અવલને તૈયારી કરતી જોઈને યુવાનો પણ કામે વળગ્યા. બાવળનાં ઝાંખરાં, સૂકાં કરગઠિયાં વીણી લાવીને ચૂલો સળગાવ્યો. બે મોટાં તપેલાં ચૂલે ચડ્યાં. પોટલાં છૂટ્યાં અને ખીચડી-શાક બનવાની તૈયારી થઈ.

અચાનક મને ભાન થયું કે મારું પંદર દિવસનું રેશન એકસાથે ચૂલા પર ચડી ગયું છે. અવલને પોતે કરવાં ધારેલાં કામ માટે બીજા કોઈની પણ મંજૂરી લેવાની જરૂર ક્યારેય સમજાતી નથી. એ તો 'છોકરાંવ, નાઈ-ધોઈ લ્યો.' કહેતી કમ્મર પર હાથ ટેકવીને ચૂલા પાસે ઊભી છે.

વિદ્યાર્થીઓ ઢોળાવ ઊતરીને કૂવે ગયાં. ડોલ સીંચીસીંચીને નાહ્યાં. કપડાં ધોયાં. હસાહસી, મશ્કરી, પ્રવાસના અનુભવોની વાતો. આ બધી ધમાલ અમે શાંત બેસીને જોઈ રહ્યા હતા.

'એય લડકો, અભી શોર-ગુલ મત કરના.' બાવાજીએ કહ્યું અને ઊભા થતાં નીચે રસ્તા પર જોવા લાગ્યા. 'મેરી ગાય માતા આવેગી. ઇતના દંગા દેખ કે ડર જાયેગી.' વિદ્યાર્થીઓ શાંત થઈ ગયાં. ગાયો આવી. થોડે દૂર ઊભી રહી. અવલ નીચે ઊતરી ગાયને કહે, 'આવી જાવ, માવડિયું, બીવા જેવું કાંઈ નથી.' અને બન્ને ગાયો ટોકરી વગાડતી આવી અને ગમાણમાં ગઈ. પાછળ રબારી આવ્યો; તાંબડી લઈને ગાય દોવા ચાલ્યો ગયો.

છોકરાંઓ કૂવેથી પાછાં આવ્યાં. બાવાજીએ બધાંને રેતીમાં બેસાર્યાં. 'અવલ, અબ તૂં ભજન સુના દે, તબ તક તેરા ખાના તૈયાર હો જાયેગા.'

'હું શું ગાવાની હતી, સ્વામીજી! આ છોકરાંવને કહો.' અવલે તપેલાનું ઢાંકણ ખોલી અંદર નજર કરતાં કહ્યું.

'પ્રથમ આ બધાંનો પરિચય કરાવી દઈએ.' નાયક જેવા લાગતા યુવાને કહ્યું, 'બધાં પોતપોતાનો પરિચય ટૂંકમાં આપે.'

'ક્યા પરિચય કરાવોગે, હેં?' બાવાજી આંખો વિસ્તારતા બોલ્યા, 'તૂ સમઝતા હૈ, યહાં કોઈ અનજાના હૈ? ચલો ચલો, ગાના ગાઓ. ભજન ગાઓ. જો આવે સો ગાઓ.'

અવલે ચૂલાનો અગ્નિ ઠારીને કોલસા પાડ્યા. થોડા કોલસા ઢાંકણ પર મૂકી દરિયા તરફની ભેખડ પર જઈને બેઠી. ચંદ્રોદય થઈ ગયો હતો. પીળાશ તજીને ઉજ્જ્વલ પ્રકાશ ધારણ કરતો ચંદ્ર ધીમેધીમે ઉપર આવવા લાગ્યો. ભરતી શરૂ થઈ ગઈ હતી, મોજાં ઊછળીઊછળીને શિલાઓ પર પછડાતાં હતાં. દરિયા તરફ મોં કરીને બધાં છૂટાંછવાયાં બેઠાં.

બાવાજી મઢીમાંથી ઢોલક લઈ આવ્યા અને થાપ આપી. 'બોલો, કૌન ગાતા હૈ?'

'જગદીશ, તું ગા, ભાઈ.' અવલ ખડક પર બેઠીબેઠી બોલી. તેણે અહીં આવતાં સુધીમાં આ બધાંની પરીક્ષા લઈ લીધી લાગે છે.

જગદીશે ભજન ગાયું. નીરવ શાંતિમાં તેનો પહાડી અવાજ ગુંજી ઊઠ્યો. જગદીશ પછી બીજા બે-ત્રણ જણે ગાયું અને છેલ્લે બંગાળીએ ગળું ખોલ્યું. બંગાળી ભાષાનું જ કોઈ ગીત તેણે ગાયું. શબ્દો ન સમજાવા છતાં બધાંનાં મન ડોલી ગયાં. બાવાજી મસ્તીમાં ઝૂમતા ઊભા થઈને નાચવા લાગ્યા. આટલો અનૌપચારિક, સરળ અને પ્રાકૃતિક રાત્રિનિવાસ આ બધાંને બંગલો ક્યારેય ન આપી શકે. અવલ બધાંને અહીં શા કાજે લઈ આવી તે મને હવે સમજાયું. એક જ કિનારે, થોડા કલાકને અંતરે ઊભેલાં બે સ્થાનો: બંગલો અને મઢૂલી વચ્ચેની મૂળભૂત ભિન્નતા સ્પષ્ટ થઈ ગઈ.

સમુદ્ર માનવદેહ ધરે છે તેવી માન્યતાના પ્રદેશમાં હું વસ્યો છું. મેં પોતે ક્યારેય એ વાત માની નથી; પરંતુ આજે, આ સ્થળે, ચાંદનીના અજવાળે છૂટાંછવાયાં બેઠેલાં આ યુવાન-યુવતીઓ, ખડક પર પગ વાળીને ટટ્ટાર બેઠેલી અવલ, રેતીમાં રમતો પેલો કિશોર અને દરિયાકાંઠે ચાંદનીમાં નાચતા સાધુને જોઈ રહેલાં યુવક-યુવતીઓ – આ બધાંને જોઉં છું ત્યારે અચાનક મને શંકા જાય છે કે સમુદ્ર પણ માનવદેહે અમારી વચ્ચે જ ક્યાંક બેઠો છે. કદાચ ઓછા પ્રકાશને કારણે હું તેને ઓળખી શકતો નથી.

અવલ ઊભી થઈ. 'ચાલો, પીરસી લો અને જમી લો.' તેણે કહ્યું. યુવાનોએ વ્યવસ્થા કરી. અવલ ચૂલા પાસે ઊભી રહી. અમે બધાં જમ્યાં. થાકેલાં પ્રવાસીઓનાં પેટમાં અનાજ પડતાં જ જેને જ્યાં જગ્યા મળી ત્યાં રેતીમાં સૂઈ ગયાં.

'અબ તૂ બચ્ચોં કી માયાસે મુક્ત હો.' બાવાએ અવલને કહ્યું.

'સબેરે સબકો દૂધ મિલેગા. તૂ અબ જા. રાતભર ઘરસે બાહર રહેગી

નહીં ઔર કિસીકા દિયા ખાવેગી નહીં. અબ જા, ચલી જા.'

'જી,' અવલે કહ્યું. 'બને તો તમે જાગતા રે'જો.'

જવાબમાં બાવાજીએ આકાશ તરફ આંગળી ચીંધી એ બન્નેની આ સંકેતવાર્તા હું ખાસ સમજ્યો નહીં, પણ મને હવે છેક ભાન થયું કે આ દૂબળી-પાતળી નમણી સ્ત્રી હજી દોઢ-બે કલાક ચાલીને ઘેર જશે, પછી ભોજન પામશે. ઘડીભર મને થયું કે અવલ જો અશ્વસવારી કરતી હોય તો તે કબીરા પર ચાલી જાય અને હું પાછળ ચાલતો જતો રહું. પણ અવલ એ માટે ક્યારેય કબૂલ ન થાય. અમે બન્ને ટેકરી ઊતર્યાં. કબીરો પાછળ દોરાયો.

'ઉપરના માર્ગે ચાલીશું?' મેં પૂછ્યું.

'ના, દરિયે.' મારા તરફ ફર્યા વગર આંખના ખૂણેથી મને જોતાં અવલે કહ્યું, 'આ સાપનો વિસ્તાર છે, અને રસેલ્સ વાઇપરનો ખાસ. દરિયે ચાલીએ તો બીક નહીં. મેં સ્વામીજીને જાગવાનું કહ્યું તે સાંભળ્યું નહીં?'

એકાએક અવલનું નવું સ્વરૂપ મારા સામે પ્રગટ થયું. તે સંસ્કૃતના શ્લોકો બોલી જાણે છે તે મને સ્વાભાવિક લાગેલું. કોઈ પણ સ્થળે સંસ્કૃત જાણનારા તો મળી આવે; પરંતુ આજે અવલના મુખેં 'રસેલ્સ વાઇપર' શબ્દ સાંભળીને મને અસ્વાભાવિક લાગ્યું.

'તું સાપ વિશે જાણે છે?' ભેખડ પસાર કરીને કિનારે આવતાં મેં પૂછ્યું.

અવલ કંઈ ઉત્તર આપે તે પહેલાં ભેખડ પરથી બાવાજીની બૂમ સાંભળી, 'અવલ, મેરે દોસ્તકો સબેરે ભેજ દેના. ઇન લોગોં કે સાથ ચલેગા. એકલિયા તક સાથ ભેજ દૂં એસા સોચતા હૂં.'

અમે ઊભાં રહ્યાં. ''જવું છે આ લોકો સાથે ચાલતા - એકલિયા હનુમાન સુધી? ત્યાંથી પાછી બસ મળશે પટવા સુધીની.' અવલે પૂછ્યું.

'કેટલું થાય?'

'એક દિવસનો રસ્તો છે, કિનારેકિનારે, બારેક ગાઉ થાય.'

'પચીસેક કિલોમીટર કે થોડું વધુ.' મેં અંદાજ બાંધ્યો. 'સારું, જઈશ.' નવો અનુભવ લેવાનો રોમાંચ મારા મનને આનંદિત કરી ગયો.

'આવી જશે પરોઢિયે.' અવલે જવાબ આપ્યો. અને અમે ચાલ્યાં.

'તો સાપ વિશે તું સારું એવું જાણતી લાગે છે.' મેં અધૂરી વાત આગળ ચલાવી.

'જાણું છું ને.' અવલ હસી પડી. 'પણ મદારી જેટલું નહીં.'

'એટલે તું કેટલું ભણી છે?'

'ભણવા જેટલું. પણ સાપ વિશે નથી ભણી. બહારની ચોપડીઓ વાંચીને જાણ્યું.'

અવલની જિંદગી તેની આગવી છે; તેનું મેં પૂરેપૂરું ગૌરવ કર્યું છે. કોઈને પણ અવલ વિશે પૂછપરછ નથી કરી. હાદા ભટ્ટ અને હવેલી અંગે સાંભળ્યા પછી પણ મેં અન્ય કોઈ પાસેથી અવલની વાત જાણવાનો પ્રયત્ન નથી કર્યો. શા માટે તે આવા વગડામાં એકલી વસે છે, તે ભણી છે તો શું, ક્યાં ભણી છે – આવા ઘણા પ્રશ્નોના ઉત્તર આપમેળે ન મળે ત્યાં સુધી હું ક્યારેય નથી શોધવાનો, તેવું મેં મનથી સ્વીકારી લીધું છે; પરંતુ આજે, આ ચાંદની રાતની સહયાત્રા દરમિયાન આમાંના એકાદ પ્રશ્નનો ઉત્તર મળે તો જાણી લેવાની લાલચ હું રોકી ન શક્યો.

વાતની શરૂઆત કેમ કરવી તે અંગે મેં વિચાર્યા કર્યું. ભીની રેતીમાં ચાલતાં-ચાલતાં શબ્દો ગોઠવ્યા. શું પૂછવું, શું ન પૂછવું તે નક્કી કર્યું. અવલ મારાથી આગળ ચાલી જતી હતી.

'અવલ.' મેં તેને અવાજ દીધો.

'બોલો.' પાછળ જોયા વગર ચાલતાંચાલતાં જ તેણે જવાબ આપ્યો. કોણ જાણે કેમ પણ અવલના સ્વરમાં એવું કંઈક હતું કે મને લાગ્યું કે હવે હું શું બોલવાનો છું તેની તેને ખબર છે. આવી લાગણી થતાં સાથે જ મેં વિચારી રાખેલ આખીયે રજૂઆત હવા થઈને ઊડી ગઈ અને આખી વાતમાં ક્યાંય ન ગોઠવેલો પ્રશ્ન હું પૂછી બેઠો, 'છોકરાંઓ બંગલે ક્યારે આવેલાં ?'

અવલ બેતમા થઈને ખડખડાટ હસી પડી. હસતાંહસતાં તેણે આગળ નમીને રેતી હાથમાં લઈને ઉડાડી, પછી ફરીને મારા સામે જોઈને ઊભી રહી.

'તમે ગયા જ હશો ને બધાં આવ્યાં. વિષ્નો ખરો બી મર્યો.'

'કેમ ? શું થયું ?' મેં અવલ સાથે આગળ ચાલતાં પૂછ્યું. તે દરિયા તરફના ભાગે ચાલતી હતી. કબીરો પાછળ ચાલ્યો આવતો હતો.

'બપોરે વિષ્નો દરિયે રમતો હતો. ત્યાં કોણ હોય ? ભાઈ એકલા રમતમાં મશગૂલ હશે, ને આ બધાં આવી ગયાં છેક પાસે. પછી જગદીશે તેને બોલાવ્યો ત્યારે ઊંચે નજર ગઈ.'

'તો ?'

'બાળારાજા ફાટી પડ્યા હોય એમ ભાગ્યા. બાવળિયામાં છોલાતો-છોલાતો આવ્યો વાડીએ. શ્વાસ તો સમાય નહીં. કહે, "દરિયે બાવા આવ્યા છે! થેલામાં છોકરાં પૂરી દીધાં છે! ઓ માડી રે ! મને પકડી જાશે!" કરતો ચીસો પાડીને રડે.'

'બહુ બી ગયો.'

'એટલું ઓછું હોય એમ પાછળપાછળ સરવણ આવ્યો: ''અવલબા, દરિયે ચરિતર થ્યું છ, તમીં હાલો!'' ' અહીંની લોકબોલી અવલ અસ્સલ અદાથી બોલી શકે છે.

'ખરી થઈ!' મેં કહ્યું.

'પછી હું ગઈ દરિયે. ત્યાં આ બધાં મળ્યાં. બધાંને વાડીએ લઈ આવી. વિષ્નોને સમજાવ્યો. એકેએકના થેલા ખાલી કરાવરાવીને બતાવ્યા, કંઈક વાનાં કર્યાં ત્યારે બીતો બંધ થયો. તોય અત્યારે સાથે ન આવ્યો. સાંજે ને સાંજે સરવણ એને પટવે મૂકવા ગયો ત્યારે.'

વિષ્નો કેવો ડરી ગયો હશે તે વિચારતાં હું ચાલતો રહ્યો.

આ નિતાંત નિર્જન સાગરતટ પર વર્ષોથી બે-ચાર જાણીતા ચહેરાઓ સિવાય કોઈ આવ્યું-ગયું નથી. વિષ્નો, એ નાનકડો બાળક પોતાના એકલાના કિનારા પર પોતાનું મનઃસામ્રાજ્ય રચીને તેનો અધિપતિ બન્યો હશે. રેતીના કૂબાના નાનકડા નગરની હદમાં પરીઓ અને સમુદ્રકન્યાઓ સિવાય કોઈનો પણ પ્રવેશ વર્જ્ય હશે. સ્વપ્નસૃષ્ટિની રચનામાં મગ્ન બાળકે અચાનક આ નવતર પ્રાણીઓ જોયાં હશે. તત્ક્ષણ વિષ્નોને ખાતરી થઈ ગઈ કે દાદીમાની વાર્તાવાળી દુષ્ટ ટોળીઓ અજાણી દિશાએથી, સજીવન થઈને આવી પહોંચી છે. એ ટોળકી તેના સામ્રાજ્યને છિન્નભિન્ન કરી નાખશે અને સેનારહિત રાજવીનું અપહરણ હવે હાથવેંતમાં જ થવાનું!

ભલા ! આવું થાય ત્યારે સમ્રાટ સમક્ષ મૂઠીઓ વાળીને ભાગવા સિવાય બીજો કયો વિકલ્પ રહે !

મારી વિચારધારા તૂટી ત્યારે અવલ પાછળની વાડેથી પોતાની વાડીમાં પ્રવેશી. હું હવેલી તરફ ચાલ્યો.

'સવારે તમારે જવાનું છે. અહીંથી ભાતું લેતા જજો. કબીરાને લઈ જજો મઢી સુધી. ત્યાંથી સરવણ લઈ આવશે.' સૂચના આપીને અવલ અંદર જતી રહી.

૧૯

સૂર્ય માથા પર આવ્યો અને સરકીને નમવા તરફ ચાલતો થયો ત્યારે બધાં પૂછવા લાગ્યાં. 'એકલિયા હનુમાન ક્યારે આવશે?'

માહિતી પ્રમાણે તો મંદિર દરિયાકિનારાની સડક પાસે જ છે અને સાંજ ઢળતાં સુધીમાં આવી જવું જોઈએ, પણ અમે બપોરે જમવા બેઠાં તે સ્થળે સમય વધુ ગાળ્યો એથી ઉતાવળે પહોંચવા પ્રયત્નો કરવા પડે છે.

સૂર્યાસ્ત પહેલાં થોડા સમયે દરિયાકાંઠે સફેદ અને ભગવી; બે ધજાઓ ફરકતી દેખાઈ. અમારા પગમાં જોર આવ્યું. થોડાં વૃક્ષો વચ્ચે નાનકડી દેરી છે. મંદિર તો કેમ કહેવાય? આસપાસ વાડ બાંધીને વાડી બનાવાઈ છે. દેરીની બરાબર સામે ગારમાટીનો ચણેલો મોટો ઓરડો. માથે ઘાસનું છાપરું ને દરવાજો વાંસ-સાંઠીનો બંધ છે.

એક રબારીએ અમારું સ્વાગત કર્યું. 'મા હમણેં બારાં નીકળશે. બેહો ઓટલા માથે.'

'મા!' મને વિચાર આવ્યો. બંગાળીએ તો કહેલું 'વિવેકગિરિ કે પાસ રૂકના.' સ્ત્રી હનુમાનની પૂજારણ અને વિવેકગિરિ નામ? મને કંઈક અજુગતું લાગ્યું. પણ મા કદાચ અહીંનાં કોઈ વ્યવસ્થાપક હશે તેમ મન મનાવ્યું અને અહીંની વ્યવસ્થાના નિરીક્ષણમાં પડ્યો.

દેરી બે-ત્રણ ફૂટ ઊંચી ઓટલી પર ઊભી છે. બાજુમાં બીજો વિશાળ ઓટલો છે. કમરાની બાજુમાં પણ એક ઓટલો છે. તેના પર ઘઉંનો ઢગલો પડ્યો છે. દૂર વાડીમાં ચાર-પાંચ ગાયો બાંધેલી છે. ગમાણ પાસે મોટો રૂંછાદાર કૂતરો બેઠોબેઠો અમને જુએ છે.

બધેથી નજર વાળીને મેં સાંઠીના બંધ બારણા સામે જોયું તે ક્ષણે જ દ્વાર ખૂલ્યું. હાથમાં ધૂપદીપથી સજાવેલી આરતી લઈને એક ગૌરવર્ણ, વિદેશિનીએ રેતીમાં પગ મૂક્યો. અમે બધાં થોડી જિજ્ઞાસા અને આશ્ચર્યથી તેને જોઈ રહ્યાં. અમારી તરફ જોયા વગર તે પસાર થઈ. ઓટલી પર ચડીને તેણે દેરીમાં દીવો પ્રગટાવ્યો તે સાથે જ રબારીએ ઝાલર રણકાવી. ન જાણે ક્યાંથી થોડાં મેલાં-ઘેલાં સ્ત્રી-પુરુષો આવી ચડ્યાં અને હાથ જોડીને ઊભાં રહ્યાં.

આવી એકાંત જગ્યાએ આ પરદેશી સ્ત્રીને સાધ્વીસ્વરૂપે જોઈને મને લાગ્યું કે અમે આ કેવીયે જગ્યાએ આવી ગયાં છીએ! પરંતુ ઝાલરનો રણકાર, આરતીનો દીવો, ગાયો અને થોડાં ભલાં-ભોળાં માણસો. થોડી જ પળોમાં અજાણ્યું વાતાવરણ પરિચિત લાગવા માંડ્યું.

સંધ્યા વિદાય લઈ રહી છે. ભૂખરો, નીલ, સફેદ કિનારીવાળો સમુદ્ર થોડા જ સમયમાં માત્ર અવાજથી પોતાની ઉપસ્થિતિ દર્શાવશે. એવા સમયે ઓટલી પર, હાથમાં આરતીનો દીપ, બાવડાં નીચેથી ગોઠણ સુધી પીળી કામળી, માથા પર ભૂખરા વાળની જટાનો અંબોડો અને દેહ પર ભભૂતિ ધારણ કરીને ઊભેલી આ સ્ત્રી આ સ્થળ સાથે, તેના વાતાવરણ સાથે અને દરિયા પર ઝંખવાતા જતા આકાશ સાથે એટલી એકરૂપ ભાસે છે કે તેમાંનું કોઈ એકમેકથી અલગ રૂપે કલ્પી શકાતું નથી. પ્રકૃતિ અને માનવીનું આટલું ભવ્ય સાયુજ્ય મેં ક્યાંય જોયું નથી.

જીવ-અજીવનો ભેદ અહીં લય પામી ગયો છે. ઝાલરના રણકારનું પણ જીવંત અસ્તિત્વ છે – તેવું માનવા હું પ્રેરાઉં છું. ઓટલી, રેતી, વૃક્ષો સમગ્ર વાતાવરણ ચેતનમય ભાસે છે.

મારી એ અનુભૂતિને પ્રમાણિત કરતી હોય તેમ પેલી વિદેશિનીએ દિશાઓની, દરિયાની, વૃક્ષોની, દૂર જઈને ગાયો, કૂતરાની, અમારી અને મધ્યાકાશની આરતી ઉતારી. પછી જેમ આવી હતી તેમ જ પાછી પેલા ગાર-માટીના વિશાળ ઝૂંપડામાં ચાલી ગઈ. આરતીમાં આવેલાં જનો આચમન લઈને વિદાય થયાં. સાંઠીનું બારણું ફરી બંધ થઈ ગયું.

થોડી વાર અમે રાહ જોઈ, પણ કંઈ સળવળાટ ન જણાયો. રબારી પણ ઝૂંપડામાં ચાલ્યો ગયો. આ ખુલ્લા ઓટલા પર રાત તો નીકળી જશે, પણ આ ત્રીસ ભૂખ્યાં પેટનું શું? અહીં તો આરતીનો દીવો અને આચમનના પાણી સિવાય ત્રીજું કશું દેખાતું નથી.

થોડી વારે રબારી બહાર આવ્યો, 'બા બરકે છ.'

અમે ઓરડામાં ગયાં. વિશાળ ઓરડામાં બારણાની સામે જ ગાર-લીંપેલો ઓટલો છે. ઓટલા પર નાનકડો અગ્નિકુંડ ચણ્યો છે તેમાં ધીમોધીમો તાપ બળે છે. જમણી તરફ ત્રિશૂળ ખોસેલું છે અને વેદીની બરાબર પાછળ પદ્માસન વાળી ટટ્ટાર બેઠેલી સાધ્વી આંખો બંધ કરીને કંઈક પાઠ કરે છે. અગ્નિકુંડમાંથી એકાદ તણખો ઊડે તો સાંઠીનું આખું ઝૂંપડું સળગી ઊઠે. જોકે છત સાવ નીચી નથી.

કમરો વિશાળ છે, બધાં આરામથી બેસી શકે તેવો. એક ખૂણામાં ચૂલો છે. ત્યાં પણ સારી એવી મોકળાશ છે; પણ વાતાવરણ થોડું ભય પમાડે તેવું ભેદી લાગે છે. આ પરદેશી સ્ત્રી કોણ જાણે શુંયે કરશે! આ નિર્જન સ્થાનમાં

ખાવાનું ક્યાંથી લાવીશું ? કદાચ આ ત્રિશૂલધારિણી અમને હાંકી પણ કાઢે.

માએ ભાવવાહી આંખો ખોલી અને અમારામાં થોડો સળસળાટ થયો. પછી એટલા જ મધુર સ્વરે, શુદ્ધ પ્રાદેશિક બોલીમાં તે બોલી, 'માસ્તર, ક્યાંથી હાલ્યા છો ?' અમારી આંખો આશ્ચર્યથી ચમકી.

'આ બધાં તો ખૂબ દૂરથી આવે છે. આજે પાંચ-છ દિવસથી ચાલ્યાં હશે. હું આજે જ ભેગો થ્યો.' મેં પણ તેની બોલી બોલવા પ્રયત્ન કર્યો.

'ભાર્યે કરી! આ બાયું, છોકરાં, બધાંય હાલતાં નીકળ્યાં ?'

'હા, બધાં જ ચાલતાં. દરિયાની જાત્રા લીધી છે.' મેં અવલના શબ્દો યાદ કરતાં કહ્યું.

'ભલે, રોકાવું છે ને ?' માએ પૂછ્યું.

ઓ રે ! મારી માવડી! રોકાવાનાં નહીં તો બીજું શું કરવાનાં !

'રાત રોકાવું છે. સવારે ચાલ્યાં જઈશું.'

'ભલે.'

'અમે લગભગ ત્રીસ માણસ છીએ.' મેં પરિસ્થિતિ સ્પષ્ટ કરતાં કહ્યું.

'ભલે.'

'બપોરે થોડો નાસ્તો કર્યો એ જ, પછી કંઈ ખાધું નથી.'

'ભલે.' એટલી જ શાંતિથી સાધ્વી બોલી. આ બે અક્ષરનો નાનકડો શબ્દ કેટલો શક્તિશાળી છે તેનો અનુભવ, જેણે તે આ સાધ્વીના મુખે સાંભળ્યો નથી તે કદી પણ કરી શકવાના નથી. આ લંબગોળ, ભભૂતિ-વિભૂષિત મોં મલકે છે, આંખો નિશ્ચિંત ભાવ ધરે છે અને પછી શબ્દ સરે છે, 'ભલે.' તે સાથે જ તમામ વ્યથાઓનો અંત આવી જતો અનુભવાય છે. હવે કદાચ તે કહે કે, 'ખાવાનું તો આંય કાંય નો જડે' તો અમે ત્રીસેય જણ કહેત, 'ભલે.'

પણ તેણે એવું ન કહ્યું. સ્ફૂર્તિમાન દેહ ઊભો થયો. ચૂલા તરફ ડગ માંડતાં તેણે કહ્યું, 'ભજન આવડે છે ? ગાવ બે-ચાર, ન્યાં લગણમાં હું રાંધી નાખું.' પછી રબારીને કહ્યું, 'વીરા, લોટ બાંધી નાખ્ય. પૂરિયું તળી દઉં.'

અને તે નારી, અજાણ્યાં, ઓચિંતાં આવી ચડેલાં માણસો માટે રસોઈ કરવા બેઠી. નીલિમા, ઊર્વી, અમારી ટોળીનાં સ્ત્રીસભ્યો ઊઠીને માની મદદે ગયાં.

'તમતમારે જાવ, બાયું!' માએ તેમને રોક્યાં, 'આંય અંધારે રાંધતાં તમને નો ફાવે. તમીયેં ચૂલો ક્યાંથી ભાળ્યો હોય ?'

તેણે ધરાર કોઈની મદદ ન સ્વીકારી. ભલા ! અન્નપૂર્ણા તે વળી પોતાનો ભંડાર બીજાને કેમ સોંપવાની ! મગ અને પૂરી તેણે જાતે બનાવીને અમને જમાડ્યાં.

'એઠું વધારતાં નંઈ. વધે તો ગાય-કૂતરાને નો નાખતાં. ઈનું એંઠું ખાવાની તમારી તિયારી હોય તો ખવરાવજો.' જમીને ઊભા થતાં યુવાનોને માએ કહ્યું,

જમીને ઓટલા પર બધાંએ સૂવાની વ્યવસ્થા ગોઠવવા માંડી. થોડી વારે મા આવ્યાં. 'હવે ઊંઘી જાવું છ કે સતસંગ કરવો છ?'

'વાતો કરીએ.' બે-ત્રણ જણે કહ્યું.

એક વિદેશી નારીને આ પ્રદેશની ગ્રામ્ય ભાષા ખૂબ સહેલાઈથી બોલતી જોઈને અમને નવાઈ લાગી. કેટલે દૂરથી, કયા પ્રદેશમાંથી તે અહીં આવી ચડી છે! આ લગભગ જનહીન સ્થાનમાં, થોડાં ઝૂંપડાંવાસીઓ વચ્ચે ગોઠવાતાં તેને કેટકેટલી મુશ્કેલીઓ પડી હશે! સહુથી મોટો પ્રશ્ન તો ભાષાનો કેવો નડ્યો હશે! અમે અમારી મૂંઝવણ કહી.

'લે,' કરતી મા હસી પડી, 'તે બોલી નો આવડે તો તકલીફ સું પડે? એક માણાં બીજા માણાંને ઓળખે નંઈ?'

'પણ તોયે આ બધાં તમારી ભાષા ન જાણે. તમે તેમની ભાષા ન જાણો. મુશ્કેલી તો પડે જ ને!' મેં કહ્યું.

'માસ્તર, કે' જોઈ, તું મૂંગો હો તો સું કર્ય?' જવાબ આપવાને બદલે સામો પ્રશ્ન કરીને પોતાની વાત સમજાવી દેવાની આ પ્રદેશનાં માનવીઓની ટેવ માની વાતચીતની ઢબમાં પણ ઊતરી આવી છે. તે આગળ બોલી: 'ને ભાસા સીખવા હું ક્યાં બેહું? હું તો બોલી સીખી ગઈ. આંયનું લોક જે બોલે ઈ બોલી સકું. તમ જેવી ભાસા મને નો આવડે.'

અહીંના લોકોમાં ભળીને અહીંની પ્રાદેશિક બોલી શીખેલી આ સ્ત્રી મૂળે કયા દેશની હશે, તે કોણ હશે, તેનાં માતા-પિતા કોણ, ક્યાં હશે?

'તે મા-બાપ તો હોય જ ને? તમારે હોય એમ મારેય છે.'

પોતાના પૂર્વાશ્રમની વાત ટાળવા તેણે કહ્યું. પણ અમે વારંવાર ફરી ફરીને એ જ પ્રશ્ન પર અટકતાં.

'ભાર્યે, બાપા, તમીં તો! તે હવે તમારે જાણવું જ પડસે?'

'હા.'

'તો હાંભળો. પણ હું બોલી રઉં પછી કાંય પૂછવાનું નંઈ.'

'નહીં પૂછીએ.' કહેતાં, જાણે બ્રહ્માંડની ઉત્પત્તિનું રહસ્ય જાણવા મળવાનું હોય એટલી ઉત્કંઠાથી અમે જરા નજીક ખસ્યાં. તે ફરી હસી અને બાળક જેવી નિર્દોષતાથી બોલી: 'આ તમીં દાગ્તર પાહેં આવ્યા છ ને વકીલનું લૉ પૂછો છ. હવે ક્યો, સું જબાપ જડે? હું જીગ્યા ગોતતી નીકળી. આંય ગમી ગ્યું ને રઈ ગઈ.'

પણ તે સાધ્વી શા માટે થઈ - અને તે પણ હિન્દુ ધર્મની સાધ્વી! સાધુઓ તો તેના ધર્મમાં પણ હશે જ. વિદ્યાર્થીઓની જિજ્ઞાસા વધતી ચાલી.

'કિયો ધરમ?' માએ પૂછ્યું, 'ધરમને નામ હોય?'

કેમ ન હોય રે! ધરમનાં નામો માટે તો જગત યુદ્ધો આચરે છે! કેટલું લોહી વહે છે! આમ ગણવા બેસીએ તો સવાર સુધી ગણીએ એટલા ધર્મોનાં નામ તો અમે અજ્ઞાનીઓ પણ જાણીએ છીએ અને આ સ્ત્રી તો જ્ઞાની ગણાય, તોય પૂછે છે, 'ધરમને નામ હોય?'

'તમીં કેસો કે હોય. પણ ઈ ચોપડિયુંમાં હોય. માણાંના મનમાં ધરમ હોય ઈનું કોઈ નામ નંઈ. જીવની સેવા કરવી ને આનંદથી રે'વું. ઈ ધરમ.'

વેદકાળ, સત, દ્વાપર, ત્રેતા કે કળિ. અનેક યુગોથી હજારો સંતો, ઋષિઓ અને જનસામાન્યમાંથી પ્રગટેલા વીરલાઓ આ વાત જગતને સમજાવવા પોતાનાં જીવન ખર્ચી ગયા છે, પણ માણસ આ સીધીસાદી વાત ક્યારેય સમજ્યો નથી. તે તો આવી વાત કરનારો જીવે ત્યાં સુધી તેને ઓળખતો નથી અને મરે એટલે તેના નામનો નવો ધર્મ કે પંથ ઊભો કરવા તત્પર રહે છે. આ નારીના જીવનમાં એવી તે કઈ ઘટના બની હશે કે તે સંસાર ત્યાગીને નીકળી પડી? અને ઘર છોડ્યા પછી પાછા સંસારમાં જવાની ઇચ્છા તેને કદી થઈ હશે? વિદ્યાર્થીઓ સત્સંગ કરવાને બદલે નદીનું મૂળ શોધવામાં જ પડ્યાં છે.

'તે તને હું સંસારમાં નથ લાગતી? આંય તારી સામે તો બેઠી છું.' કહી તે હસી પડી, 'મને આ વેસ પે'રવાનું મન થ્યું ને પેર્યો. નંઈ ગમે તંયે ઉતારીય નાખીસ. તું સું કરવા ભારે મર છ?'

મને લાગ્યું કે હવે વાત વાળવી જોઈએ. મેં પૂછ્યું, 'મા, આ ઘઉંનો ઢગલો આમ બહાર ઓટલા પર કર્યો છે તે કોઈ ચોરી નહીં જાય?'

'સું કેય છ તું?' સાધ્વી ગુસ્સામાં ગોઠણભેર થઈ ગઈ. પછી તે રાત્રે, એકલિયા હનમાનના ઓટલે, સામે બાંધેલી ગાયો, ખૂણા પર બેઠેલો રબારી સેવક અને નિદ્રાધીન થવા જતાં મારાં સાથીઓની સાક્ષીએ તે અજાણી વિદેશી સ્ત્રીએ સાવ ગ્રામ્ય બોલીમાં મને જે કહ્યું તે હું કદી પણ ભૂલવાનો નથી. ગોખીગોખીને પાકા કરેલા પાઠ કદાચ ભૂલી જઈશ; પરંતુ તે સ્ત્રીના શબ્દો મારા સ્મૃતિતંત્ર પર કાયમ રહી જવાના છે.

'તું ભલે હુસિયાર ર્યો. અનાજ હાર્યે ચાલાકી સું કામ કર છ? માસ્તર, ઈ ઢગલામાંથી દાણો લેય ઈનેં તું ચોર કે'તો હો તો પેલવેલો ચોર તું છો. હમણાં ઈ જ ઢગલાનું ધાન તેં ખાધું છ. મેં રાંધી દીધું ઈ વાતે તું ચોર મટી ગ્યો? ને કો'ક જાત્યે લઈને રાંધે તો ચોર થઈ ગ્યો? ભાર્યે ચાલાક તું તો!'

કહીને તે ઊભી થઈ, ગમાણ સરખી કરી, ગાયો સાથે કંઈક વાતો કરીને તે પાછી આવી ત્યારે હું બધાંને કાનમાં ભરાવવા રૂ વહેંચતો હતો.

'આ સું કર છ, માસ્તર ?' સાધ્વીએ ઝૂંપડામાં જતાં પહેલાં પૂછ્યું.

'કાનમાં નાખવા રૂ આપું છું. કદાચ જીવજંતુ કાનમાં...' મારું વાક્ય તેણે પૂરું ન થવા દીધું. નઃશ્વાસ નાખતી હોય તેમ શ્વાસ લઈને તે બોલી, 'માસ્તર, તેં કીધું'તું કે બધાં હાલીને આવ્યાં છ. આ વગડે બાયું હારે હાલી છ. આ છોકરોય હારે હાલ્યો છ, તંયે મને થ્યું'તું કે તુંને ભરૂંસો છે; પણ હવે ખબર્ય પડી કે તને ભરૂંસો નથ્ય.'

મને વિચાર કરતો મૂકીને તે સૂવા ચાલી ગઈ.

વહેલી સવારે અમે જાગ્યાં ત્યારે ઓટલાના ખૂણા પર ત્રીસ જર્મન સિલ્વરની રકાબીઓ અને ચા-ભરેલી કીટલી પડી હતી.

'મા ધ્યાનમાં છે. બપોર-ઢાળાં બારાં નીકળસે. દરસન કરવાં હોય તો રોકાવ, નીકર આ ચા પીને થાવ હાલતાં.' રબારીએ અમને કહ્યું.

જે માણસોને પોતે જાતે રાંધીને જમાડ્યાં છે, જેમની સાથે રાત્રે વાતો કરી છે, તે અજાણ્યાંઓ કોણ છે, ક્યાંથી આવ્યા છે, મંદિરમાં શું ધરવાનાં છે – કશું પણ જાણવાની ઇચ્છારહિત, સાંઠીનાં બારણાં બંધ કરીને ધ્યાનમાં સરી ગયેલી ગ્રામ્ય વિદેશિની જાગે ત્યાં સુધી અમારાથી રોકાવાય તેમ નથી.

અમે થેલા ઉપાડ્યા. હું સડક પર બસની રાહ જોતો ઊભો. વિદ્યાર્થીઓ, અમારાં સદાનાં સાથી, સમુદ્રતટ પર આગળ ચાલ્યાં. મારાથી હાથ ઊંચો કરીને 'આવજો' કહેવાને બદલે કહેવાઈ ગયું, 'ભલે'.

કદાચ જોઈ-વિચારીને જ બાવાજીએ મને એકલિયા હનુમાન આવવાનું સૂચવ્યું હશે.

૨૦

પગી ટપાલ આપી ગયો છે. સરકારી કાગળો વચ્ચે સફેદ કવર જોતાં જ મેં તે પહેલું ખોલ્યું. પરાશરનો પત્ર છે. તે બારમીથી સત્તરમી જૂન વચ્ચે પાંચેક દિવસ અહીં આવે છે. મેં તેને બતાવેલ રસ્તા પ્રમાણે ટ્રેન દ્વારા મોટા બંદરે પહોંચશે. ત્યાંથી પટવા સુધી બસમાં. મેં લગભગ બે વર્ષે પહેલી વાર કેલેન્ડર જોયું. આજે દશમી જૂન. પરમ દિવસે પરાશર આવશે. 'પગી!' મેં સરવણને બોલાવ્યો, 'કાલે રાત્રે પટવા ગેસ્ટ-હાઉસમાં રહેવું પડશે. તમે સાથે આવજો. પટવાથી ગાડું કરવું પડશે.' અને પરાશરનો પત્ર ફરી વાંચવા બેઠો.

બીજા કાગળો તપાસતો હતો ત્યાં શામજી મુખી આવ્યો. 'આવો, મુખી!' કોણ જાણે કેમ પણ ખેરાનો આ મુખી મને માન ઉપજાવે છે. મોટી મૂછો. માથે પાઘડી. વિશાળ આંખોમાં દરિયા જેવી શાંતિ. 'કેમ આવવાનું થયું ?'

'આ પટવે જાતો'તો તે થ્યું, આંય તમને મોઢું બતાવતો જાંવ.' શામજીએ કહ્યું, 'આ ઉનાળો ઊતરેલા પાછા વળે ઈની વાટ્ય જોઈ છ. વરસાદ તો ઓલો બે દિ' પડ્યો, પછી કાંય કળાણું જ નંઈ.'

'ઉનાળે ઊતરેલા એટલે ?' મને બહુ સમજ ન પડી.

'આંયા જમીનું ખારી. વરસાદ વેળાયે ઊગે ઈ ઊગે, પછી કાંય નો પાકે. ઉનાળો બેહે ને અમીં સંધાય દખાદે ગુજરાત ઊતરી જાંઈ કામ ગોતવા. તે પેલા વરસાદે પાછા વળિયે. ન્યાં લગી ગામ ખાલી. કો'ક-કો'ક રેય, ગલઢેરાંને સાચવવા.'

'ક્યાં જાય બધા ?'

'ઈ તો પોટલાં બાંધીને હાલી નીકળવાનું. પટવેથી બસું મળે. જ્યાં જવાય ન્યાં વયા જાય.'

'તમે પણ જંતા હશો.'

'હુંય જાંવ. ઓણ સાલ નથ ગ્યો.'

મુખી ક્યાં અને કેવા કામે જતો હશે ? કદાચ કોઈને ત્યાં ભાગમાં ઉનાળુ ખેડ કરતો હોય તેવું હશે. એ સિવાય આટલા ટૂંકા ગાળાનું કામ કરતા હોય પણ શું ? માથે પોટલાં મૂકીને ખેરાથી પટવા સુધી સાત-આઠ માઇલનું અંતર,

ઉનાળાના સૂર્ય નીચે, આ ખારા પાટમાં, શી રીતે પાર કરતાં હશે આ લોકો? હું ધ્રૂજી ગયો.

'ઢેરઢાંખરનું શું થાય?'

'ગાયું ને ઢાંઢા મિત્યાળે કે વારારૂપ આપી દેઈ. જીને છત હોય ઈ રાખે. ઢાંઢાથી ખેડ કરે ને ગાયુંનું દૂધ પીવે. પાછાં આવિયે તંયે લયાવિયે.'

સરવણે મુખીને પાણી આપ્યું. ઓટલા પાસે જઈને તેણે મોં ધોયું. પાણી પીધું. થોડી વાર બેઠો. સરવણે તેને ચા બનાવી આપી પછી તે ગયો.

વરસાદ ખેંચાઈ રહ્યો છે તેવું હજી નથી. જૂન આખરે કે જુલાઈના પહેલા અઠવાડિયે આવતો વરસાદ અહીં સમયસર ગણાય. પહેલો વરસાદ જૂનની શરૂઆતમાં બે દિવસ પડ્યો તે વખત પહેલાંનો ગણાય.

બપોર સુધી મેં રિપોર્ટ તૈયાર કરવાનું કામ કર્યું. ખેરાની જમીનો લગભગ મપાઈ ગઈ છે. તેના નકશા ગોઠવ્યા. નમતી બપોરે નૂરભાઈ આવ્યો. આજે અચાનક મુલાકાતીઓ! આ કચેરીમાં અમસ્તું તો ભાગ્યે જ કોઈ આવે છે.

'રિટાયર થવાનો ઑર્ડર આવ્યો છ.' આવતાં જ નૂરભાઈએ કહ્યું.

'અરે!' મને આંચકો લાગ્યો, 'નૂરભાઈ, તમારે તો ગ્રીનબેલ્ટનો ચાર્જ લેવાનો થશે; એવું મેં માનેલું. તમારું ખાતું જ ગ્રીનબેલ્ટ પર વાવેતર કરશે.'

અચાનક મને સબૂર યાદ આવ્યો. હું તેને ચાહું છું? કે ધિક્કારું છું? તે નક્કી નથી કરી શકતો. રુક્મી-પાણાનું તેણે શું કર્યું તે જાણવાની ઇચ્છા છે અને નથી. અવલે તે દિવસે કહેલી કડવી વાત યાદ આવતાં મને સબૂરને અને તેના પાણાને ભૂલી જવાની ઇચ્છા જ થાય છે.

'ઈ તો કોક આવસે બીજો.' નૂરભાઈ બોલ્યો અને ગ્રીનબેલ્ટની વિગતો તેણે નકશામાં ઝીણી આંખે જોઈ. 'હમણેં તો છોકરા પાંહે જયાવું ને થોડો ટેમ ડુંગરપાર જંગલમાં જાવું છ. બસ, દૂધરાજ જોયો નથ ઈ જોવો છ. ડુંગર વાંહે કે'છ કે કદાચ જડી જાય. ન્યાં હજી જંગલું ખરાં ને!'

તેણે નર દૂધરાજનો જર્જરિત ફોટો જરી ગયેલી ચોપડીમાંથી બતાવ્યો. પૂંછડીમાંથી કમાન વળીને નીકળ્યાં હોય તેવાં લાંબાં પીછાં અને માથે વળાંકદાર કલગીવાળું આ પંખી ખરેખર મનમોહક રૂપ અને છટા ધરાવતું હશે, પણ નૂરભાઈ, આટઆટલાં પક્ષીઓ જોયાં પછી પણ, ઢળતી ઉંમરે એક ન જોયેલાં પક્ષીની શોધમાં ડુંગરપાર જંગલોમાં રખડવા જાય તે મને વધુપડતું લાગ્યું.

'ત્યાં કાંઈ ઓળખાણ-પિછાણ ખરી?' મેં પૂછ્યું, 'સરખી તપાસ કરીને જજો. આ તો જંગલનો મામલો છે.'

'મારે તો આખી જિંદગાની જંગલને મામલે ગઈ. ખુદાતાલાએ વેરાનમાં

ખિદમત કરાવી તોય કામ જંગલ ઉગાડવાનું દીધું ઈ મહેરબાની નંઈ તો બીજું સું?' નિવૃત્તવયે જન્મતી નિરાશાને ધક્કો દેતો હોય તેમ નૂરભાઈ બોલ્યો, 'બાવળિયાં તો બાવળિયાં. નૂરભાઈએ મલક માથેથી લીધું ઈ પાછુંય વાળ્યું છ. એટલું બસ છે.'

મેં નૂરભાઈને બેસાર્યો. તે પાછો આવે ત્યારે કંઈનું કંઈ કામ મારી કચેરીમાં મળી રહેશે તેવું આશ્વાસન આપ્યું. સફરમાં કામ લાગે તે માટે પૈસા આપવા કર્યું, પણ તે નૂરભાઈએ ન લીધા. અંતે મેં મારો ગરમ કોટ આપ્યો તે રાખ્યો, યાદગીરી તરીકે અને ગયો.

બીજી રાત્રે હું અને સરવણ પટવા ગયા. ગેસ્ટહાઉસ પ્રમાણમાં સારું કહેવાય તેવું છે. સવારે ટ્રેનનું કનેક્શન લઈને આવતી બસમાં પરાશર આવશે. ગેસ્ટહાઉસની સામે સડક પર જ બસ ઊભી રહે છે.

સવારે નવેક વાગ્યે પરાશર ઊતર્યો. હું તેને ભેટી પડ્યો. થોડો આરામ કરી અમે ડમણિયામાં ગોઠવાયા. ગાડું ચાલી નીકળ્યું હવેલીના માર્ગે.

'વીણા કેમ ન આવી?' મેં પૂછ્યું.

'તારો કાગળ વાંચીને તેને મન તો બહુ થઈ ગયું, પણ અંતે ન આવી. પિયર ચાલી ગઈ, અમસ્તી જ બા પાસે.'

'આવી હોત તો મજા પડત. પણ એ છે જ વિચિત્રવીણા! વીણા નામ તો ખોટું પાડ્યું છે.' મેં રીસથી કહ્યું.

એક દિવસ જે પ્રદેશ મને પોતાને અળખામણો લાગતો હતો તે જ પ્રદેશમાં આવીને મારા મિત્રો રહે તેવી ઇચ્છા આજે મને થાય છે. ધરતીનો આ જાદુ છે. કદાચ માયા કહેવાય છે તે આ જ હશે. ગયાં બે વર્ષોમાં તો હું નગરવાસી મટીને આ નિર્જન ઉજ્જડ વગડાનો વનવાસી – સામુદ્રિક બની ગયો છું.

આજે પણ મેં વીણા સિવાય કોઈના ખબર ન જાણ્યા, ન અમારી કૉલેજકાળની ટોળકી, હૉસ્ટેલ સમયના મિત્રો કે ન મારી પુરાણી નોકરીનો સ્ટાફ યાદ આવ્યાં. મેં બસ મારી જ વાતો કર્યા કરી. પરાશર ગાડામાં આડો પડ્યોપડ્યો સાંભળતો રહ્યો.

કેટલુંયે બોલી રહ્યા પછી મેં પરાશરને પૂછ્યું, 'બોલ, બીજા શા સમાચાર છે?'

'બસ, ચાલ્યા કરે છે. બધા તને યાદ બહુ કરે છે. ખાસ તો બધા ભેગા થઈએ કે સંગીતના જલસા ગોઠવીએ ત્યારે અચૂક યાદ કરે.'

'પેલો નારાયણસ્વામી?' મેં એક મિત્રને સાંભર્યો, 'હજી પ્લેબૅકસિંગર થવાનાં સપનાં જુએ છે કે પછી છોડી દીધું?'

'એ તો ઘણો આગળ નીકળી ગયો. પોતાનું મ્યુઝિક સર્કલ બનાવ્યું છે. હવે આપણે ત્યાં બહુ દેખાતો પણ નથી.'

મારું મન સરખામણીમાં પડ્યું. મહિને-દોઢ-મહિને થતા મેળાવડા, પિકનિકો. હું ત્યાં કે અહીં, વધુ સુખી ક્યાં હોઉં તે નક્કી ન કરી શક્યો.

પરાશરના સામાનમાં ભૂરી, મોટી, ચેનવાળી રેક્ઝિનની થેલી જોઈ. તેમાં ખાસ કંઈ સામાન ન હોય તેમ લાગ્યું.

'આ શું ઉપાડી લાવ્યો છે ?'

'સરપ્રાઇઝ છે, તારા માટે.' તેણે કહ્યું, 'પણ હવે તેં પૂછ્યું એટલે કહી દઉં – એમાં હોડી છે.'

'હોડી ?'

'હા, પ્લાસ્ટિક જેવા મટીરિયલની. હવા ભરીને ફુલાવાય. સાથે પૅડલ-પંપ છે, ખાસ તારા માટે.'

'અરે વાહ !' મને આનંદ થયો.

'સરસ છે. જોજે તો ખરો! પાંચ અલગ અલગ ચેમ્બર્સમાં હવા ભરાય છે. એકાદ લીક થઈ જાય તોયે ડૂબે નહીં. પ્લાસ્ટિકનાં ફોલ્ડિંગ હલેસાં છે. મજા આવશે. અને તેં તો વળી મોટી સાચૂકલી હોડી પણ ચલાવી છે ને ?' પરાશરે મજાકના સ્વરે કહ્યું, 'આ હોડી તો મારાથી પણ ચલાવી શકાય તેવી છે.'

'એને હોડી ચલાવી ન કહેવાય. એ તો સમય જુદો હતો. રાત ગઈ ને વાત ગઈ !' મેં કહ્યું, 'પણ ક્રિષ્નાને મળીશું. મજા પડશે.'

અમે વાતો કરતા હતા અને બંગલો પાસે આવી ગયો. ખારાપાટમાં થોડી ધૂળ ઉડાડીને બળદો ઊભા રહ્યા. અમે ઊતર્યા. સરવણે સામાન ઉપાડી લીધો.

ગાડાખેડુ ક્વાર્ટર્સ સુધી આવ્યો. બળદો છોડી લાવ્યો. કૂવેથી ભાંભરું પાણી સીંચીને બળદો પાયા.

'રોકાઈ જા. રોટલા ખાઈને જજે.' મેં ગાડીવાનને કહ્યું.

'ના રે ના. હમણેં પાછો પૂગી જાઈસ.' કહી તે ચાલ્યો.

૨૧

તે રાત્રે હું અને પરાશર લગભગ ઊંઘ્યા નથી. ક્વાર્ટરની અગાસી પર ક્યાંય સુધી બેસી રહ્યા અને કેટકેટલાં સંસ્મરણો તાજાં કર્યાં. મોડી રાતે નીચે ઊતર્યા પછી બિછાનામાં પડ્યાપડ્યા પણ કેટલીયે વાર સુધી વાતો કર્યા કરી.

સવારે પગીને ક્વાર્ટર પર જ રોકીને હું કામ પર નીકળ્યો. પરાશર હજી ઊંઘતો હતો. મુસાફરી અને ઉજાગરાથી થાક્યો હશે.

'પગી, પરાશરભાઈ જાગે ત્યારે ચા બનાવી આપજો. હું બપોર સુધીમાં પાછો આવીશ.' કહીને હું નીકળ્યો; પરંતુ બપોરને બદલે સાડાદશ-અગિયારે તો પાછો આવી ગયો.

પરાશર ક્વાર્ટર પર ન હતો. પગીએ કહ્યું, 'વિષ્ણા હાર્યે દરિયે ગ્યા છ.' ફાઇલો પગીને ભળાવીને હું દરિયે ગયો. જોઉં છું તો પરાશર પૅડલ-પંપ ચલાવે છે અને હોડી ફૂલતી જાય છે. વિષ્નો રેતીમાં ગોઠણભેર બેસીને ઉત્સુકતાથી પ્લાસ્ટિકની કોથળીને હોડીનો આકાર ધારણ કરતી જોઈ રહ્યો છે. હું પણ ત્યાં જઈને ઊભો.

'બોલ, ભાઈબંધ, બની ગઈ ને હોડી?' પરાશરે વિષ્નોને કહ્યું. વિષ્નો એકદમ આનંદિત થઈ ઊઠ્યો. ઊભા થઈને તેણે હાથ હવામાં વીંઝયા અને કૂદકો મારીને બોલ્યો, 'જય હડમાન!'

પરાશરને હસવું આવી ગયું. આ બાળકને ખુશ થતો જોઈને અમને મજા પડી.

પરાશરે હોડી ઊંચકી અને દરિયામાં ફેંકી. તરત જ મોજાં સાથે તણાતી તે પાછી રેતી પર આવી ગઈ.

'અંદર પાણીમાં જઈને પકડી રાખવી પડશે.' મેં કહ્યું.

'તું અંદર જા. આપણે તો દરિયો જોયો જ આજે, ત્યાં વળી અંદર જવાનું આપણું કામ નહીં.' પરાશરે હોડી ઊંચકીને મને આપતાં કહ્યું.

'ચાલ મારી સાથે.' પહેરેલ કપડે જ પાણીમાં પ્રવેશતાં મેં પરાશરને સાથે ઘસડ્યો. ગોઠણભર પાણીમાં ઊભા રહીને મેં હોડી પકડી રાખી. 'બેસી જા અંદર.'

'પહેલાં વિષ્નોને બેસારીએ, એનેં મજા પડશે.' પરાશરે કહ્યું અને વિષ્નોને

લઈ આવ્યો. વિષ્નો થોડો ડર્યો, અચકાયો, પણ પછી બેઠો.

'હવે તું જતો રહે અંદર.' મેં પરાશરને કહ્યું. પરાશર ગોઠવાયો પછી મેં હોડીને વધુ અંદર ખેંચી અને પાછાં ફરતાં મોજાં સાથે હોડીને ધકેલીને હું પણ અંદર કૂદી ગયો. તરત હલેસાં મારીને હોડી દરિયામાં ખેંચી.

'ચાર જણા આરામથી બેસે, ખરું ?' પરાશરે કહ્યું.

'અરે, જબરદસ્ત છે! કેવી મજા પડે છે!' મેં ઉત્સાહથી કહ્યું.

'પેટમાં ગલગલિયાં થાય છ, કાં ?' વિષ્નો બેવડ વળી હસતોહસતો બોલ્યો.

ઘણે દૂર કહેવાય ત્યાં સુધી હું હોડી લઈ ગયો. પછી હલેસાં મારવાં બંધ કર્યાં. ભરતીનાં મોજાં પર સવાર થતી હોડી પાછી કિનારા તરફ ખેંચાઈ. છેલ્લું મોજું તેને ઘસડીને કિનારા પર મૂકી ગયું.

હવા કાઢીને હોડી સંકેલી. વિષ્નોને હોડી પ્રત્યે પ્રેમ થઈ ગયો હતો. 'હું ઊંચકી લઉં ?' તેણે પૂછ્યું, તેની ઇચ્છાને અમે માન આપ્યું. અડધી ઊંચકાયેલી, અડધી ઘસડાતી થેલી રેતીનો પટ પૂરો થાય ત્યાં સુધી વિષ્નોએ ઊંચકી, પછી સરવણ આવી જતાં તેને આપી દીધી.

'આ હોડી હોય તો ભેંસલે જવાય.' મેં કહ્યું, 'અથડાય તોયે તૂટવાની બીક નહીં.'

'ભેંસલે તું જજે. મારું ગજું નહીં.' પરાશર બોલ્યો, 'પણ બેટ પર તો જવું જ છે બને તેટલું જલદી. પછી મારે પાછા જવાનું થશે.'

'કાલે જ.' મેં કહ્યું, 'અને ભેંસલે પણ જવાનું.'

ક્વાર્ટર પર પહોંચીને મેં પગીને વરાહસ્વરૂપ રવાના કર્યો.

'મછવો ભાડે કરી લાવો. બંગલા પાછળ ઊંડે દરિયે ઊભો રાખે. અમે આ હોડીમાં મછવે પહોંચીશું.'

સરવણ ગયો ને થોડી વારે અવલ આવી. પહેલાં તેણે પરાશર સામે જોયું. કોઈ ઔપચારિક વ્યવહાર ન થયો. પછી મારા તરફ જોતાં કહ્યું. 'ભેંસલે ન જાઓ તો સારું, ત્યાં માણસથી નથી જવાતું.'

'સરવણ તો મછવો બાંધવા ગયો પણ ખરો.' મેં કહ્યું, 'તને કોણે, વિષ્નોએ વાત કરી ?'

'અત્યારે વરસાદનું ટાણું ગણાય. આવા વખતે જ તમને બેટ જવાનું શેં ઊપડે છે ?' અવલે મારી વાતને ગણકારી નહીં.

'મછવો તો મશીનવાળો હોય. એને વાંધો ન આવે.' મેં દલીલ કરી.

'તોપણ, ભેંસલાને નામે નથી જવાનું. બેટ પર ભલે ફરી આવો.' અવલ

પાળી પર બેસતાં દૃઢતાથી બોલી.

પરાશરના દેખતાં એક સ્ત્રી આટલો સ્પષ્ટ આદેશ આપે તે મારાથી સહન ન થયું. 'અમે નક્કી કરી લીધું છે. સરવણ મછવો લેવા ગયો છે. કાલે અમે નીકળીશું.' મેં પણ એવો જ સ્પષ્ટ ઉત્તર આપ્યો. 'અને ભેંસલે જવામાં વાંધો શો છે ?'

'સારું.' અવલ થોડી ઝંખવાઈ પછી તરત તેની આદત મુજબ ભેદભરેલું બોલતી હોય તેમ કહ્યું, 'માણસ પોતે નક્કી કરે તે બધું જ કરી શકે એટલી બધી શ્રદ્ધા હોય તો જાઓ.' તેણે ટોણો પણ મારી લીધો.

'ક્રિષ્ના પણ ત્યાં જઈ આવ્યો છે.' મેં પાંગળી દલીલ કરી. પરાશર ખુરશીમાં બેઠોબેઠો અમારો વાર્તાલાપ સાંભળી રહ્યો હતો.

અવલ પાળી પરથી ઊતરી, પગથિયાં તરફ વળી અને જતાંજતાં કહ્યું, 'ક્રિષ્ના તો ખારવો છે.'

અવલનું આ વાક્ય એટલું ધારદાર આવ્યું કે મને સાવેસાવ સોંસરવું ઊતરી ગયું. દરિયામાં તરી શકવું, હોડી ચલાવવાનો અનુભવ લેવો, સારી સલામત હોડી હોવી, બેઅઢી વરસ દરિયાકિનારે રહેવું અને આ અસીમ જળરાશિને હૃદયપૂર્વક પ્રેમ કરવો – આ બધું જ હોવા છતાં હું ખારવો નથી. અવલના શબ્દોએ મને મારી સાચી સ્થિતિનું ભાન કરાવી લીધું. હું આ દરિયાતટે જન્મ્યો નથી, અહીં ઊછર્યો નથી. સમુદ્ર મારાં દેહ-મનમાં વણાઈ ગયો નથી. ક્રિષ્ના દરિયા સાથે કરે એટલાં ચેડાં કરવાની કોઈ પાત્રતા, કોઈ અધિકાર મારી પાસે નથી.

હું મમત છોડી દેત, પણ પરાશરની હાજરીમાં આ સ્ત્રીથી મારે હારવું નથી. 'તું ખોટી ચિંતા ન કરીશ. પરમદિવસે અમે પાછા આવી જઈશું.' મેં કહ્યું.

અવલ જવાબ આપ્યા વગર ચાલી ગઈ. મને શંકા પડી કે તે કદાચ સરવણને રોકી રાખીને આવી હશે અને મછવો લેવા નહીં જવા દે. તેને તેવું ન કરવાનું કહેવા જઉં ત્યાં જ હું અટકી ગયો. ઊંડેઊંડે મનમાં મને થયું કે ભલે, અવલ મછવો લાવવાની ના પડાવી દે તો નથી જવું.

પણ બીજે દિવસે મછવો આવ્યો. દૂર દરિયામાંથી મછવાના નાવિકે કપડું ફરકાવ્યું, અમે તેમને જોયા છે તે કહેવા મેં પણ અગાસી પરથી કપડું ફરકાવ્યું. અને દરિયામાં લંગર નાખીને મછવો રોકાઈ ગયો.

સરવણ વરાહસ્વરૂપથી પાછો ફર્યો ત્યાં સુધી અમે રોકાયા. પછી હું અને પરાશર દરિયે ગયા. થોડોઘણો સામાન પગી દરિયે મૂકી ગયો. મેં પગીને પાછો રવાના કરતાં કહ્યું, 'તું જા, અમે પરમ દિવસે આવી જઈશું. તે પછીના દિવસે પટવાનું ગાડું બંધાવી લાવવાનું છે. મહેમાનને જવાનું છે.'

સરવણ હવેલી પર ગયો. અડધા કલાકમાં હોડીમાં હવા ભરાઈ રહી. પરાશરે બધા વાલ્વ ચેક કર્યા. મેં પાણીમાં જઈને હોડી પકડી રાખી. પરાશર થેલા લઈને આવ્યો.

અમે સામાન ગોઠવ્યો અને હોડીમાં બેસવાની તૈયારી કરીએ છીએ ત્યાં મારી નજર ઢોળાવ ઊતરીને દોડતા આવતા પગી પર પડી. તે બૂમો પાડે કંઈક કહેતો હતો; પરંતુ મોજાંનો ઘુઘવાટ અને દરિયા પરથી તેના તરફ વહેતો તોફાની પવન તેના અવાજને અમારા કાન સુધી પહોંચવા નહોતા દેતા. પરાશર પણ પગીને અને મને વારાફરતી જોયા કરતો ઊભો. હજી કંઈ વિચારીએ તે પહેલાં અવલ આવતી દેખાઈ. તેણે વિષ્નોને કાંખમાં તેડ્યો હતો અને શ્વાસભેર દોડતી હતી.

'પકડ તો.' હોડીની દોરી પરાશરના હાથમાં પકડાવીને મેં દોટ મૂકી.

'વિષ્નોને એરુ કઈડી ગ્યો છ!' સરવણે પાસે પહોંચીને હાંફતાંહાંફતાં કહ્યું. પરાશર હોડી બહાર લઈ આવીને અમારા તરફ આવતો હતો. તે અને અવલ અમે ઊભાં હતાં ત્યાં પહોંચ્યાં.

'આને હોડીમાં લઈ લ્યો.' મૂંઝાયેલી અવલ બોલી, 'દરગાહે લઈ જવો પડશે. ફકીરબાપુ સાપ ઉતારે છે.'

અવલ ઊઠીને સાપ ઉતારવાની વાતો કરે તેનાથી મને આશ્ચર્ય થયું, 'દરગાહે શું કરીશું? ક્યાંક ડૉક્ટર પાસે જઈએ.' મેં કહ્યું.

'ક્યાંથી લાવું ડૉક્ટર ?' અવલ રુદન રોકતી હોય તેમ બોલી. મને યાદ આવ્યું કે આસપાસના ત્રીસ-પાંત્રીસ માઇલ સુધી ડૉક્ટર તો ઠીક, સારો વૈદ્ય પણ નથી.

'તો મોટા બંદરે જઈએ.' મેં કહ્યું, 'કે પછી ગાડું કરીને ક્યાંક લઈ જઈએ.' ક્યાંક એટલે ક્યાં? તે હું પણ નથી જાણતો. અને મછવો મોટા બંદર જતાં છ-એક કલાક તો લે જ. અને મોજાં ઉછાળાં મારતાં હોય તો વધુ વાર લાગે.

'મારે બીજે ક્યાંય નથી જવું, દરગાહે જવું છે.' અવલે કહ્યું અને પોતે દરિયા તરફ ચાલવા લાગી. વિષ્નો વારેવારે પોતાનો પગ જોયા કરતો હતો. તે ગભરાઈ ગયો હતો, પણ ભાનમાં હતો.

હોડી પાણીમાં નાખીને અવલ, વિષ્નો અને પરાશરને ચડાવ્યા પછી ઠેલો મારીને હું અંદર ગયો. અવલ જાણીજોઈને દરગાહે શા માટે જાય છે તે મને ન સમજાયું. હોડીને વહાણ તરફ ધકેલતાં મારાથી ફરી બોલાઈ ગયું, 'ફકીર, ભૂવા શું કરી શકે? ખરી જરૂર દવાની છે.'

હવે અવલ છંછેડાઈ હોય તેમ ગુસ્સે થઈ. આટલો ક્રોધ કરતી મેં તેને

ક્યારેય જોઈ નથી. 'શું જોઈને તમે એક ને એક વાત બોલ્યા કરો છો? મને સમજ નહીં પડતી હોય? હું આની મા છું, દુશ્મન નથી. નવ મહિના પેટમાં રાખ્યો છે એને મેં.'

મારા પર વીજળી પડી.

અવલથી રોવાઈ ગયું, પણ તરત સ્વસ્થ થતાં તે બોલી, 'હુંયે જાણું છું કે ડૉક્ટર પાસે જવું જોઈએ. પણ ડૉક્ટર સુધી પહોંચીએ નહીં તો જીવું ત્યાં સુધી મને મનમાં રહે કે મેં છોકરાને બચાવવા કંઈ ન કર્યું. દરગાહે તો પહોંચી જવાશે. જે થવું હશે તે તો ઈશ્વરના હાથમાં છે. પણ મને – એની માને એટલો આધાર તો રહેશે કે મારાથી થાય એટલું મેં કર્યું'તું!' અવલ પેલી તરફ જોઈ ગઈ.

મછવા પરના માણસોને ખબર પડી ગઈ હતી કે કંઈક ગરબડ છે. બે ખલાસીઓ દોરડાની સીડી લટકાવીને પાણીમાં ઊતરેલા જ હતા. અમે પહોંચ્યા કે તરત તેમણે ટેકો કરીને એક પછી એક બધાંને મછવે ચડાવ્યાં. અમે ઉપર ગયાં. ખલાસીએ એન્જિનને ચાલુ કર્યું. હોડીને મેં મછવા પર ખેંચી લીધી. અને શક્ય તેટલી ઝડપે અમે બેટ જવા ઊપડી ગયાં. સરવણ કિનારેથી અમને જતાં જોઈ રહ્યો.

'ભેંસલે જવાનું ન ગોઠવ્યું હોત તો સારું હતું.' મનોભાવના દબાણ હેઠળ મારાથી બોલાઈ ગયું.

'એવું ન વિચારશો.' અવલે કહ્યું, 'ઊલટું સારું થયું કે તમે જવાના હતા તો મછવો હાજર હતો.' તે અટકી, વિષ્નો સામે જોતાં આગળ બોલી, 'તમે તો આવી વાતોમાં માનતા નથી. ને માનીએ તોયે દેવ કંઈ ગાંડો થોડો છે કે તમારી સજા બાળકને કરે?'

'બા, હું મરી જવાનો?' વિષ્નોએ પૂછ્યું. આખા દરિયા પર સન્નાટો છવાઈ ગયો.

'ના રે બેટા! તું તો હમણાં સાજો થઈ જવાનો. મેં છરીથી ડંખ કાપ્યો છે, દોરી બાંધી છે, પછી શું થવાનું? ને ફકીરબાબા તરત સાજો કરી દેશે.' અવલ દરિયા ભણી જોઈ ગઈ.

મછવા પર અમે છ-સાત જણ છીએ, છતાં આ સમગ્ર વિશ્વમાં અવલ અત્યારે કેટલી એકલી છે તે તેના મુખ પર દેખાય છે. જેમજેમ સમય વીતે છે તેમતેમ તે એકલી ને એકલી પડતી જાય છે. હવે અવલે કોઈ સામે જોવાનું, વાત કરવાનું છોડી દીધું. તે શાંત સ્વરે ગજેન્દ્રમોક્ષનું સ્તોત્ર બોલવા લાગી. થોડી વારમાં તો મછવો સીધો જ દરગાહે લાગી ગયો.

અમે વિષ્નોને સીધો જ ફકીર પાસે લઈ ગયા. ત્યાં ચારેક યુવાનો, બે

નાની છોકરીઓ અને એક સ્ત્રી બેઠાં હતાં. અમને જોઈને તેઓ જવા ઊભાં થયાં. પેલી સ્ત્રીએ પૂછ્યું, 'શું થયું છે છોકરાને ?' અવલનો રઘવાટ તે પામી ગઈ.

'સાપ કરડ્યો છે.' પરાશરે જવાબ આપ્યો.

'ઓહ!' કહીને તે સ્ત્રીએ તેની સાથેની છોકરીને કહ્યું, 'નેહા, બેટા, જા તો, નિખિલ અંકલને કહે, જલદી દવાની પેટી લઈને આવે.' છોકરી દોડતી દીવાદાંડી તરફ ગઈ.

'નિખિલ અહીં છે ?' મેં પૂછ્યું.

'હા, અમે ત્રણ દિવસનો કૅમ્પ રાખ્યો છે - મેડિકલ અને રુરલ એજ્યુકેશનનો. આવે વખતે દવાઓ સાથે જ હોય. ઍન્ટિવેનમ પણ છે.' એણે કહ્યું, 'તમે નિખિલને ઓળખો છો ?'

'હા, એક વાર અહીં જ મળ્યો છું.'

'હું સરલા – નિખિલની પત્ની. અમે પંદરેક જણાં છીએ અહીં.' ઍન્ટિવેનમ અને ડૉક્ટર અહીં છે તે જાણતાં જ અવલના મુખ પર હાશકારો દેખાયો. થોડી વારે નિખિલ આવ્યો. 'હેલો!'. તેણે મારા સામે જોતાં કહ્યું અને તરત ઉભડક પગે બેસીને, અવલના ખોળામાં સૂતેલા વિષ્ણોને જોવા લાગ્યો.

'નીચે સુવરાવી દો આને.' તેણે અવલને કહ્યું. નિખિલે ઘા જોયો. 'કેવો સાપ હતો ?'

'મેં જોયો નથી. એણે પોતે જ જોયો છે. પણ બાળક શું જાણે ?' અવલે જવાબ આપ્યો.

'આ તમારો બાબો ?'

'હા.'

'બીજું કોઈ સાથે છે ?' નિખિલ આસપાસ જોતાં બોલ્યો, 'હું ઍન્ટિવેનમ આપું છું. જોખમ નહીં રહે, પણ મોટા બંદરે તો લઈ જ જવો પડશે.' કહી તેણે પૅડ કાઢીને ચિઠ્ઠી લખી અવલના હાથમાં આપી. ચિંતા ન કરશો. સાપ કદાચ બિનઝેરી પણ હોય. અને મેં દવા તો આપી જ છે, પણ દવાખાને તો રહેવું જ પડશે.'

ફકીરે ધૂપ સળગાવ્યો. નિખિલે ઇંજેક્શન ભર્યું. ફકીર મોરપિચ્છની સાવરણી લઈને વિષ્ણોના મસ્તકથી પગ સુધી ફેરવી કંઈક મંત્રો ભણતો રહ્યો. નિખિલે એક સોય ઘા પાસે, બીજી હાથ પર મારી ને ઇંજેક્શન આપ્યાં.

હું અને પરાશર એક જ સ્થળે, એક જ દરદી પર બે પ્રકારની સારવાર એકસાથે થતી જોઈ રહ્યા.

નિખિલે મને પૂછ્યું. 'શી રીતે જશો? વહાણ છે?'

'અમે આવ્યા તે મછવો જાય?'

'જવો જોઈએ. તોફાન જેવું ખાસ નથી. અમે ગઈ કાલે જ આવ્યા. પણ લોંચ પાછી જતી રહી છે.' નિખિલે કહ્યું.

'કંઈ વાંધો નહીં.' અવલે કહ્યું, 'મછવો પહોંચી જશે.' તે ઘણી સ્વસ્થ થઈ ગઈ હતી. તેની આગવી વ્યવસ્થાશક્તિ જાગી ઊઠી.

તેણે મને કહ્યું, 'તમે અને પરાશરભાઈ હવેલીએ જાઓ. પટવા વિષ્નોના મામાને ખબર આપજો, સીધા મોટા બંદર પહોંચે.'

તો વિષ્નોના પિતા નહીં હોય? પણ અવલને જોતાં તો એવું નથી લાગતું: મને ક્ષણેક માટે વિચાર આવ્યો. બીજી પળે પાછી વિષ્નોની ચિંતા ઘેરી વળી. 'પણ તું એકલી કેવી રીતે જઈશ? અમે સાથે જ આવીએ.' મેં કહ્યું.

'હું બેલીને સાથે લઈ જઈશ. ક્રિષ્ના બેટ પર હશે તો તે પણ આવશે. તમે હવેલીએ જઈને પટવા ખબર કરો. મોટા બંદરે તો મને બધા ઓળખે છે. તમેતમારે હું કહું તે જ કરો.' અવલે કહ્યું.

હું અને પરાશર મછવામાં ખાડી ઊતર્યા અને બેલીને સંદેશો આપ્યો. ક્રિષ્ના ઘરે ન હતો, પણ બેટ પર તો હતો જ.

બેલી પહેરેલાં કપડે ખાડી તરફ દોડી. કહેતી ગઈ. 'તું ડક્કે પોગ. મનરભાય બેઠો હશે. ઈને કે'જે ટંડેલને ગોતી કાઢે.' જતાંજતાં તેણે કહ્યું. અમે પગ ઉપાડીએ ત્યાં ફરી બેલીએ બૂમ પાડીને કહ્યું, 'ટંડેલ ડક્કે વાટ જુવે એમ કે'જે. પણ તું ઈને ગોતવા રોકાતો નંઈ. પટવે ખબર પોગાડ.'

અત્યારે હું સાચું કરું છું કે ખોટું તે વિચારમાં હું ન પડ્યો; પરંતુ ક્રિષ્ના જો બેટ પર હોય તો તે જરૂર અવલ સાથે જવાનો. એ જોતાં હું પટવા જઉં તે જ વધુ સારું થશે. મનહરને સમાચાર આપીને અમે ડક્કા તરફ ગયા.

૨૨

'**કો**ઈનું ગાડું મળશે?' વરાહસ્વરૂપ પહોંચતાં જ અમે વાહનની તપાસ શરૂ કરી.

'જડસે. ગોપો આતો ગાડાં ભાડે ફરવે છ. બારો નંઈ નીકળી ગ્યો હોય તો જડે.'

વીસેક ઘરના નાનકડા ગામમાં ગોપા આતાને શોધતાં વાર ન થઈ. તેણે તરત ગાડું જોડ્યું. ગામ બહાર નીકળ્યા. 'કાં ઓચિંતું પટવે જાવાનું થ્યું?' તેણે બળદોને પસવારતાં પૂછ્યું.

'ત્યાં અવલના ઘરે જવું છે.' મને ભાન થયું કે અવલના ભાઈનું નામ, ઠામ, ઠેકાણું – કંઈ જ મેં પૂછ્યું નથી.

'તે અવલ ક્યાં પટવે રેય છ?' ગોપો આતો પાછળ ફરીને અમારી સામે જોતાં બોલ્યો. મેં તેને આખોયે બનાવ ટૂંકમાં કહ્યો. ડોસાના મુખ પર ચિંતા સળવળી, પણ તરત તેણે કહ્યું:

'વિસ્ણાને કાંય નો થાય. હાદા ભટ્ટનું વંશ. ઈને સું થવાનું છ?' પછી બળદોને ડચકારતાં આગળ બોલ્યો, 'ને માથે અવલ જેવી સતીમા બેઠી છ. ઈનો કોઈ ભો નો રાખવો. મટી જાસે બધું.'

'દાદા, સાપ કંઈ હાદા ભટ્ટને ન ઓળખે.' પરાશરે કહ્યું.

'તમતમારે જુઓ ને, આ ઢાંઢા હમણેં પટવે પુગાડી દેસે.' ગોપાએ પરાશર સામે જોતાં કહ્યું, 'જીવની જેમ રાખ્યા છ બેયને. કોઈ દી પૂછડુંય આમળ્યું નથ.'

હું આડા સાથે પીઠ ટેકવીને બેઠો હતો. મેં પૂછ્યું, 'આતા, તમે હાદા ભટ્ટને જોયેલા?'

'નાનપણે દીઠેલો. આ અવલનો વર તે વેળાએ આ વિસ્ના જેવડો.' ગોપો આતો બોલ્યો, 'હાદો મૂળે પટવે રેતો'તો. ઈના ગ્યા પછી ગોરાણી અવલવાળી વાડીએ રે'વા વઈ આવી. ઈ તો હજી હમણાં લગણ જીવી. આવરદા લાંબી બાઈની.'

'કહે છે, કેશો ભટ્ટ તો સાધુ થઈ ગયા?'

'બન્યું'તું તો એવું.' ગોપા આતાએ રસ્તા પર નજર રાખતાં જવાબ દીધો.

'કેશો રે'તો પટવાવાળી વાડીએ. આ અવલનો ભાઈ ખેડે છ ઈ વાડીએ કેશોની ભગતી.' ડોસાએ વાત શરૂ કરી. 'હાદા ભટ્ટને એક છોડી. પરદેશ – મારવાડ વરાવી'તી. ઈની જાન આવવાની હતી, પણ પટવામાં પાણીની તાણ્ય, તે હાદાએ જાનને બેટ માથે રાખવાનું ગોઠવ્યું. ઈ વેળા કેશો આવ્યો હાદા પાંહે. કેયઃ "મોટાભાય, જાનને વાડિયે રોકો. કૂવો ખાલી નથ."'

'પછી?'

'હાદાયે તો પાણી મૂક્યું'તું કે પટવાની વાડિયે ઈ પગ નંઈ મૂકે, પણ જાન વાડિયે રેય ઈમાં તો કાંઈ વાંધો નો'તો.'

ગાડું અચાનક પથ્થર પર અથડાયું હોય તેમ પછડાયું. 'ધીરે, બાપલા, ધીરે!' ગોપાએ બળદોને ઉદ્દેશીને કહ્યું પછી વાત આગળ ચાલી. 'ચૈતર-વઈસાખ મઈનો. માણાં બધું વયું ગ્યું ગુજરાત મજૂરિયે. પાણી સીંચવાવાળું કોઈ મળે નંઈ. ને ઈ વખતની જાનું મોટી. ઈને થૈ રે એટલું પાણી સીંચે કોણ?'

'પછી બેટ પર જાન રોકી?'

'ના રે! કેશો કેયઃ સીંચવાની ચિંતા નો કરતા. મારો હડમાનડાડો લાજ રાખશે.'

'પછી વરસાદ આવ્યો?' મને આવી કોઈ દંતકથાની આશા હતી.

'વૈસાખ મઈને વરસાદ ક્યાંથી હોય? હડમાનજી કેશાને સપનામાં આવીને કઈ ગ્યા'તાઃ "ભગત, તારા ભાઈને ઘેર માંડવો છે. કૂવા બારું પાણી હું લાવી દઈશ. વાડીમાં માણાં હશે ન્યાં લગણ કૂવા પાંહેની કૂંડી ખાલી નંઈ થાવા દઉં." '

પરાશર મારા સામે જોઈને હસ્યો. ગોપાને ખ્યાલ આવી જતાં તે ગિન્નાયો. 'તમાં નો માનો. અમીં તો નજરે જોયા છ ઈ બધાંને!'

'ના-ના, દાદા, હું કંઈ કહેતો નથી. તમતમારે જાવા દ્યો.' પરાશરે કહ્યું.

'તે હું જાવા દઉં છ એવું લાગે છ? હાદો ભટ્ટ મારો સગો થાય છ તે મારે જાવા દેવાની વાત્યું કરવી પડે? આ તો આ સાયેબે પૂછ્યું ઈ વાતે મારે કેવાનું થ્યું, બાકી મારે સું છ?'

'દાદા, તમે એની ચિંતા ન કરો. તેઓ તો મહેમાન છે. તમતમારે વાત ચાલુ રાખો.' મેં કહ્યું.

'તે મેમાન હોય તો મેમાનની રીતે રે'વું જોવે કે નંઈ?' ગોપાએ કહ્યું અને વાત આગળ ચલાવી.

'જાન તો આવી. વાડિયે રોકાણી. કેશો વયો ગ્યો ગામના મંદિરમાં રે'વા. ઈને જાજાં જણ હોય ન્યાં ફાવે નંઈ.'

'હં.' મેં હોંકારો ભણ્યો.

'આંય હાદાયે જાનવાળાને હાથ જોડીજોડીને કીધું'તું કે જાન પાછી વળે તંયે વાડિયે કોઈ કાંઈ ભૂલીને નો જાતા. પણ આદમી કોને કે છ ? જાણીજોઈને કે ભૂલથી પણ કોકનું પંચિયું કૂવાને આડે લટકી ર્યું ને જાન તો વઈ ગઈ.'

'પછી?'

'ઓલી પા મંદિરે બીજે દિ' રાત્યે કેશાને સપનામાં દાદો દેખાણો; કેય, "એલા તને ચેતવ્યો'તો તોય મારી દસા કરી ? આમ જો, મારો વાંહો પાણી સારી, સારીને છોલાઈ ગ્યો છ!" '

'ભારે થઈ!' મેં ડોસાની વાતમાં સૂર પુરાવ્યો.

'ઈ ને ઈ ઘડિયે રાત્યે ને રાત્યે કેશો વાડિયે ગ્યો. વાડીએ તો કૂંડી ઊભરાય ને રેલમછેલમ. કેશાયે આડી માથેથી પંચિયું લઈ લીધું ને અડધી રાત્યે ઘેર જઈને હાદા ભટ્ટને અવાજ દીધો. હાદાયે ડેલી ખોલી ને કેશાયે પંચિયું સામું ધર્યું. કાંય બોલવા જેવું તો હતું નંઈ. સું થ્યું છ ઈ હાદો સમજી ગ્યો. પાડોસના બે-તૈણ જણ જાગ્યા ને આવીને ઊભા ર્યા.

ગોપાએ ગાડું રોક્યું. નીચે ઊતરીને પૈડામાં કંઈક તપાસ્યું પછી પાછો આવીને ગાડે બેઠો. આગળ ચાલતાં કહે:

'હાદો ભટ્ટ મોટોભાય થાય. વળી એણે કેશાને જિંદગી પાલવ્યો'તો તોયે ઈવડો ઈ ઊઠીને કેશાના પગે પડ્યોઃ "ભગત ભૂલ તો બીજા કોઈની નંઈ, મારી. હવે તું દેય ઈ સજા ભોગવી લઈસ." '

મને નૂરભાઈ યાદ આવ્યો. હાદા ભટ્ટને તે 'આપણી સમજ બહારનો' ગણે છે. મને નૂરાની માન્યતા સાચી લાગી. આ વ્યવહાર પાછળની પરસ્પરની સમજણ, લાગણી અને એકબીજાનો વિચાર કરવાની વૃત્તિ કેટલી ઊંચી હશે તેનું માપ કાઢવું તે સામાન્ય માણસની સમજ બહારનું જ ગણાય.

'પછી તો કેશો કેય, "સજા તો હું સું કંવ ? આગના આપો. હવે લોકવચાળે રે'વું નંઈ ગમે. ડુંગરપાર ઊતરી જાવું છ." પણ હાદો કેય, "મારાથી આગના કેમ દેવાય ? તને હારે લાવનારી તારી ભાભી છેય. ઈ કેય એમ કર્ય." '

'પછી ? ગોરાણીએ કેશાને રોક્યો ?'

'ના. એણે તો ઉપરથી વયો જાવા દીધો. "જીનું મન સંસારમાં નથ્ય ઈને પરાણે રોકીને સું કામ કોચવું? જા, ભાઈ!" કઈને ઊભી રઈ.'

'કેશાને પત્ની હતી ને?' મેં કહ્યું.

'રતનવહુ. ઈ ભેગી નો ગઈ. પણ કેશો ગ્યો ઈના છો મઈનામાં ઈણે દેહ પાડી નાખ્યો.'

'કંઈ બાળકો ?'

'કેશાને તો કાંય નો'તું. હાદાને દીકરી માથે એક છોકરો હતો. ઈ આ અવલનો સસરો. પણ ઈ તો અવલનો વર જલ્મ્યો ઈ વેળામાં જ મરી ગ્યો'તો. અવલની સાસુ રે'તી એને પિયેર. અવલના વરને તો હાદાએ મોટો કર્યો. ઈ હતો જુવાનજોધ. ને આ અવલ નવીનવી પઈણીને આવી'તી, ઈ હતી.'

'પછી ?'

'ભાય વયો ગ્યો, છોકરો તો હતો નંઈ. છોકરાની વહુ પિયેર જઈને રે'તી. હાદાથી નો જીરવાણું તે બે-તૈણ વરહે ઈય ગ્યો પરભુના ધામમાં. વાંહે યીં ઉમાગોરાણી, આ અવલ ને ઈનો વર.'

'હં.' મેં કહ્યું. અવલ હાદા ભટ્ટના પૌત્રની પત્ની છે, સરકારી નામે બોલતી આ વિશાળ જાગીરની માલિકણ તે ખ્યાલથી મારા મનમાં અવલનું આખું ચિત્ર બદલાઈ ગયું.

ગોપોઆતો આગળ કહે, 'અવલનો વર હતો જુવાન. ઈ ઊભો થ્યો કેશાવાળું ખેતર ખેડવા. કેય, "ખેતરેય ખેડું ને હવેલીય નામે કરું. કાકાને તો વંશ યોં નથી, પછે સું છે ?" '

'સાચી વાત છે. હવેલી તેની જ ગણાય ને !'

'ઈ તો મલક જાણે છ. કાંય નોંધણી નો'તી થઈ ને કોઈ માલીપા રે'તું નંઈ. અંગરેજના ટેમથી આ સરકારી ચોપડે ગઈ. બાકી આમ તો મલક-આખો જાણે છ કે હવેલી હાદા ભટ્ટની છે.' ગોપાએ કહ્યું.

'તો પછી ?'

'ઈ જ વાત છે. માણાં જીવ જાય ન્યાં લગી સાચને વળગી રેય છ. છોકરો કેય, હું "પટવાવાળું ખેડું." ને ઉમાગોરાણી કેય, "તારા દાદાયે મારી નજરે પાણી મૂક્યું કે પટવાના ખેતરે ઈના વંશનું હળ નંઈ ફરે. ઈનું વચન તોડે ઈ મારો કોઈ સગો નંઈ." '

'પછી?' હવે પરાશરને પણ વાતમાં રસ પડવા માંડ્યો.

'છોકરે માન્યું નંઈ, હળ જોડ્યાં. ઓલીપા ઉમાગોરાણી ગાડે બેઠી. પટવેથી નીકળીને આંય અવલવાળી વાડિયે આવીને રઈ, ઊપજ વગરની વાડિયે. કેય, "ધૂળ ખાઈને જીવીસ, પણ દાદાનું વચન તોડ્યું ઈની હાર્યે નૈં રઉં." '

'ને અવલ ?'

'ઈય વાંહે નીકળી. ઈના મનમાં એમ કે "હું અસ્ત્રીની જાત છંવ, ધણીને સું કઉં ?" પણ આદમી પોતાનું વચન તોડે તો અસ્ત્રી ઈ પાળે ને આદમીનાં પાપ એટલાં ઓછાં થાય. ઈય આવી ઈની વડસાસુ હાર્યે; રોટલા ખાઈને પડી રઈ,

પણ કોઈ દિ' પટવે નો ગઈ.'

'તો પટવાનું ખેતર હવે અવલનો ભાઈ કેમ ખેડે છે?' મેં પૂછ્યું.

'અવલનો વર ડુંગરના મેળે ખોવાઈ ગ્યો છ ને અવલે પટવાનું ખેતર ભાઈને કાંય ખેડવા નથ દીધું, ભાગે દીધું છ. ભાઈનો ભાગ ભાઈ લેય ને કેશાનો ભાગ મંદિરમાં ખેરાત કરે છ. આવી કસદાર જમીન ખેડે નંઈ તો નિહાકો પડે ધરતીમાતાનો. ઈને ખેડ્યા વગર મૂકી થોડી રખાય છ? છોકરો મામા-મામી પાંહે રઈને ભણે છ.' ગોપાએ વાત પૂરી કરતાં કહ્યું, 'ધરમી માણાંને જીવવું તલવારની ધાર્યે હોય છ, આપણા જેવું થોડું છ?'

થોડી પળો શાંતિમાં વીતી. ગોપો ઘડીએ-ઘડીએ 'હાલો, મારા બાપ, આ રહ્યું પટવા.' કરતો બળદો સાથે વાત કરતો રહ્યો. થોડી વારે અમે કેશા ભટ્ટની વાડીએ પહોંચી ગયા.

અવલનો ભાઈ તો સરવણ પાસેથી સમાચાર મળતાં જ દરિયાપટ્ટીના માર્ગે વરાહસ્વરૂપ જવા નીકળી ગયો હતો. કદાચ તે બેટ પર જ અવલ સાથે થઈ ગયો હશે અથવા પાછળ બીજો મછવો લઈને જશે.

'એ પહોંચી જશે, ગમે તેમ કરીને પણ ભેગા થઈ જશે.' ગૃહિણીએ કહ્યું.

મેં ઘરનું અવલોકન કર્યું. અવલ કરતાં સુખી. ખારા પાટના છેવાડે સારી અને પાછી કૂવાવાળી જમીન. અડધી આવક પર આ કુટુંબ નભે છે. બાકીની અડધી આવકનો લેનાર સાધુવેશે ક્યાંક ફરતો હશે કે કદાચ આ જગતમાં નહીં હોય. એના નામે ભૂખ્યાંઓને દાન કરાય છે.

આ બધા કોઈક જુદી જ જીવનરીતિના અંશો છે. કદાચ આપણે તેમને મૂર્ખ ગણવા પ્રેરાઈએ. આજથી બે વર્ષ પહેલાં આ કથા મેં જાણી હોત તો હું પણ તેને મૂર્ખાઈ ગણત; પરંતુ આજે, સંપત્તિ પ્રત્યે મોહ હોવો તે અક્કલનું કામ છે અને તેવું ન હોવું તે મૂર્ખાઈ છે એવું શા માટે મનાય છે તે મને સમજાતું નથી.

૨૩

પરાશર આવ્યો તે સમયે જ આ બધું બની ગયું તેથી હું તેને ક્યાંય લઈ જઈ ન શક્યો. બંગાળીની મઢીએ ભજન સાંભળવા પણ અમે ન જઈ શક્યા. એકાદ ચાંદની રાત્રે રબ્બરની હોડીમાં દરિયે તો જઈ શકાત, પણ એ હોડી રહી ગઈ મછવામાં. કંઈ ન થઈ શક્યું અને પરાશર ચાલ્યો ગયો.

શ્યાલબેટ મારા માટે અધૂરા પ્રશ્નોનો બેટ સાબિત થયો છે. પહેલી વખતે ભેંસલાનું રહસ્ય અને પેલા થાપડાના ખલાસીઓનું શું બન્યું હશે તે જાણ્યા વગર નીકળી ગયો. આ વખતે વિષ્નોની ચિંતા લઈને નીકળી જવું પડ્યું.

અવલ હજી આવી નથી. માઇલો વેરાનમાં હું અને પગી એકલા છીએ. મેં રિપૉર્ટ લખવાનું શરૂ કર્યું છે. બીજું કામ હવેલીને લગતા શક્ય તેટલા જૂના દસ્તાવેજો ભેગા કરવા લખાપટ્ટી કરવાનું કર્યું છે. વિષ્ણો બચી ગયો છે તે સમાચાર પટવાથી પસાયતો આપી ગયો છે. અવલ હવે આજ-કાલમાં આવશે.

વરસાદ ખેંચાઈ ગયો છે. જૂન મહિનો પૂરો થવા આવ્યો પણ આકાશમાં ભેજનું નામનિશાન નથી. આજે બંગાળીને ત્યાં જવાનું મન થાય છે. ત્યાં જ બાટી શેકી નાખીશું.

સરવણ ટપાલે ગયો અને હું મઢી તરફ ચાલ્યો. આજે જે કેડી પર હું કબીરાને દોરું છું, ત્યાં થોડાં વર્ષો પછી વાહનો દોડતાં થશે. મારું મન વિચારે ચડી ગયું. ખેરાના મુખીને બસ પકડવા સાત-આઠ માઇલ ચાલવું નહીં પડે. જે-જે વસ્તુઓનો સમાવેશ આધુનિક માનવી 'સુખ'માં કરે છે તેમાંની મોટા ભાગની વસ્તુઓ અહીં હાજર હશે.

નહીં હોય માત્ર આ ધૂળ ઉડાડતો ખારો પાટ, એનો ખાલીપો, આ નિર્જન રમ્ય સાગરતટ, પરીઓ અને કિન્નરો ને રમવા આવવાનાં છૂપાં સ્થાનો અને આકાશની પરમ પારદર્શકતા. ભલા! જે માનવી વિકાસ અને સમૃદ્ધિની ઇચ્છા કરે, તેણે આટલી નાનકડી કિંમત તો ચૂકવવી જ પડે ને!

આ રમ્ય જગતને હચમચાવી નાખવા પહેલો ઘા કરનાર તો હું જ છું. બંગાળીના શબ્દો યાદ કરું છું, 'જો નયા બનેગા, એક દિન વહ ભી નષ્ટ હોગા.'

અંતે તો બધું જ નાશ પામવાનું છે અને ફરી પાંગરશે. કોઈ હાદો ભટ્ટ,

કોઈ અવલ, કોઈ બેલી, કોઈ નૂરોભાઈ – બધાં ફરી ફરીને આવશે, જશે. આ પ્રક્રિયા અનંતકાળ ચાલ્યા કરશે. કોઈ પણ માણસે એકની એક પળ બીજી વખત ભાળી છે ખરી? મઢીએ પહોંચ્યો ત્યાં સુધી મારી વિચારધારા ચાલ્યા કરી.

મઢી પર શામજી મુખી પણ બેઠો હતો.

'એ રામરામ, મુખી!' મેં કહ્યું અને બાવાજીને હાથ જોડ્યા.

'આવો, સાહેબ.' મુખીએ ઊભા થઈને સામે આવતાં કહ્યું, 'પરાશરભાય આવ્યા'તા ને કાંઈ ખબરેય નો પડી! પાછા ગ્યા તંયે બસમાં જોયા.' મને આશ્ચર્ય થયું: 'મુખી, તમે પરાશરને ક્યાંથી ઓળખો?' આટલે દૂર પરાશરને નામથી જાણનાર કોઈ હોઈ શકે તે મારી કલ્પનામાં પણ ન હતું.

આ ચોથી સાલ મજૂરિયે ગ્યાં'તાં તંયે આ પરાશભાયના કારખાના પાંહે જ રોડનું કામ હાલતું'તું. રાત્યે ઈમના દરવાજે જ પડી રે'તા. પાણી પીવા જાંઈ તો આ માણાં ના નો પાડે. સંધાયને આવવા દે કારખાનાની માલીપા. હવે ઈમને કેમ ભુલાય?' મુખીએ કહ્યું.

રોડ બાંધવાની મજૂરી કરતા મજૂરોને મેં જોયા છે. એ કંગાળ, કાળા, ડામરવાળા હાથ, ઓઝપાઈ ગયેલા ચહેરાઓ. રાત્રે રસ્તાની બાજુમાં જ પડી રહેતા માનવજીવોમાં કોઈ ગામનો મુખી, પચીસ સાંતી જમીનનો ધણી પણ હશે તેની કલ્પના પણ કોને આવે?

મારું ચિત્ત ઢંઢોળાઈ ગયું. શામજી પોતાના ભાગે આવેલી બન્ને ભૂમિકા આટલી સ્વસ્થતાપૂર્વક શી રીતે નિભાવી શકે છે? શું થતું હશે તેના મનમાં, જ્યારે તે મુકાદમની ગાળો ખાતો, રસ્તા પર ડામર પાથરતો હશે ત્યારે! એક જ જીવનમાં, અરે, લગભગ દર વર્ષે બબ્બે વિભિન્ન પરિસ્થિતિઓ વચ્ચે પણ તે કેટલી સરળતાથી, સ્વાભાવિકતાથી જીવી શકે છે!

આ શક્તિ ક્યાંથી આવે છે! તે વિચારું છું તો મનમાંથી ઉત્તર મળે છે: 'પ્રકૃતિ પાસેથી.' મેં અનુભવ્યું છે કે જે માણસ પ્રકૃતિની નિકટ રહે છે તેને પ્રકૃતિ પોતાના મૂળભૂત ગુણોનું દાન કરે છે: સ્વાભાવિકતા, નિર્દંભીપણું, અભય અને જેવા છીએ તેવા દેખાવા જેટલી સરળતા.'

બંગાળીને ત્યાં અમે ઘણું રોકાયા. બંગાળીએ ગીતો ગાયાં. મુખીએ પણ ભજન સંભળાવ્યું. વરસાદ ખેંચાઈ જશે તો શું થશે! તેવી ચિંતા કરી તો બાવાજી કહે, 'નહીં, બરસાત જરૂર આવેગી, જોરોંસે આવેગી.'

રાત પડવા આવી ત્યારે અમે ઊઠ્યા. બાવાજી છેક નીચે સુધી અમને મૂકવા આવ્યા. પછી કહે, 'દેખ, મુખી, એક બાત માન, તેરે ગાંવ મેં જો બચ્ચે હૈં ઇનકો થોડે દિન હવેલી ભેજ દે. ઔર મવેશિયોં કો બાંધના નહીં. ઐસે હી

ખુલા છોડ કે રખના.'

'કેમ ?' મને બાવાજી આવી વ્યવસ્થા ગોઠવે તે નવું લાગ્યું.

'ક્યોં ? છોકરે લોગ બંગલે મેં રહેગા તો તુઝે કોઈ તકલીફ હૈ ?'

'ના, પણ ગાય-બળદોને કેમ છૂટાં રાખવાનાં ?' મેં પૂછ્યું.

'સુન, ડરાતા નહીં હૂં, લેકિન યે અપને અનંત મહારાજ હૈં ન ? યે દરિયા દો-તીન દિનસે ઠીક તરહસે બાતેં નહીં કરતે. લગતા હૈ મહારાજ શાયદ તૂફાન કર દેંગે.'

મને બાવાજીની વાત ગળે ન ઊતરી. તેઓ ધૂની છે, થોડું બબડી લે તો તેમની ગાયો તે બડબડાટ સમજતી હશે, પણ 'યે અનંત મહારાજ !' છટ્! મેં કંઈ ગંભીરતા ન માની. જોકે ખેરામાં દશ-વીસ બાળકો હશે તે બધાં ભલે થોડા દિવસ બંગલે રહી જાય, મને શો વાંધો હોય ?

'ઠીક હૈ. મુઝે કોઈ આપત્તિ નહીં.' મેં હિન્દીમાં જવાબ આપ્યો અને કબીરાને બંગલા તરફ દોડાવી મૂક્યો.

૨૪

અંધકારનો અર્થ અહીં ઓછું અજવાળું, એટલો જ થાય છે. કૃષ્ણપક્ષની રાત્રિઓ પણ દૂર સુધી ઝાંખું-પાંખું જોઈ શકાય તેટલી ઊજળી તો હોય જ. આ પ્રદેશના રહેનારા તો દૂરથી આવનારને પારખી પણ શકે એટલો ઝળહળ ઉજાસ આ ટમટમતા તારલિયાઓ પૂરો પાડે છે.

ઉત્તર દિશા સાચવતો ધ્રુવતારક, ડાબી બાજુ ક્ષિતિજે નમી ગયેલી શર્મિષ્ઠા, પશ્ચિમ તરફ નમતું જતું હંસમંડળ, ઈશાનમાં ઉપર આવતા સપ્તર્ષિઓ આ પારદર્શક આકાશમાં અનેરા તેજથી ચમકે છે. સ્વાતિ અને ચિત્રાની પેલે પાર, દક્ષિણે, વૃશ્ચિકની પૂંછડીએ, ધનુની તેજસ્વી આકાશગંગા અને મધ્યાકાશે શૌરીતારક-ગુચ્છ -આ બધાં ભેગાં મળીને ઘન અંધકારને ઓગાળે છે.

નિર્જન સમુદ્રતટની ચંદ્રવિહીન રાત્રિનું સૌંદર્ય કોઈ પણને પોતાના મોહપાશમાં જકડી લેવા સમર્થ હોય છે. ધરતી અને સમુદ્રનો ભેદ સ્પષ્ટ કરતી ધવલ ફીણ-પંક્તિઓ, ભાંગતાં મોજાંનું એકધારું મધુર ગાન, ઝરખ-નારના ઘુરકાટ અને શિયાળની ચીસો આ રમ્યતાને થોડી ભયાવહ પણ બનાવે. ભય પ્રેરે છતાં છોડીને જવાનું મન ન થાય તેવું ભયાવહ-રમ્ય નિર્જન એકાંત જેણે એક વખત પણ માણ્યું છે તે પોતાના શેષ જીવનના અંત સુધી તેને ક્યારેય ભૂલી શકવાનો નહીં.

કબીરો એકધારો ચાલ્યો. દૂરથી બંગલાનું ફાનસ દેખાયું. કદાચ સરવણ આવી ગયો હશે, કદાચ અવલ પણ આવી ગઈ હોય! મારા મનમાં અવલને નવા – હવેલીની માલિકણના સ્વરૂપે જોવાનો ઉત્સાહ જાગ્યો.

કબીરાને મેં દરિયો છોડાવીને કેડી પર લીધો. દરિયો બાવળની વનપંક્તિ પાછળ ગર્જના કરતો રહ્યો. પથરાળ કેડી પર અમે આગળ વધ્યા.

ઓ રે! આ વળી હું શું જોઉં છું? અંધારામાં બાવળની ઝાડી પાસે આટલી હલચલ શી છે? 'કોણ છે રે!' કહીને મેં ટૉર્ચ સળગાવી. અજવાળું થતાં કબીરો ઊભો રહી ગયો.

જોઉં છું તો સાત-આઠ કિશોરો ટોળે વળીને બાવળનાં સૂકાં-લીલાં લાકડાંની ભારીઓ બાંધીને ઉપાડવાની તૈયારીમાં છે. ચોરટાઓ! આ ઉંમરે લાકડાં ચોરતા થયા, તો મોટા થઈને શુંનું શું કરવાના? મેં ટૉર્ચ સળગાવી એટલે તે બધા

ભારીઓ મૂકીને નાઠા. હું તેમને રોકવા આગળ વધું-ન-વધું ત્યાં મેં શબ્દો સાંભળ્યા:

'છોકરાવ, ભાગજો મા. આ જંગલ-ખાતાવાળો નથી.' અવલના સ્વરને ઓળખતાં-વાર મારા હૃદયને જે દુઃખ પડ્યું તે હું વર્ણવી શકતો નથી. ઘડીભર મને થયું કે હું મઢી પર રાત રોકાઈ ગયો હોત તો સારું હતું. હજી સ્વસ્થ થઉં તે પહેલાં મેં અવલને બાવળની અંધારી કાંટમાંથી બહાર આવતી જોઈ. મેં તરત જ ટૉર્ચ બુઝાવી દીધી.

'લઈ લ્યો ભારિયું ને થાવ હાલતા.' અવલે મારી હાજરીને ગણ્યા-ન-ગણ્યા જેવી કરીને છોકરાઓને પાછા બોલાવ્યા. પોતે કેડી વચ્ચે લાકડીને ટેકે ઊભી રહી. કિશોરો ધીમેધીમે પાછા આવવા લાગ્યા.

અવલ ઊઠીને મોડી રાત્રે લાકડાં-કરગઠિયાં જેવી તુચ્છ વસ્તુની ચોરી કરનારાને રક્ષણ આપે અને મારી જ નજરે પકડાઈ જાય તોયે બેશરમ થઈને રસ્તા વચ્ચે ઊભી રહે! કેમે કર્યું મન આ વાત હકીકત હોવા છતાં માનવા તૈયાર નથી થતું.

અને અવલ! એ ઊભી છે - અખૂટ શાંતિથી, નિર્વિકાર રાત્રિ સમી સ્થિર, નિષ્ઠુરતાથી મારા તરફ પીઠ ધરીને, મારા મન પર દોરાયેલી તેની સુંદર, સુરેખ, સુકોમળ છબી તોડી-ફોડીને છિન્નભિન્ન કરતી. રે! કેટલું દુઃખ પડે છે મારા હૃદયને!

અવલને તેની શી પડી હોય! એ તો બરાબર જાણે છે કે આ વનો પર મારો કોઈ અધિકાર નથી. જે અધિકારી છે તે અત્યારે આવવાનો નથી. અને અનધિકારીને કંઈ કહેવા-બોલવા જેવું લાગશે તોપણ અવલની હાજરીમાં તે કંઈ જ બોલવાનો નથી.

હા, હું કશું જ બોલતો નથી. પણ રે સ્રી! તને જરા-જેટલી શરમ પણ કેમ નથી લાગતી? પોતાના રાજભંડારમાંથી દાન કરતી રાજરાણીની છટાથી તું આ કિશોરોને ભારીઓ ઉઠાવી જવા બોલાવી શકે છે શી રીતે?

પેલા છોકરાઓ પાછા આવ્યા. ભારીઓ ઉપાડીને ઉતાવળાં પગલે ચાલ્યા ગયા. તે લોકો દેખાતા બંધ થયા ત્યાં સુધી આગળ અવલ અને પાછળ હું પથ્થર-શાં સ્થિર ઊભાં. પછી અવલ ચાલી અને કબીરાએ ડગ ઉપાડ્યા.

અશ્વ નજીક આવ્યો એટલે અવલે ખસી જઈને માર્ગ આપ્યો. અવલને મળવાનું થાય ત્યારે કેટકેટલી વાતો કરવાનું મેં વિચારી રાખેલું! અત્યારે અવલની પાસેથી પસાર થયો ત્યારે તેની સાથે બોલવાનું સાહસ મારામાં નથી. વિષ્નોના ખબર પૂછવાનું પણ મને ન સૂઝ્યું. હું મૂક, હતપ્રભ દશામાં અવલ પાસેથી પસાર થયો.

'છોકરાઓને રોકશો નહીં.' અવલનો મક્કમ સ્વર આવ્યો, 'નાર-એરુના મુલકમાં પેટના જણ્યાને રાતે, પાંચ ગાઉના પલ્લે, લાકડાં લેવા મોકલે એ માની પીડા કેટલી હશે એ વિચારશો તો મારી વાત સમજાશે.' અવલ પૂરેપૂરી સ્વસ્થ છે. 'આખા પંથકમાં આ બાવળિયા વિના ક્યાંય બળતણ નથી. આ છોકરા આટલું ઘેર પહોંચાડશે ત્યારે એમની માયું રોટલા કરશે. એમને રોકીને પાપમાં ન પડશો.'

અવલના આ શબ્દોએ મારા હૃદયને વિદારી નાખ્યું. ઓ વશિષ્ઠ, અરુંધતી, જય-વિજય, શ્રવણ, અરે! ઓ આકાશી છત્રધારી ઋષિઓ! સાંભળ્યું તમે? આ સાંભળ્યું?

હજારો વર્ષો પૂર્વે તમે ઘડેલી પાપ-પુણ્યની વ્યાખ્યાઓ પર, તમે રચેલાં નીતિ-નિયમોથી પર, પોતાના હૃદયને જે સાચું લાગે તે આચરનારી આ દૂબળી-પાતળી સ્ત્રીએ પોતાનાં બે-ચાર વાક્યો વડે તમારી સત્કર્મ-દુષ્કર્મની કલ્પના સમૂળી ઉલટાવી નાખી છે. એક નાનકડી વાત કહીને તેણે મારી કહેવાતી સભ્યતાના અંચળાને ચીરી-ફાડીને, આ મહાસાગર પરથી ફરફરાટ વહી આવતા પવનમાં ઉડાડી મૂક્યો છે.

નૂરભાઈ કહેતો હતો, તેણે અહીંના વનના અવશેષો જોયા છે. આજે આ બાવળ સિવાય કોઈ વૃક્ષનું નામનિશાન નથી. સભ્યતા-વિકાસના નામે મારા જ સમાજે...

ઓ સર્પધર, વિશાખા, નરાશ્વનાં તારકમંડળો! તમે સાક્ષી રહેજો. આ બાળકોના હાથમાં વાગેલા કાંટા, થાકેલા પગમાં પડેલા ચીરા, તેમની ચિંતામાં, મોડી રાત્રે, રાહ જોઈને બેઠેલી માતાઓનાં મનની વ્યથા, અને ચોરી કરતાં પકડાવાથી નીપજેલી બે-લજ્જા – આ બધામાંથી જે કોઈ પાપ સર્જાતું હોય તે પાપ, તમારી હાજરીમાં હું માનવસમાજ વતી મારા માથા પર સ્વીકારું છું.

અવલની વાતનો જવાબ આપવાની જરૂર ન હતી. મેં કબીરાને દરિયાકિનારા તરફ વાળી લીધો, જેથી મને પાછળ આવતો જાણીને પેલા કિશોરોને દોડવું ન પડે.

'ધરમીને જીવવું તલવારની ધારે છે.' ગોપાઆતાના શબ્દો મને યાદ આવ્યા. તરવારની ધાર ખમવાની શક્તિ મારામાં હજી આવી નથી.

૨૫

અવલને જ્યારે બાવાજીએ કહેલી અનંતમહારાજના ક્રોધની વાત જાણવા મળી કે તરત તેણે પગીને ખેરા મોકલ્યોઃ 'છોકરાંઓને તેડી લાવો. મુખી તેમને મોકલે ત્યાં સુધી રાહ નથી જોવી.'

દરિયો તો રોજના જેવો જ, શાંત, ગંભીર લહેરાય છે, પણ અવલની હલચલ વધી ગઈ. તે ક્વાર્ટર પર આવી. પહેલી જ વખત તે મારા ટેબલને અડી. કોરો કાગળ શોધ્યો, પેન્સિલ લીધી અને કંઈક લખવા મંડી.

થોડી વારે કાગળ મારા હાથમાં મૂકીને કહેઃ 'કાલ ને કાલ આટલી વસ્તુ લાવી આપો.'

કાગળ વાંચીને મારાથી હસ્યા વિના ન રહેવાયું. મમરા, સેવ, ધાણી, ચણા, ગોળ, કેરોસીન, મગફળી. આ ચીજોનું વજન વાંચીને મારી આંખ પહોળી થઈ ગઈ. બધું પાંચ-પાંચ શેર.

'ભલે, અવલ મગાવે અને ન આવે એવી કોઈ ચીજ નથી. પણ તને લાગે છે કે દસ-પંદર છોકરાં ચાર-પાંચ દિવસમાં આટલો નાસ્તો કરી જાય?' મેં કહ્યું, 'કે પછી જમવાના બદલામાં આ જ ખાવાનું છે?'

'એ તો જેવી ઠાકરમા'રાજની ઇચ્છા.' અવલે કહ્યું.

'બાવાજી હવામાનશાસ્ત્રી ગણાય કે જ્યોતિષી?' મેં અવલને ચીડવી.

'તમારે ન મગાવવું હોય તો મારે તમારી અલમારી ખોલવી પડશે.' આટલી સ્પષ્ટ ધમકી અવલ આપે તે જોઈને મારાથી હસી પડાયું.

'ભલે, હસી લો, પણ આ બધું જ આવશે, તે પણ તમારા પૈસાથી. મારી પાસે પૈસા નથી. અને આમ પણ છોકરાં સાચવવાની જવાબદારી બાવાજીએ તમને સોંપી છે, મને નહીં.' તેણે સ્પષ્ટતા કરી.

બાળકો બીજે દિવસે જ આવી ગયાં, પણ અવલ આખો દિવસ દેખાઈ નહીં. મારી બધી સગવડ સરવણ પગીએ સાચવી. પટવાનો પસાયતો મોટા બંદરે અવલે મગાવેલી ચીજો લેવા ગયો.

'અવલ ક્યાં છે?' મેં પગીને પૂછ્યું.

'ખબર નંઈ. રાતે આવીસ કઈને ગ્યાં છ.' પગીએ કહ્યું. અવલને તે શું

કરે છે તે વિશે કંઈ પણ પૂછવાનું કોઈ પણ માટે શક્ય નથી. પગી શું કહે!

રાતે આવવાને બદલે તે સાંજે જ આવી ગઈ. આવતાંવેંત તેણે સરવણને હવેલી તરફ મોકલ્યો, પછી મારી પાસે આવી કહે, 'મારી સાથે આવશો?'

'ક્યાં?' મેં પૂછ્યું.

'હું લઈ જઉં ત્યાં.' અવલે બહુ ઉડાઉ જવાબ આપ્યો.

હું ઊભો થયો. અમે બન્ને હવેલી તરફ ચાલ્યાં. રસ્તામાં ચાલતાં અવલ સ્વગત બોલતી હોય તેમ બોલી: 'ખોળો પાથર્યો બાવાજીને, પણ માન્યા નહીં, બોલ્યા, "અબ છત કે નીચે ક્યા રહેના?" '

'બાવાજીને તેડવા ગઈ હતી?'

'ત્યાંય ગઈ હતી અને સ...' કહીને અવલ અટકી ગઈ. કદાચ તે બે-ત્રણ કામ, સાથે લેતી ગઈ હશે. 'પણ બાવાજી આવ્યા નહીં. ગાંડા છે અડધા.' તે ફરી બોલી.

'તે તને આજે છેક ખબર પડી?' મેં અવલની મજાક કરી કે બાવાની તે વિચારતાં મેં અવલ સામે જોયું, પણ અવલે સાંભળ્યું-ન-સાંભળ્યું કર્યું. અમે સરવણે ખોલેલા ખંડમાં પ્રવેશ્યાં.

અવલ આ વિશાળ મધ્યખંડની મોટી બારીઓ તપાસી આવી, પછી મને અને સરવણને ખંડના ખૂણામાં ભંડકનું ઢાંકણ બતાવતાં કહ્યું, 'પેલો દરવાજો ખોલો.'

મેં અને સરવણે શ્રમપૂર્વક તે ઢળેલું પાટિયું ઊંચક્યું. કટાયેલાં મિજાગરાંએ અવાજ કર્યો અને નીચે પથ્થરની સીડીવાળું ભંડક નજરે પડ્યું.

'બસ, તમે જાઓ. સરવણ, છોકરાંવને મોકલ. સાવરણીઓ લેતાં આવે. ને તું પાછો આવ.' અવલે જુદીજુદી સૂચનાઓ આપી. હું પાછો ક્વાર્ટર પર આવ્યો.

છોકરાંની ટોળી અને સરવણ-અવલે ભેગાં થઈને ભંડક સાફ કર્યું. પટવાનો પસાયતો આવીને આપી ગયો તે ચીજો ભંડકમાં ઉતારી.

બાવાજીએ વાત કરી તેને આજે ત્રીજો દિવસ ગયો.

ચોથે દિવસે સવારે બાળકોને આંગણમાં દોડાદોડી કરતાં જોવાની મજા માણતો હું બેઠો છું. સમુદ્ર શાંત, મધુર સ્વરે ગાતો રમે છે. બંગાળીનું ભાખેલું તોફાન કદી પણ આવવાનું નથી. બંગાળાના અખાતમાં સર્જાય છે તેવા ચક્રવાત અરબીસમુદ્રમાં ઉદ્ભવતા મેં ભાગ્યે જ સાંભળ્યા છે. હવે બાળકોને પાછાં ખેરા મોકલી આપવાનું સૂચન અવલ સમક્ષ મૂકવાનું મને સૂઝે છે. સાંજે અવલ સાથે વાત કરવાનું નક્કી કરીને હું કામે વળગ્યો. બપોરે બાળકોનો કોલાહલ શાંત થયો. કદાચ બંગલાની પરસાળે સૂઈ ગયાં હોય કે બેઠાંબેઠાં કંઈક રમતાં હશે. થોડી વાર પહેલાં અવલને હવેલી તરફ જતી જોઈ. સરવણ બહાર બેઠો છે.

અચાનક મને લાગ્યું કે વાતાવરણમાં આજે ઉકળાટ છે. પવન પણ થંભી ગયો છે. ઊભા થઈને મેં દરિયા તરફની બારી ખોલી. જ્યાંથી અનેક વાર મેં ભૂરા-ભૂખરા જલરાશિના સૌંદર્યને જોયું છે તે બારી ખૂલતાં જ જલધિનું હૃદયવિદારક રૂપ મેં જોયું. દરિયો તેના કિનારાના પથ્થરો જેવો જ સ્થિર પડેલો દેખાયો. પોતાની તમામ ગતિઓ થંભાવીને બિલકુલ જડ થઈ ગયેલો દરિયો જોતાં જ હું હબકી ગયો. મોજાંનો જરાસરખો પણ ઉછાળ નથી. એકાદ માછલી કે દરિયાપંખીનો સળવળાટ પણ નહીં. તરત જ મેં બારી બંધ કરી દીધી અને બહાર આવી કચેરીનો દરવાજો બંધ કર્યો. પગી દોડીને ક્વાર્ટર બંધ કરી આવ્યો.

અવલ અને બાળકો પરસાળમાં ઊભાં રહીને દરિયો જુએ છે. હું અને સરવણ ઉતાવળે હવેલી તરફ ગયા. પગથિયાં ઊતરતાં મને ક્ષિતિજ પરના આકાશનો રંગ કંઈક જુદો લાગ્યો. જરા ધ્યાનથી જોયું તો સમજાયું કે તે આકાશનો રંગ નથી, પાણીની એક ઊંચી દીવાલ ધસતી આવે છે!

અચાનક પવનની લહેરખી આવી. અમે બંગલાનાં પગથિયાં ચડીએ ત્યાં તો પાછળ દેખાતો સમુદ્ર પેટાળસહિત ઊંચકાતો ભાસ્યો. પાણીની એક વિશાળકાય દીવાલ રચાઈ અને બંગલા પાછળની પાષાણપંક્તિ પર અતિવેગથી પછડાઈ. ધસી આવેલા પાણીએ ખડકોના પોલાણમાંથી હવાને બહાર નીકળવાનો માર્ગ રૂંધી દીધો. ભીષણ દબાણના કારણે ધરતીનાં પોલાણ પાર કરતી હવા અમારા ચોકના કૂવામાંથી ગડગડાટ કરતી બહાર નીકળી.

એકાદ ક્ષણમાં જ આ બધું બની ગયું. અમે દોડીને કમરામાં પહોંચીએ ત્યાં જ મહામરુતે બંગલાના છાપરાને ઊંચકીને મેદાનમાં વેરણછેરણ ફેંકી દીધું. ખારાપાટમાં આંધી ઊઠી. કમરો બંધ કરીને અમે ભંડક તરફ ગયાં.

'સું થાય છે?' એક ગભરાયેલા બાળકે પૂછ્યું.

'કાંઈ નથી, જોરૂકો વાવડો નીકળ્યો છ.' અવલે તેને સમજાવ્યો.

થોડી ક્ષણોમાં અંધકાર છવાઈ ગયો. આ અસીમ બ્રહ્માંડના એક અજાણ્યા સ્થાને આવેલી મંદાકિનીના એક નાનકડા ખૂણે ફરતી સૂર્યમાળાના ટપકા જેવડા આ ગ્રહના એ જરા-જેટલા ભાગમાં આ તે કેવું ભયાનક વાવાઝોડું સર્જાયું છે! લાગે છે જાણે સમગ્ર બ્રહ્માંડ રમણે ચડ્યું છે. ક્યાંથી ઉદ્ભવે છે આ શક્તિઓ અને ક્યાં સમાઈ જતી હશે!

ભંડક એક વિશાળ કમરો છે. એક તરફની દીવાલે લાંબું પ્લૅટફૉર્મ. તેના પર ચણેલો ચૂલો. ધુમાડો લઈ જતી દીવાલમાં ચણેલી ચીમની. નળ, ચિનાઈ માટીની કૂંડી, તેની સામેની દીવાલે બે બારણાં ખોલીને જોયાં તો આરસજડેલો બાથરૂમ અને પાયખાનું. પૂરેપૂરી સગવડ ધરાવતો આ કક્ષ ધરતી તળે પંદર

ફૂટ ઊંડે છે. અવલે તેના ચણા-મમરાનાં પોટલાં પ્લૅટફૉર્મ પર હારબંધ ગોઠવીને મૂક્યાં છે. ફાનસના અજવાળે દીવાલો પર મોટા પડછાયા પાડીને બાળકોએ ગમ્મત શરૂ કરી.

'અવલ, પાણી આંય આવશે તો ?' પેલો ભટૂરિયો હજી ગભરાટમાં જ હતો.

'નંઈ આવે હો!' અવલે તેને પોતાની પાસે લીધો અને બાળકો વચ્ચે બેસતાં બોલી, 'તું શું લેવા બીવે છ? હું છું ને તારી હારે!'

હું દાદરના પગથિયે બેસીને અવલને જોઈ રહ્યો હતો. પડછાયાની રમત રમતાં મોટાં બાળકોને પણ ભયની ખબર પડી. રમત પડતી મૂકીને તેઓ અવલ પાસે ટોળે વળ્યાં. સહેજ મોટી ઉંમરની એક છોકરીએ કહ્યું, 'મારી બા કે'તીતી, દરિયો માઝા મૂકે તો સંધુંય તાણી જાય!'

'ઈ તો તારી મા તને અમથી બિવરાવે.' અવલે હસીને કહ્યું, 'એમ કાંય દરિયો માઝા નો મૂકે. આપણે એનું કાંઈ બગાડ્યું છ ?'

'ઓલી કવલી દરિયાને પાણકે ને પાણકે મારતી'તી.' અવલને જવાબ દેતાં એક નાનો છોકરો બોલ્યો. 'બોલ, હું ના પાડું તોય મોટા ને મોટા પાણકે મારે.'

'કાંય વાંધો નંઈ.' મેં અવલની જેમ બાળકોની બોલી બોલવા પ્રયત્ન કર્યો, 'દરિયાને પાણકા નો વાગે. એમ તો આપણે હલેસાં મારીએ ઈ કાંઈ દરિયાને વાગે ?'

અવલ મારા સામે જોઈને થોડું મલકી, પછી બોલીઃ 'હાલો, ગોળ ફરતાં બેસો. આપણે પાંચીકે રમીએ.' તેણે કેટકેટલી જરૂરિયાતોનો વિચાર કરી રાખ્યો છે!

બંધ દ્વારોની આરપાર પણ અનરાધાર, વેગીલા મરુત અને ભયાનક મેઘગર્જનાઓ સંભળાયા કરે છે. બહાર રાત્રિ જેવો ઘન અંધકાર છવાયો છે તેથી રાત ક્યારે પડી તે ખબર નથી પડી. ભૂખ લાગી ત્યારે અવલે ગોળ, મગફળી અને સેવમમરા ખાવા આપ્યાં.

બાળકો પેટ ભરીને ખાધા પછી ઊંઘમાં પડવા લાગ્યાં. હું હાથ ધોવા બાથરૂમ તરફ ગયો. અંદર જતાં ટૉર્ચ સળગાવી ત્યાં જ હું ચીસ પાડતાં રહી ગયો અને તરત બહાર આવ્યો. સામેની દીવાલ પર મોટો લીલો વીંછી ચોંટી રહ્યો છે. બારણું ખુલ્લું મૂકીને હું પાછો પગથિયા પાસે ગયો. મારો બૂટ હાથમાં લઈને ધીમાં પગલે બાથરૂમ તરફ ચાલ્યો.

'એવું ન કરશો.' અડધી ઊભી થઈ જતાં અવલ બોલી. તેને ખ્યાલ આવી ગયો કે હું નિર્મમ હત્યાના ઇરાદે જઉં છું.

'પણ અંદર...' મેં આંગળી વાળીને આંકડાની નિશાની કરી.

'એ જે હોય તે. અત્યારે આપણે આશરે છે. એના ઘરમાં પાણી ભરાણાં

હશે.'

'કોના ઘરમાં ?' સૂવા માંડેલાં બાળકોમાંથી એકે પૂછ્યું.

'જીવડાંનાં ઘરમાં. તું હવે સૂઈ જા.' અવલે કહ્યું.

સરવણ ખૂણામાં બેઠો હતો. તેણે કહ્યું, 'તમે-તમારે ચિંતા નો કરતા. બારે ભેગાં થાય તયેં જુદું ને અટાણે જુદું. ઈ જીવેય હમજે કે બધાંની દસા એક થઈ છ.'

વગડે વસતા ખેડૂતો, ઘાસ-માટીમાં રમતાં તેમનાં બાળકો, ઘટાટોપ જંગલોમાં વસતા આરણ્યકો અને આ વિશાળ ધરા પર એકાંત ખૂણા શોધીને રહેતા વૈરાગીઓ -આવા કેટકેટલા ઝેરી જીવો સાથે સહજીવન ગાળે છે, તે છતાં આવા જીવોએ તેમને નુકસાન કર્યું હોય તેવા દાખલા કેટલા ઓછા સાંપડે છે!

ધરતી પર જન્મ આપતાં પહેલાં સર્જનહારે જાણે કહીને મોકલ્યા હોય, 'જાઓ મારાં વહાલાં, જાઓ, તમારા જીવંત સંચારથી પૃથ્વીને સજીવન કરો. મુક્ત, આનંદી અને નિર્ભય થઈને ઇચ્છો ત્યાં વિચરો. બીજાના કામમાં દખલ નહીં કરો ત્યાં સુધી આ પૃથ્વી તમને જીવવા જેવી લાગશે.'

૨૬

મારું ઘડિયાળ ઘરમાં જ રહી ગયું છે. ઊંઘના કલાકો યાદ નથી; પરંતુ આશરો લગાવીએ તોયે સત્તર-અઢાર કલાકથી વાવાઝોડું એકધારું ચાલુ છે. પવનના સુસવાટા થોડા નરમ પડ્યા હોય તેવું લાગે છે, પણ વરસાદ અનરાધાર પડે છે. બાળકો હવે આ કેદથી કંટાળ્યાં છે.

'ઘેરે જાવું છે'ની ફરિયાદ વારંવાર ઊઠે છે અને અવલ કહે છે: 'આ વરસાદ રેય એટલે તરત તને મોકલાવું.'

ક્યાં મૂકી આવીશું આ બાળકોને? ખેરા તો સાવ સપાટ કિનારા પર છે. ઓચિંતો આવીને સમુદ્ર માઇલો સુધી ભૂમિ પર ધસી ગયો હશે. આ વિનાશમાંથી કોણ બચ્યું હશે, કોણ નહીં તેની શી ખબર!

છોકરાંઓ વારંવાર ખાવાનું માગે છે અને અવલનું અક્ષયપાત્ર ક્યારે જવાબ દઈ દેશે તે ખબર નથી. એકાદ કલાક પસાર થયો. પવનનું જોર સાવ નરમ પડ્યું. વીજળીના કડાકા બંધ થયા. માત્ર વરસાદ ચાલુ રહ્યો.

'પગી, ઉપર જાઓ. વાછટ ન આવતી હોય તો બારણું ખોલી નાખો.' મેં કહ્યું.

ઉપર દરવાજો ખૂલ્યો અને સરવણે બધાંને બોલાવ્યાં. દરવાજા બહાર આખો ખારો પાટ જળમગ્ન દેખાય છે. છેક દરવાજા સુધી પાણીની પાટ રચાઈ ગઈ છે. ઠંડી હવાનું લખલખું લગભગ બધાંના દેહ ધ્રુજાવી ગયું.

આખોયે દિવસ અમે બધાં બારણા બહારના વાતાવરણને જોતાં રહ્યાં. વાતો ખૂટી ગઈ હોય તેમ મૂક. બાળકો પણ કંઈ બોલતાં નથી. રાત્રે દરવાજો બંધ કરીને બધાં બેઠાં. ભોંયરા કરતાં આ કમરામાં સ્વસ્થતા વધુ લાગે છે.

અવલ મારી પાસે આવીને ધીમેથી બોલી, 'અત્યારે આપણને ખાવાનું નહીં મળે. છોકરાંવ માટે રાખવું પડશે.'

'નહીં મળે' તેવું બોલતાં અવલને કેટલું દુઃખ પડે છે તે હું તેના મુખ પર જોઈ શક્યો. તે મારા જવાબની રાહ જોતી હોય તેમ મારી સામે જોઈ રહી.

મેં બોલતાં જરા વાર લગાડી. પછી મારા હૃદયમાંથી નીકળેલો એક શબ્દ હોઠ સુધી પહોંચ્યો અને મેં થોડું હસીને કહ્યું, 'ભલે.'

અવલના મુખ પરથી વાદળી ખસી ગઈ. તે પણ એટલી જ સાહજિકતાથી બોલી, 'બસ'.

કશું જ કામ ન કર્યાનો લાગે એટલો થાક વધુપડતો શ્રમ કર્યો હોય ત્યારે પણ નથી લાગતો. કેટલાયે કલાકોથી એક કમરામાં કશું કર્યા વિના બેસી રહેલાં અમે બધાં એક પછી એક ક્યારે નિદ્રાધીન થયાં તે ખબર ન પડી.

સવારે બારણું ખૂલ્યું. ચારે તરફ લહેરાતા પાણી પર સોનેરી તડકો ઝળહળતો હતો. સૂર્યપ્રકાશનો આવો પીળો રંગ અગાઉ ક્યારેય જોયાનું મને યાદ નથી. આજના દિવસની સવાર આશા લઈને આવી છે. બાળકો આનંદમાં આવી ગયાં. હજી સૂઈ રહેલાં બીજાં બાળકોને જગાડવા માંડ્યાં: 'આલ્લે લે, ઠેઠ ઝાંપા હૂધી પાણી આવ્યું છ!' કહેતાં પરસાળમાં આવી ગયાં.

પરસાળ કચરાથી છલકાઈ ગઈ છે. લાકડાની રવેશ તૂટીને આંગણામાં પડી છે. ક્યાંક-ક્યાંક કાચ પણ વેરાયા છે. કશાયની પરવા કર્યા વગર અમે ઊભાં-ઊભાં તડકો જોઈએ છીએ.

'એલા, આણીપા હોતેન દરિયો બની ગ્યો!' એક બાળક બોલ્યું. બાળકોનો કલબલાટ મનને આનંદ આપી ગયો. ગઈ રાતનો ઉપવાસ ભુલાઈ ગયો.

અમે દાદર ચડીને અગાસી પર ગયાં. છાપરા વગરનો બંગલો ભેંકાર લાગતો હતો – ચારે તરફ ફેલાયેલા પાણી વચ્ચે ભગ્ન વહાણ જેવો. કમ્પાઉન્ડની દીવાલ ઠેકઠેકાણેથી તૂટી પડી છે. અવલની વાડી, ઝૂંપડી, પાણીથી તરબતર બે નાળિયેરી, નાનાં વૃક્ષોની ટોચ પર દરિયાકિનારે બાવળોની ઉપરની ડાળીઓ પાણીની બહાર દેખાય છે.

દિવસ રમવામાં ગયો. સાંજે જે થોડુંઘણું વધ્યું હતું તે બાળકોને વહેંચાઈ ગયું. આવતી કાલે શું ખાઈશું તેની ચિંતા કરતો હું પાળી પર બેઠો છું. અવલ અને સરવણ બાળકોને નીચે લઈ ગયાં છે.

ભૂખનું ગાંડપણ મેં જોયું છે – મારી અગાઉની નોકરીના સમયમાં. ધમધમતા નગરની ઊંચી ઇમારત પર પાણીની ટાંકીમાં સંતાઈને મેં બે ભૂખ્યા દિવસો વિતાવ્યા છે.

તે સાંજે બધાં ઘરે ગયાં પછી હું, જેકબ કારકુન અને નારાયણ પટાવાળો ઑફિસમાં હતા. નીચે હોહા અને તોડફોડ ક્યારે શરૂ થઈ ગઈ તે ખબર ન પડી. અચાનક ટોળું ઉપર આવતું લાગ્યું. અમે કચેરીને તાળું વાસીને અગાસી પર પાણીની ટાંકીમાં ગળાડૂબ ઊભા રહ્યા.

પછી કરફ્યુ લાગ્યો. ભય, ભૂખ અને સૂમસામ શહેર. દૂર ઊઠતા આગના ભડકા. ગોળાબારના અવાજો. જેકબ પાગલ બનીને આળોટવા મંડ્યો હતો. તેણે

પોતાનાં કપડાં ફાડી નાખ્યાં, વાળ ખેંચ્યા, પાળી પરથી કૂદી પડવા કોશિશ કરવા મંડ્યો. નારાયણે અને મેં તેને પરાણે સંભાળ્યો ત્યારે. તે વખતે હું પણ અસ્વસ્થ થઈ ગયેલો.

અહીં અમે ત્રણ-ચાર દિવસથી ફસાયાં છીએ. મૃત્યુને સમીપથી અનુભવ્યું છે. હજી કેટલા દિવસ ખાવાનું નહીં મળે તેની ખબર નથી. તે છતાં આ નિર્જન સ્થળે મન અશાંત નથી થતું. ઉદ્વેગ નથી થતો. કશાક પર શ્રદ્ધા છે. શાના પર ? તે હું નથી જાણતો.

સ્વચ્છ આકાશમાં ચંદ્ર નીકળી આવ્યો. ચારે તરફ ચાંદની પથરાઈ. જે ચાંદની મને રમ્ય લાગતી, તે આજે ભયાવહ લાગી. છાપરા વગરની હવેલી, વેરાયેલો કાટમાળ, પાણીની બહાર ડોકાતાં ઉદાસ વૃક્ષો આખા વાતાવરણને બોઝિલ બનાવે છે.

અવલનો પગરવ સંભળાયો. તે પાળી પર હાથ ટેકવીને ઊભી રહી.

'અહીં જ રહેવું છે ?' તેણે દરિયા પર જોતાં પૂછ્યું.

'આવું છું.' મેં કહ્યું અને ન ઇચ્છવા છતાં મારાથી બોલાઈ ગયું, 'કાલે શું કરીશું ?'

તેણે અપૂર્વ શ્રદ્ધાભરી નજરે મને જોયો, મંદ હસી અને માત્ર બે જ શબ્દો બોલી, 'કાલનું કાલે મળી રહેશે, ભરોસો રાખીએ તો !'

મારી ઉદાસીનતા ઓસરી ગઈ. સમુદ્ર, ખારાપાટમાં ભરાયેલું પાણી, ખંડિત હવેલી અને નીતરતી ચાંદની – આ બધાં મને એટલાં જ રમ્ય લાગવા માંડ્યાં જેટલાં અગાઉ લાગતાં હતાં. મારી બધી ચિંતાઓ છતાં મન સ્વસ્થ થઈ ગયું.

મેં કંઈ જવાબ ન આપ્યો, માત્ર હસ્યો અને અવલ સાથે નીચે ગયો.

ભૂખ્યા પેટે ઊંઘ ન આવી. આખી રાત લગભગ જાગતાં પસાર થઈ. ...ળકો ઘસઘસાટ ઊંઘે છે. સરવણ અને અવલ ઊંઘમાં છે કે જાગતાં સૂતાં ... તે ખબર નથી. પરોઢિયે માંડ મારી આંખ મળી.

અચાનક કોઈ મોટા ઘરઘરાટથી મારી આંખો ખૂલી ગઈ. અવાજ શાનો થાય છે તે વિચારું ત્યાં અવલ અને સરવણ પણ જાગી ગયાં. આ અવાજ હેલિકૉપ્ટરનો છે તે સમજાતાં જ મેં અગાસી તરફ દોટ દીધી. છોકરાંઓ અને પગી પણ અગાસી પર આવ્યાં. અવલ ધીરેધીરે પાછળ આવી.

અગાસીએ જઈને જોઉં છું તો બંગલા પરથી પસાર થઈ ગયેલું હેલિકૉપ્ટર દૂર જતું દેખાયું. થોડે દૂર નીકળીને એ લોકોએ બીજું ચક્કર માર્યું. બે-ત્રણ બાળકો ગભરાઈ ગયાં. બાકીનાં હોહા કરતાં કૂદવા લાગ્યાં. અમે હાથ હલાવ્યા. હેલિકૉપ્ટર બરાબર હવેલી પર સ્થિર થયું. તેમાંથી પ્લાસ્ટિકની થેલીઓ ફેંકાઈ.

પંખાની હવામાં ધકેલાઈને થેલીઓ વેર-વિખેર પડી – કેટલીક અગાસીમાં, કેટલીક ચોકમાં, પાણીમાં. તે લોકો જેમ આવ્યા તેમ પાછા ચાલ્યા ગયા.

હું અને પગી નીચે ઊતરીને કોથળીઓ વીણી લાવ્યા. અવલે બધાંને ગોળ કૂંડાળું વળીને બેસાર્યાં. પગી પાળી પર જઈને બેઠો. હું એક તરફ ઊભોઊભો વ્યવસ્થાને જોઈ રહ્યો. બાળકોને વહેંચાઈ ગયા પછી અમે ખોરાકનાં પડીકાં ખોલ્યાં.

જેમણે કદીયે પલળેલો ખોરાક ખાધો નથી, જેઓ હંમેશાં હાથ અને મોં દાઝે તેટલો ગરમ ખોરાક પામ્યા છે અને જેમને ખાતાં પહેલાં દશ મિનિટથી વધુ રાહ જોવી નથી પડી તેમને આ આકાશમાંથી વરસેલા ભોજનનો સ્વાદ ક્યારેય સમજાવાનો નથી.

ચારે બાજુ પાણી વચ્ચે ઘેરાયેલા ભગ્ન મકાનની અગાસી પર, મૂરઝાયેલા ચહેરા અને રુક્ષ વાળવાળાં બાળકો અને અમે જે ખાઈ રહ્યાં છીએ તેનાથી મળતી તૃપ્તિનો અનુભવ તેના રાંધનારને પણ પહોંચે તેવું ઇચ્છું છું.

આ સૂમસામ, નિર્જન સ્થાનથી સુદૂર, પોતપોતાના સંસારમાં વ્યસ્ત, હે નગરવાસિનીઓ, મારા હાથમાં આવેલું આ અન્ન તમારામાંથી કોણે બનાવ્યું છે તે હું નથી જાણતો, પણ પૂરા આદરથી તેનો સ્વીકાર કરું છું. કદાચ કોઈએ નહીં ખાધું હોય એટલા પ્રેમથી અમે તે આરોગીએ છીએ. તમે ક્યાં છો, કોણ છો, તે અમે નથી જાણતાં. જાણીએ છીએ માત્ર એટલું કે તમે છો ત્યાં સુધી આ પૃથ્વી પર જીવવાનું કારણ રહેવાનું છે.

૨૭

બાળકોને પાછાં મૂકવા જવાનું મેં સ્વીકાર્યું. પટવાથી એકબે જણ મળવા આવી ગયા. ત્યાં ઘણાં મકાનો પડી ગયાં, પણ કોઈ માણસ મર્યું નથી. ખેરા સંપૂર્ણ ધોવાઈ ગયું છે, પણ તોફાન આવ્યું તે પહેલાં બધાં માણસો પટવા, વરાહસ્વરૂપ જેવાં સ્થળોએ જતાં રહેલાં. હવે ધીરેધીરે બધાં પાછાં ફરી રહ્યાં છે.

હું અને સરવણ બાળકોને લઈને ચાલ્યા. ખારા પાટમાં કાદવ થયો છે, પણ બાવળની કાંટ પાસે પથરાળ કેડી સુક્કી છે. અમે તોફાન પછીનાં દશ્યો જોતાં ચાલ્યાં. ખારાપાટમાં ઢોરના મૃતદેહોની દુર્ગંધ ફેલાવા માંડી છે.

સાંકળ, ઘોડી, દૂરબીન, નકશા – આ બધી શુષ્ક ચીજો સાથે મારો વિગત સમય પસાર થયો, છતાં આ ધરતીએ મારા મનને શુષ્ક રહેવા નથી દીધું.

નૂરભાઈ ગયો. તેને દૂધરાજ જોવા મળ્યો હશે કે નહીં તેનો વિચાર કરું છું તો આ ઉજ્જડ પ્રદેશનાં થોડાંઘણાં પક્ષીઓ પણ યાદ આવી જાય છે.

ક્રિષ્ના, બેલી – બધાં યાદ આવે છે. બેટ પર તો કેટલુંયે નુકસાન થયું હશે! ક્યાં ગયાં હશે બધાં? ત્યાં વાયરલેસ છે. કદાચ અગાઉથી માહિતી મળી હોય તો ઘણું બચાવી શકાયું હશે.

'એલા, બાવાજીની તુંબડી!' એક છોકરાના શબ્દોએ મારું ધ્યાન બાવળની ઝાડી તરફ દોર્યું. એક બાવળની ડાળીઓ વચ્ચે બંગાળીનું કમંડળ ભરાઈ રહ્યું છે. કાંટાની પરવા કર્યા વગર હું ઝાડીમાં ઘૂસ્યો અને કમંડળ ઉતારી લાવ્યો. અમે ઝડપ વધારી. બાળકો તો દોડતાં જતાં હતાં.

દૂરથી દેખાતો મઢીવાળો ખડક અત્યારે દેખાયો નહીં અને મને ફાળ પડી. ત્યાં પહોંચીને જોયું તો સમુદ્ર પર ઝળૂંબેલી ખડકની ધાર ટુકડેટુકડા થઈને વેરાઈ ગઈ છે. મઢીનાં બેલાં ખારા પાટમાં અહીંતહીં વેરાયેલાં પડ્યાં છે.

હું એક પથ્થર પર બેસી પડ્યો. સરવણ હતપ્રભ બનીને જોઈ રહ્યો. બાળકો ઊભાંઊભાં, વિનાશના અવશેષો નીરખતાં ગુસપુસ કરતાં હતાં.

બાવાજી ક્યાં ગયા હશે? બધું છોડીને ચાલ્યા ગયા? કે પછી આ અનંતમહારાજ... મારાથી કલ્પના ન થઈ શકી. હું તેમને ગાંડા ગણતો હતો, ધૂની માનતો હતો. તેમની મોટા ભાગની વાતોને મેં દંભ અને ડોળમાં ખપાવી હતી;

પરંતુ આ ક્ષણે, આ સ્થળે હું સ્પષ્ટ રીતે સમજી શક્યો છું કે તો અર્ધગાંડા દેખાતા માનવી આ સમગ્ર બ્રહ્માંડમાં નક્ષત્રોથી માંડીને રેતીના કણ સુધીની દરેક ચીજ સાથે સીધો વાર્તાલાપ કરી શકતા હતા – સાવ સરળતાથી પૂર્ણ સભાનપણે.

બાળકો ખેરા પહોંચ્યાં ત્યારે તેમનાં પરિવારજનોની આંખો છલકાઈ ગઈ. ગામમાં કંઈ જ બચ્યું નથી, છતાં શામજી મુખી જરાય ઢીલો નથી થયો. જે કંઈ છે તેમાંથી અને બહારથી આવતી મદદની સામગ્રીથી ઝૂંપડાં પાછાં ઊભાં થાય છે.

હું અને સરવણ પાછા હવેલીએ આવ્યા ત્યારે અવલ પટવા જઈને પાછી આવી ગઈ હતી. તેનાં ભાઈ-ભાભી તેની સહાયે આવ્યાં છે. ત્રણેય જણાં મળીને અવલની ઝૂંપડી ઊભી કરવામાં પડ્યાં છે.

મને જોતાં જ અવલની આંખોમાં પ્રશ્નાર્થ ચમક્યો. જવાબમાં મેં કમંડળ ઊંચું કરીને બતાવ્યું. ક્ષણ-બે-ક્ષણ અવલ થંભી ગઈ, પછી એટલી જ સ્વસ્થતાથી વાંસ-વળી બાંધવામાં પરોવાઈ ગઈ. હું અને સરવણ પણ તેની મદદે ગયા. સાંજે બધાં ક્વાર્ટર્સ પર રોકાયાં.

ઘણા સમયથી અવલને કહેવાની વાત હું કહી શકતો ન હતો. આજે તે કૂવાના થાળા પર નિરાંતે બેઠી છે ત્યારે સમય છે એમ ધારીને હું તેની પાસે ગયો. તેની સામે આરામખુરશી નાખીને હું બેઠો.

'અવલ, મારું કામ પૂરું થશે. હું કદાચ વહેલો પણ જતો રહીશ. કદાચ રાજીનામું આપીને પણ.' મેં શરૂઆત કરી.

'તો ?' અવલે પૂછ્યું.

'શહેરમાં જઈને આ હવેલીનો દાવો માંડી શકાય. મારી પાસે ઘણા પુરાવા છે.' મેં કહ્યું.

'ના.' તેણે ભગ્નાવશેષો જોતાં કહ્યું.

'તને ખબર છે, અહીં કેમિકલ ઝોન થશે તો આ મિલકતની કિંમત કેટલી થશે ?'

અવલે કંઈ જવાબ ન આપ્યો.

'આ ત્યાગ ન કહેવાય, મૂર્ખાઈ ગણાય' મેં શ્લેષ કર્યો.

'મેં ત્યાગ કર્યો જ નથી.' અવલે કહ્યું, 'મારું નથી તે મેળવવાની ઇચ્છા ન કરું એને તમે ત્યાગ ગણો છો ?'

અવલે થાળાના પથ્થરો પર પગ લંબાવતાં જવાબ આપ્યો, 'કેશોદાદાની સંપત્તિ મારા નામે કરવામાં કાયદો કેટલો સમય લેશે ? કદાચ જૂઠાણાં પણ રચવાં પડે. થોડીઘણી મિલકત ખાતર કેટલોય સમય આ રીતે જીવવું તે અક્કલનું કામ હોય એવું મને નથી લાગતું.'

'હાદા ભટ્ટે આ હવેલી સ્વીકારી હતી. તો તને સ્વીકારવામાં શો સંતાપ ?'

'મારા વડસસરાએ હવેલી મેળવવા પાછળ એક મિનિટ પણ બગાડી નથી. આ સંપત્તિ તેમને સહજપ્રાપ્ય હતી. એટલી જ સાહજિકતાથી તેમણે કેશોદાદાને આપી દીધી.' અવલ દરિયા તરફ જોતાં બોલી.

'ક્યારેક તારી વાત મને સમજાતી નથી.' મેં અવલને સમજવા પ્રયત્ન કરતાં કહ્યું, 'કેશો ભટ્ટને વંશ નથી, તો તેમના વારસદાર તમે જ થયાં ને ?' મને થોડો ગુસ્સો આવ્યો અને મારાથી બોલાઈ ગયું, 'વિષ્નોના બાપુએ પટવાનું ખેતર ખેડ્યું એટલી વાતમાં આ વનવાસ વેઠવાનો તારો નિર્ણય મારે ગળે તો નથી ઊતરતો.'

અવલ એકદમ ચમકી. થાળા પર લંબાવેલા પગ તેણે જમીન પર લટકાવ્યા. મારા તરફ જોઈને તેણે પૂછ્યું, 'તમને શી ખબર ?'

'ગોપા આતાએ અમને વાત કરી હતી.'

અવલ મ્લાન હસી અને બોલી, 'આવી રીતોથી સર્વજ્ઞ બનવાની કોશિશ કરવી રહેવા દેશો તો શોભશે.' તેણે થોડી વાર મૌન સેવ્યા પછી કહ્યું, 'જેને જે લાગ્યું હોય તેવું તે બોલે, પણ વિષ્નોના બાપુના દોષે મેં પટવા છોડ્યું એવું સાંભળીને તમે માની લો છો તેનું દુઃખ થાય છે. અહીં રહેવાનું તો મેં મારી ઇચ્છાથી સ્વીકાર્યું છે – મારા દોષે.'

મેં કંઈ ઉત્તર ન આપ્યો. એક સ્ત્રી સામે બેસીને તેના પતિ વિશે કંઈ બોલવું મને યોગ્ય ન લાગ્યું. અવલ થોડી વાર કંઈ ન બોલી. કંઈક વિચાર્યા કર્યું હોય તેમ એક નજરે દરિયો જોતી રહી પછી બોલીઃ

'તમારે મનમાં શંકા ન વસે એટલે સાંભળી લો તો સારું. રતનબા, કેશોદાદાનાં પત્ની, ગુજરી ગયાં ત્યારે હું અને વિષ્નોના બાપુ બે જ જણાં તેમની પાસે હતાં. છેલ્લી વેળાએ બા કંઈક બોલ્યાં પણ કંઈ સમજાયું નહીં.' અવલ ભૂતકાળ યાદ કરતાં બોલી, 'પટવાવાળું ખેતર ખેડવાની વાત ઉમાબા પાસે નીકળી ત્યારે હું પરસાળમાં બેસીને ચોખા સાફ કરતી હતી. મારાં વડસાસુ, ઉમાબા ખૂબ ગુસ્સામાં હતાં. વિષ્નોના બાપુને કહેઃ "તું, હાદા ભટ્ટનું વંશ ઊઠીને કેશાનું ખેતર ખેડીશ ? સાંભળી લે, જે દિ' તું હળ જોડીશ તે દી હું આંય નંઈ રહું!" '

'ખબર છે મને.' મેં કહ્યું.

'નથી ખબર.' અવલ છેડાઈ પડી. પછી વાત આગળ ચલાવીઃ

'એ વખતે વિષ્નોના બાપુએ જવાબ આપ્યો, "બા, કેશોદાદા તો નથી, ને દાદીની ઇચ્છા પણ એ ખેતર મને ભળાવવાની હતી. છેલ્લી વેળાએ પણ એમણે ખેતર ખેડવાનું મને કહ્યું છે. પૂછો તમારી વહુને. એ પણ ત્યાં જ હતી." ' વાત

કરતાં અવલ અટકી અને આકાશ તરફ જોયું. હું ધ્યાનથી તેને સાંભળતો બેઠો હતો:

'ઉમાબાએ મારી સામે જોયું. હું ઉમાબાની આમન્યા રાખતી. ગભરાઈને મેં લાજ કાઢી લીધી. મૂંઝાઈ ગઈ હતી. ના કહીને મારા વરને ખોટો પાડું અને રતનબાએ ખરેખર તેમને ખેતર ખેડવા કહ્યું હોય તો? કદાચ મેં ન સાંભળ્યું તે એમને સંભળાયું પણ હોય, મેં કહ્યું, ''હા, બા.'' '

અવલ જેવી મક્કમ સ્ત્રીને પણ ધર્મસંકટનો સામનો કરતાં મુશ્કેલી પડે તે સાંભળીને મને નવાઈ લાગી.

'મારાં વડસાસુ કંઈ બોલ્યાં નહીં. તેમણે વિષ્નોના બાપુને કહ્યું, ''અવલલક્ષ્મીના બોલે તને પટવાવાળું ખેડવાની રજા દઉં છું. જા, ખેડ.'' '

'તો પછી પ્રશ્ન જ ક્યાં રહ્યો?' મેં કહ્યું.

'તમે પૂરું સાંભળશો?' અવલ બોલી. હું મૂંગો થઈ ગયો.

'એ હળ જોડીને ગયા પછી ઉમાબાએ ગાડું જોડાવરાવ્યું. પોતાનાં કપડાં સિવાય કંઈ લીધા વગર ગાડે બેઠાં. હું તો આભી બની ગઈ. ''બા! ક્યાં જાવું છે?'' તો કહે, ''ભટ્ટને નામે જે છે ત્યાં જઈને રહેવું છે. હવે અહીં જીવ નથી લાગતો.'' '

અવલે ગળું સાફ કર્યું અને વાત ચાલુ રાખી: 'મેં રોક્યાં અને ખૂબ પૂછ-પૂછ કર્યું ત્યારે બોલ્યાં, ''લક્ષ્મી, તમે તમારા વર માટે થઈને બોલ્યાં તો ભલે, પણ કેશો ઘર છોડીને ગયો છે, મરી નથી ગયો. અને કેશોના જીવતાં એની સંપત્તિની સોંપણી રતનવહુ કોઈ કાળે ન કરે. રતન પંદર વરસની હતી ત્યારથી હું એને ઓળખું છું. પોતાના વરને મરી ગયેલો માનવા એ ક્યારેય તૈયાર ન થાય, અને એટલે જ ખેતર ખેડવાનું એ કહે જ નહીં. કેશાનાં કપડાંય એણે સાચવીને રાખ્યાં'તાં, દાનમાં ન'તાં આપી દીધાં.''

આ સાંભળીને મારા પગ જમીન પર ચોંટી ગયા. હું કંઈ બોલું ત્યાર પહેલાં ઉમાબા કહે, ''તેં તારો ધરમ પાળ્યો છ. હવે આ વાત તારી અને મારી. તારા વરને કાંઈ કહે તો મારા સમ છે. સ્ત્રીનું મન તો દરિયો સમાય તેવું હોય. આપણને સૂઝે તે કર્યા કરીએ. બીજાને ખબર પણ શું પડે કે આપણા મનમાં શું છે?''

અવલે વાત પૂરી કરી. પછી મારી સામે જોયું અને કહ્યું: ' ''નરો વા કુંજરો વા'' જેટલી વાતથી યુધિષ્ઠિર જેવાને પાપ પડે, તો અવલની ગતિ તો કેવી થવાની? હાદા ભટ્ટના ઘરમાં પછી હું કયા અધિકારે રહું? ઉમાબાની સેવાને બહાને અહીં આવીને રહી તે હજી રહું છું.' તે ઊભી થઈને ક્વાર્ટર તરફ ગઈ.

હું મૂક બેસી રહ્યો. માનવીના મનનો પાર કદાચ ઈશ્વર પણ નહીં પામી શકતો હોય.

૨૮

ગ્રીનબેલ્ટનું કામ શરૂ થઈ ગયું છે. ગાડાંનાં ગાડાં ભરીને રોપાઓ આવે છે. વાવેતર થાય છે. મારું કામ પૂરું થવાની અણી પર છે. રિપૉર્ટ પૂરો થઈ ગયો છે. દક્ષિણની થોડી જમીન માપવાની છે તે માપીને છેલ્લો નકશો પણ મુકાઈ જશે.

'પગી, રવિવારે ગાડું મગાવજો.' મેં કહ્યું, 'હું જિલ્લા કચેરીએ જવાનો છું. પછી ત્યાંથી રજા પર.'

નકશા, રિપૉર્ટ સાથે જ બદલી માટે અરજી આપી દેવાનો અને બદલી ન થાય ત્યાં સુધી રજા પર રહેવાનો મારો ઇરાદો હતો. રાજીનામું આપવું પડે તો એ આપવાની મારી તૈયારી છે. રોડ બાંધવાવાળાં મશીનો અહીં પહોંચે ત્યારે અહીં રહેવાનું મારાથી નહીં બને.

શનિવારે આખો દિવસ માપણી ચાલી. ઊભા પટ્ટે માપ લેતાંલેતાં અમે ક્યાંના ક્યાં નીકળી ગયા.

'રુક્મી-પાણો અહીંથી કેટલો દૂર?' મેં પગીને પૂછ્યું. સાંકળ થેલામાં ભરીને તે ઘોડી બાંધવામાં પડ્યો હતો.

'બસ, આ ભાઠોડું વટો એટલું. વાંહે મીઠી વીયડિયું આવે ઈને માથે રુક્મી-પાણો.'

'તો તું જા, હું મોડેથી પાછો આવી જઈશ.' મેં પગીને કહ્યું. જતાં પહેલાં એક વખત સબૂરને મળવું હતું. તે તો ન આવ્યો, તો રુક્મી-પાણો જોઈને પાછો વળીશ.

મેં કબીરાને દોર્યો. થોડી વારમાં જ વીરડીઓ આવી અને મેં અશ્વને ભેખડ પર ચડાવ્યો. ઉપર જતાં જ મેં જે જોયું તેનાથી મારો શ્વાસ થંભી ગયો.

રુક્મી-પાણા પર, એ કાળા પથ્થરની છાટ પર, આંબા, નાળિયેરી, ચીકુ અને દાડમનાં નાનાંનાનાં છોડવાં લહેરાય છે. સબૂરની બે એકર જમીન બેલાથી ઘેરાઈને પડી છે. ઘડીભર મને લાગ્યું કે હું સ્વપ્ન જોઉં છું.

મને જોતાં જ સબૂર અને તેની પત્ની દોડતાં આવ્યાં. ઊંઘમાંથી જાગતો હોઉં તેમ મેં સબૂરને પૂછ્યું, 'કેમ આટલા બધા વખતથી દેખાયો જ નહીં?'

કહેતાં મારું મન સંકોચ અનુભવી ગયું. હું બોલાવું નહીં ત્યાં સુધી સબૂર કઈ રીતે આવે?

સબૂરે હાથ જોડ્યા, નીચે નમ્યો અને બોલ્યો, 'ખાલી હાથે સું આવું? કાંક કોળે ને એકાદું ફળ બેહે તોય લઈને અવાય.'

મને થયું કે મેં – 'તેં તો કમાલ કરી નાખી!' કે એવું – કંઈક કહ્યું હોત તો સારું હતું.

રુક્મી-પાણાને મથાળે સબૂરે ઘર બનાવ્યું છે, ચણતર વગર એક પર એક બેલાં ગોઠવીને. તે તરફ જતાં મને અવલના શબ્દો યાદ આવ્યાઃ 'આપણને નહીં સૂઝતું હોય તે એને સૂઝતું હશે.'

સબૂરની સ્ત્રી પાણી લાવી. નાની ખાટલી ઢાળીને મને બેસાર્યો.

'ખરેખર, સબૂર, તું જાદુગર નીકળ્યો! કઈ રીતે આ બધું કર્યું?' મેં નાનાં છોડવાઓ તરફ જોતાં કહ્યું. સબૂરની બુદ્ધિને ઓછી આંકવા બદલ મને પસ્તાવો થયો.

'બસ, તું ભાળ છ ઈ રીત્યે. વાડી નામ થઈ તે દુના અમીં બેય મંડ્યાં પાણો કોચવા.' તેણે પત્ની તરફ જોઈને કહ્યું.

'આ કૂવો ગાળીએ એવાં બાકોરાં આ પાણામાં પાડ્યાં. માથોડું ઊંડાં ને બે પછેડીવા પહોળાં ખામણાં કોતરી નાખ્યાં. પછે ગાડે ને ગાડે ધૂળ ને ખાતર ભર્યાં માલીપા.' સબૂરને આટલું લાંબું બોલતો જોઈને મને ખૂબ આનંદ થયો.

'અને પાણી?' મેં પૂછ્યું.

'આંય પાણીનો ક્યાં કાળ છે? આ પાણાની હેઠેથી જ સરવાણી જાય છ. વાંહે સાત વીયડિયું છે. આ ઝૂંપડા વાંહે સાઠ ફૂટનો કૂવો ગાળ્યો છ.'

સાઠ ફૂટ પથ્થર તોડીને પાણી કાઢવું સહેલું નથી. આ વેરાન ભૂમિ પર મીઠા પાણીનું હોવું વિરલ ગણાય. ખેરા-પટવામાં મીઠું પાણી ત્રણ ગાઉથી ભરી લાવવું પડે છે, બંગલે પીવાનું પાણી વરસાદી ટાંકામાં સંગ્રહાય છે, ત્યારે આ કાળમીંઢ પથ્થરના પેટાળમાં મીઠું પાણી ક્યાંથી આવતું હશે? કૂવો બનાવવા પાછળ, કૂવાની પ્રતિકૃતિ સમા ક્યારા બનાવવા પાછળ આ અબુધ દંપતીએ કેટલો અથાક શ્રમ કર્યો હશે! 'બહુ મહેનત કરી!' મારાથી કહેવાઈ ગયું.

'મેનત વિના તો ક્યાંથી થાય? પૂનમથી પૂનમ લગણમાં તૈણ ખામણાં તિયાર થાય. મૂળે પાણામાં કામ કરેલું એટલે ફાવટ આવે. બીજાથી નો થાય,' સબૂરે કહ્યું, 'ઓલા તૈણ આંબા તો પેલે વરહે જ નાખી દીધા'તા. આ વાઝડીમાં ઈ તૂટી ગ્યા છ. બાકી ઈ થોડાક મોટા દેખાત.'

'મોટા હોત તો સાવ તૂટી ગયાં હોત. નાનાં છોડ છે એટલે ટકી ગયાં.'

મેં કહ્યું, 'હજી તો ઘણું વાવવાનું બાકી છે, ખરું ?'

મેં તેના કબજાના મોટા વિસ્તારને ખાલી, વાવેતર વગરનો જોયો.

'હજી અડધું બાકી રહ્યું છ. પણ થાહે ધીમેધીમે. ખાડા કરી વાળ્યા છ. વરસાદ થઈ ગ્યો એટલે હવે વાવસું.'

હું ઊભો થયો. આ ગંદા, કાળા સબૂરિયાને મેં ક્યારેય મારા ક્વાર્ટરના ઓટલે ચડવા નથી દીધો. આજે તેને ભેટી પડવાનું મન થાય છે. મેં તેના બેઉ હાથ પકડ્યા અને થપથપાવ્યા.

સૂર્ય ડૂબવાની તૈયારીમાં છે. નાનકડી નાળિયેરીનાં પાન પાછળ ચમકતો દરિયો, ડૂબતા સૂરજનું કેસરી બિંબ, દિવસભર તપેલ ખડકો વચ્ચેથી ઊઠતી ભીના ક્યારાઓની સુગંધ.

ક્યાંકથી કોઈક અજાણ્યો અવાજ સંભળાય છે. હું સ્વીકારું છું કે ધરતી ખરેખર સાદ કરતી હોય છે અને કેટલાક વિરલ જનો એ સાદ સાંભળવા અને તેનો જવાબ આપવા શક્તિમાન હોય છે. પ્રકૃતિ અને માનવી વચ્ચે આ પરાપૂર્વથી સ્થપાયેલો વ્યવહાર છે જ. આ સચરાચરમાં ક્યાંક કોઈક છૂપો માર્ગ છે જે માર્ગે જડ અને ચેતન પરસ્પર વાર્તાલાપ કરી શકે છે.

હું ઝાંપલી પાસે પહોંચ્યો ત્યાં સુધી આ બન્ને મને વળાવવા આવ્યાં. 'આવજે પાછો' સબૂરે મને કહ્યું.

'હું તો કાલે જઉં છું.' મેં જવાબ આપ્યો, 'પણ અવલને તારી વાડી જોઈ જવાનું જરૂર કહીશ.'

'ઈ તો દર પૂનમે આંયા આવે છ.' સબૂરની પત્નીએ કહ્યું.

'આ વાઝડીનું ઈ જ આવીને કઈ ગ્યાં'તાં, નીકર અમીં તો ગ્યાં હોત વંટોળિયા ભેગાં!'

સબૂરે ડોકું હલાવીને હા પાડી. 'આ બે વરહ માથે થ્યું. અમીં બેય તો આખો દિ' આંયાં કામ કરિયે છ. બીજે મજૂરી નથ જાતાં, પછે રોટલાનું સું થાય ? તે અવલબા દર પૂનમે દાણો નાખી જાય છ. આ બે-અઢી વરહના રોટલાનું દેવું માથે ચડ્યું છ.'

હું પળભર થીજી ગયો. અનાજનો આવો સરસ ઉપયોગ મેં ક્યારેય ન કર્યો હોત. અવલ હતી તો એ શક્ય બન્યું.

કબીરા પાસે આવીને હું થંભ્યો. કદાચ આટલે વખતે પહેલી જ વાર મેં તેના શરીરે હાથ ફેરવ્યો અને કેશવાળીમાં આંગળાં ફેરવ્યાં. અશ્વની ચામડી થરકી. મેં કબીરાની ગણના આજ સુધી એક સફરના સાધનથી વિશેષ નથી કરી. પાળેલાં પ્રાણીઓ, વફાદારી, માલિક-સેવકના સંબંધો ઉપરાંતની લાગણી

– આ બધું વાર્તાથી વિશેષ હોય તેવું હું માનતો ન હતો.

કોણ જાણે શાથી, પણ આજે કબીરો મને કંઈ જુદો જ લાગે છે. આ ખમીરવંત ધરાનો, તેના સૌંદર્યનો, તેની અંધશ્રદ્ધાઓનો, તેનાં હાજરાહજૂર દેવ-દેવલાંનો અને તેની કથાઓનો પરિચય કબીરાએ મને પોતાની પીઠ પર લઈ જઈને કરાવ્યો છે. મારા મનોવ્યાપારનો, મારા આનંદનો, મારી વ્યથાઓનો, મારા થાક અને ઉત્સાહનો તે એકમાત્ર સાક્ષી બની રહ્યો છે.

ઓચિંતું જ મને કબીરા પર સવારી કરવાનું મન ન થયું. મેં તેની લગામ છોડી, ચોકડું કાઢી લીધું, પલાણ છોડી નાખ્યું અને તે બધું જ વજન હાથમાં લઈને હું ખડકો ઊતરી સમુદ્રતટ પર ચાલવા મંડ્યો.

મુક્ત, બંધનરહિત કબીરો મારી પાછળ ચાલ્યો. ઢળતી સંધ્યાએ, સમુદ્રની ભીની રેતમાં છ પગલાંની છાપો એકમેકમાં ભળી જતી ચાલી.

❑ ❑ ❑

પરમ સ્નેહીશ્રી ધ્રુવ ભટ્ટ

નમસ્તે

આપના તરફથી મળેલ નવલકથા 'સમુદ્રાન્તિકે' પુસ્તક આભાર સાથે સ્વીકારું છું.

નવલકથા ખૂબ જ ઉમદા છે. દરેક પાત્રને ખુબ જ ઉચ્ચ કોટિમાં મૂકવામાં આવેલ છે. કથાવસ્તુમાં માછી-ખારવા કોમને સાહસિક-ખડતલ, નિરભિમાની અને સરળ ભોળા સ્વભાવના જે નિરૂપણ કરેલ છે તે ખરેખર પ્રશંસનીય છે. વળી મને ક્રિષ્ણાને બેલીના ધણી તરીકે ઉલ્લેખ કરેલ છે, જેનાથી માછી-ખારવા કોમને સ્ત્રીની સૂઝબૂજ સાથે વિરહવેદના સહન કરવાની શક્તિને બિરદાવેલ છે, જેનું મને ગૌરવ છે.

આ નવલકથામાં મારી પાત્રવાચના કરીને કાયમી કરેલ છે, જે મારા માટે ગૌરવની વાત છે.

લિ. ક્રિષ્ણા

---

* કથાના એક પાત્ર ક્રિષ્ણાના નામધારી ખારવા યુવાનનો પત્ર